अभिप्राय

उमा कुलकर्णींचं नवं पर्व...

एका जिद्दी स्त्रीची एकटीनं दिलेली झुंज ही जगावेगळीच. बुडतं जहाज न सोडणारा कॅप्टन धीरोदात्त भासतो. इथे तर आपलं तारू किनाऱ्याला अखंड सावरणाऱ्या स्त्रीची कहाणी रंगवायला हवी.

दैनिक सकाळ, मुंबई, १८-२-२००६

एका अखंड झगड्याची कहाणी

सर्व बाजूंनी प्रतिकूलता दाटून आल्यावरही हार न मानता झगडत राहणाऱ्या भारतीय स्त्रीच्या अनोख्या ताकदीचे दर्शन 'केतकरवहिनी' या पुस्तकातून घडते.

त्यांच्या अतूट संघर्षाची ही कहाणी उमा कुलकर्णी यांनी अतिशय प्रत्ययकारी पद्धतीने शब्दबद्ध केली आहे. छोटी वाक्ये, सुटसुटीत रचना आणि प्रभावी निवेदनशैली यामुळे हे पुस्तक वाचनीय बनले आहे.

दैनिक सकाळ, ९-४-२००६

घरातल्या कागदपत्रांच्या आधारे आणि उपजत चिकाटीच्या, व्यवहारज्ञानाच्या बळावर केतकरवहिनींनी प्रतिकूल परिस्थितीशी कसा सामना केला, याची ही कहाणी आहे.

महाराष्ट्र टाइम्स, १६-४-२००६

परिस्थितीशी टक्कर देणाऱ्या वहिनी

प्रतिकूल परिस्थितीशी धैर्याने संघर्ष करणाऱ्या केतकरवहिनींची कथा

दैनिक लोकमत, ३०-४-२००६

प्रतिकूल परिस्थितीला अनुकूल करणाऱ्या केतकरवहिनी

सासऱ्यांची भूमी लबाडीनं बळकावणाऱ्या ग्रामवासी, पंच-सरपंच, पोलीस, वकील, धनाढ्य, उपद्रव मूल्यं असणाऱ्या समाजसेवकांविरुद्ध उभ्या राहणाऱ्या केतकरवहिनींचा यशस्वी संघर्ष

दैनिक गोमंतक, ३०-७-२००६

'स्त्रीमानसातील आत्मशक्तीचा स्तिमित करणारा आलेख'

'केतकरवहिनी' ही एका संसारी स्त्रीची जीवनकहाणी असली तरी यातील घटनावैचित्र्य व अनुभवविश्व केतकरवहिनींच्या जीवनव्यवहारविषयक, प्रगल्भ जाणिवांचा आवाका दर्शविते. कोर्टखटले, लेव्ही, जप्ती संदर्भातील अनुभव भयानक, दूरगामी परिणाम करणाऱ्या घटनांच्या निर्मितीमागील वैरभाव, क्रूरता यांचे चित्रण जसे यात आकारते. तसेच गाईगुरांच्या मायेच्या, मांजराच्या सोबतीच्या जिव्हाळ्याच्या घटना केतकरवहिनींनी भावांदोलने चित्रित करतात.

दैनिक तरुणभारत, बेळगाव, १७-९-२००६

'तव आत्मा गमला'

जमिनीच्या वादातून नवऱ्याच्या निर्घृण खुणापश्चात गावकऱ्यांच्या विरोधात जमिनींचे कज्जे जिद्दीनं लढविणाऱ्या धैर्यवान केतकरवहिनींचं आगळंवेगळं आत्मकथन.

लोकसत्ता, १७-१०-२००९

शब्द महाल : केतकरवहिनींचे घर

दुर्दैवाने आलेल्या प्रतिकूल परिस्थितीशी आणि कायद्याशी झगडत आपली आंतरिक शक्ती सतत चेतवणाऱ्या आणि तरीही माणसं जोडणाऱ्या वहिनींचे मनोज्ञ दर्शन उमा कुलकर्णी यांनी समरसून घडवलं आहे.

लोकसत्ता, वास्तुरंग, ३१-५-२०१४

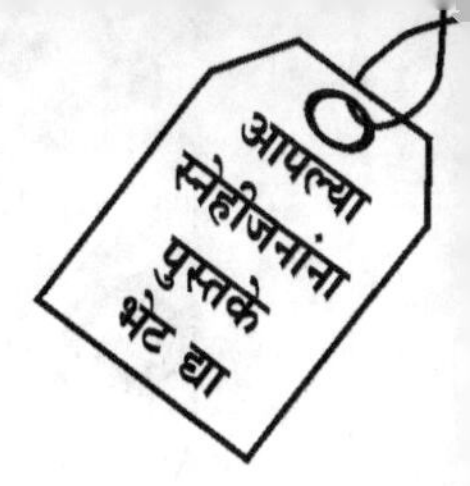

केतकरवहिनी

उमा कुलकर्णी

मेहता पब्लिशिंग हाऊस

◆ *या पुस्तकातील लेखकाची मते, घटना, वर्णने ही त्या लेखकाची असून त्याच्याशी प्रकाशक सहमत असतीलच असे नाही.*

KETKARVAHINI by UMA KULKARNI

केतकरवहिनी : कादंबरी

Email : author@mehtapublishinghouse.com

© उमा वि. कुलकर्णी

प्रकाशक : सुनील अनिल मेहता, मेहता पब्लिशिंग हाऊस, १९४१, सदाशिव पेठ, माडीवाले कॉलनी, पुणे ३०.

मुखपृष्ठ : चंद्रमोहन कुलकर्णी
(मलपृष्ठावरील छायाचित्र सौ. उमा कुलकर्णी यांच्या सौजन्याने)

प्रथमावृत्ती : फेब्रुवारी, २००६ / सप्टेंबर, २००६ / नोव्हेंबर, २००८
पुनर्मुद्रण : जुलै, २०१४

P Book ISBN 9788177666502

E Book ISBN 9789387319349

E Books available on : play.google.com/store/books
www.amazon.in
https://books.apple.com

चौर्‍याऐंशी सालची गोष्ट.

एका अनुवादाच्या संदर्भात कोकणातल्या एखाद्या खेड्यात जाऊन यायचं मनात होतं. त्या वेळी नुकतीच सौ. शकुंतला पुंडे हिच्याशी ओळख झाली होती. तिचं माहेर चिपळूणजवळचं करंबवणे. या करंबवण्यालाच जाऊन यायचं ठरलं.

त्या वेळी विरूपाक्ष आणि डॉ. द. दि. पुंडे आपापल्या नोकरीत असल्यामुळे दोघांनाही एकाच वेळी रजा मिळण्यात अडचणी येत होत्या. त्यामुळं मी शकाला म्हटलं, "तुम्ही दोघं पुढं चला. यांना रजा मिळताच आम्ही येऊ."

"नको. आपण एकत्रच जाऊ. तुम्ही कसे याल?"

"कसे म्हणजे काय? पत्ता देऊन ठेव. विचारत-विचारत येऊ." बऱ्यापैकी प्रवास केलेला असल्यामुळे मी आत्मविश्वासानं सांगितलं.

"पण कुणाला विचारणार? काही नको. आपण एकत्रच जाऊ."

तिच्या आग्रही सांगण्यामागचा अर्थ मला पटला नाही. तरी रजेचं जुळून आल्यामुळे आम्ही चौघंही एकत्रच रातराणीनं निघालो.

पहाटेच्या वेळी चिपळूणच्या बसस्टँडवर उतरलो आणि एस. टी. बदलून करंबवण्याची वाट धरली. हमरस्ता सोडून आडवाट धरली आणि घनदाट झाडी सुरू झाली. बसमध्येही अगदी मोजकी माणसं होती. त्यांनी शकाला ओळखून जुजबी चौकशी केली. वेड्यावाकड्या छोट्या-छोट्या वळणानं बस धावत होती.

एकाएकी झाडी संपली आणि उजव्या बाजूला वासिष्ठी नदीचं विस्तीर्ण पात्र दिसू लागलं. नदीच्या काठानं बस धावत असल्यामुळे बराच वेळ बाहेरचं दृश्य दिसत होतं. पलीकडच्या डोंगरांचं नदीत प्रतिबिंब दिसत होतं. रुंद पात्रात छोट्या नावा आणि एक मोटर लाँच दिसत होती. सारं दृश्यच अतिशय आकर्षक होतं.

एस. टी. नदीकाठच्या बंदरावर थांबली. आमच्याबरोबर एक-दोन माणसं उतरली आणि आजुबाजूच्या पायवाटांनी झाडीमध्ये दिसेनाशी झाली. बंदरावर आम्ही चौघं सामानानिशी उभे राहिलो. आम्हाला उतरवून एस. टी. दिसेनाशी झाली. तिचा आवाजही ऐकू येईनासा झाला.

सामान उचलून शकानंही एक पाऊलवाट धरली. आम्हीही सामानासह तिच्यामागोमाग चालू लागलो. तुकड्या-तुकड्यानं विखुरलेली शेतं, शेताचे बांध, मधूनच लागणारी तीन-चार घरांची वस्ती, दोन्ही बाजूला मोठाली झाडं यामधून जाणाऱ्या पायवाटेनं चालत जाऊन आम्ही घरापाशी आलो.

चालताना मला शकाचं बोलणं आठवत होतं आणि त्याचा अर्थही समजत होता. रस्त्यात पत्ता विचारायला एक माणूसही भेटला नाही. वाटेत लागलेल्या वाडीवरची माणसंही आपापल्या कामावर निघून गेल्यामुळे घरांमध्ये म्हातारी माणसं, अगदी

लहान मुलं आणि किरकोळ जनावरं होती. हात आणि खांदे दुखून आल्यामुळे शका सारखी 'कमी सामान घे' का म्हणत होती, तेही समजत होतं.

एका डोंगराची पार्श्वभूमी लाभलेल्या, भरगच्च झाडीनं भरलेल्या पाच-सहा एकर उंच-सखल जागेवर पसरलेल्या बागेमध्ये ते घर होतं. घराचं नाव 'सुखनिवास.' चिऱ्याच्या चौथऱ्यावर बांबूचं कूड, माती आणि लाकडानं बांधलेलं ते दुमजली घर बरंच मोठं वाटत असलं तरी बोजड वाटत नव्हतं. घराच्या निम्म्यापेक्षा जास्त भागात विश्वहिंदूपरिषदेच्या वतीनं वसतीगृह चालवलं जात होतं. निम्म्या जागेत वहिनी राहात होत्या.

वहिनी म्हणजे शकाची आई. मालतीबाई माधवराव केतकर.

आत जाऊन आम्ही बसलो. वहिनींनी लगोलग घरालगतच्या विहिरीच्या ताज्या पाण्याचा तांब्या समोर ठेवला.

बाहेरच्या उजेडातून आत गेल्यावर नजर सरावायला थोडा वेळ गेला. पोटात थंडगार पाणी गेल्यावर समोर लक्ष गेलं. समोर चूल पेटवून वहिनी चहाचं आधण ठेवत होत्या.

मध्यम उंचीची सडपातळ शरीरयष्टी, अंगावर साधं सुती नऊवारी लुगडं, बांगड्या आणि गळ्यात चेन, उजळ गोरा रंग, केसांचा अंबाडा, त्या वेळी त्यांची नुकतीच साठी उलटली होती. त्यांचा देखणेपणा त्या मळखाऊ लुगड्यात लपत नव्हता. त्यांच्या कोकणस्थी पिंगट डोळ्यांमधली बुद्धिमत्तेची झाकही स्पष्टपणे दिसत होती.

शकाबरोबर ओळख झाल्यानंतर मला तिच्या दहा आत्यांविषयी समजलं होतं. विसाव्या शतकाच्या पूर्वार्धात तिच्या नऊ आत्या घराबाहेर राहून उत्तम प्रकारे शिकल्या होत्या. त्या वेळी त्यांची 'केतकर सिस्टर्स' म्हणून पुण्या-मुंबईतच नव्हे, महाराष्ट्राबाहेरही प्रसिद्धी होती. स्त्री-शिक्षणाच्या सुरुवातीच्या टप्प्यावर खडतर परिश्रम घेऊन शिक्षण घेणाऱ्या आणि स्वत:च्या पायावर उभ्या राहाणाऱ्या स्त्रिया म्हणून मला त्यांच्याविषयी कुतूहल होतं. या घरात पाऊल टाकताना, या प्रदेशाची दुर्गमता पाहाताना ते विशेषत्वानं जाणवलं.

महर्षी कर्वेंचं जीवन-चरित्र आणि हिंगणे स्त्री-शिक्षण संस्थेचा इतिहास पाहाताना त्या काळी एकूणच स्त्रियांचं शिक्षण ही किती अपूर्वाईची आणि दुर्मिळ गोष्ट होती, याचा अंदाज होता.

त्या वेळी करंबवण्यात वीज पोहोचली नव्हती. आम्ही तिथं पोहोचलेल्याच दिवशी घरात एक आणि अंगणात दोन असे तीन साप निघाले. आमची पाचावर धारण बसली; पण वहिनींच्या दृष्टीनं ती काही फार मोठी घटना नसावी. एकीकडे आम्हाला 'सगळे साप काही विषारी नसतात,' असं सांगत वसतीगृहातल्या मोठ्या मुलांना हाताशी धरून कांबेरू आणि काठीच्या साहाय्यानं त्यांनी एक साप मारला आणि दोन पळून गेले.

दिवस मावळू लागला. स्वयंपाकघरापुढच्या अंगणात खाट टाकून सगळे गप्पा मारत बसलो होतो. मनात पळून गेलेल्या सापांची आठवण असल्यामुळे पाय खाली सोडून बसायची भीती वाटत होती.

रात्र पडली. घराभोवतालचा आसमंत पूर्णपणे काळोखात बुडाला. भोवतालच्या झाडीमुळे आकाशाचा तुकडा आणि चांदण्याही दिसत नव्हत्या. आत आलो. कंदील पेटवले गेले. त्या पिवळ्या चमत्कारिक उजेडात आमच्या मोठमोठ्या सावल्या भिंतींवर पडल्या होत्या आणि वातावरण गूढ झालं होतं. शहरातल्या वास्तव्यात वातावरणात गृहीत धरला जाणारा वाहनांचा आवाज इथं कणभरही नव्हता. त्यामुळे फक्त वसतीगृहातल्या मुलांच्या बोलण्याचे तुरळक आवाज तिथली अथांग शांतताच अधोरेखित करत होते.

न राहावून मी म्हटलं, ''वहिनी, एकट्या कशा राहता इथं?''

यावर त्या म्हणाल्या, ''एकटी कसली? शेजारी एवढी मुलं आहेत ना सोबतीला!''

गेल्या काही महिन्यांत हे वसतीगृह सुरू झालं होतं. त्या आधी सुमारे पंचवीस वर्षे वहिनी या संपूर्ण घरात एकट्या राहात होत्या!

आता माझ्या मनातल्या कुतूहलाची जागा वहिनींनी घेतली होती.

शकाकडून मला त्यांच्याविषयीही ऐकून ठाऊक होतं.

शका पाच वर्षांची असताना तिच्या वडिलांचा खून झाला होता. त्यामागील कारण म्हणजे स्वातंत्र्यानंतर बदललेले जमीनविषयक कायदे आणि त्यातून निर्माण झालेले खटले.

जगण्यासाठी इतर मार्ग उरले नाहीत तेव्हा वहिनींनीही या खटल्यांमध्ये लक्ष घातलं आणि अत्यंत प्रतिकूल परिस्थितीत तिथेच राहून आपल्यावर असलेल्या मुलांच्या शिक्षणाच्या आणि लग्नांच्या जबाबदाऱ्या पार पाडल्या. मनावर दगड ठेवून त्यांनी मुलांना दूर ठेवलं. अखेर एक मुलगा आणि तीन मुलींची सगळी जबाबदारी पूर्ण करत स्वत:ही अत्यंत स्वाभिमानानं जगल्या. शका ही त्यांची सर्वांत लहान मुलगी. गीत रामायणातील गाणी शका वेगळ्याच चालीत गायची. विचारलं तर सांगायची, 'ही वहिनीनं दिलेली चाल!'

तिथल्या वास्तव्यात आम्ही त्या परिसरात खूप भटकलो. कधी घरामागचा ओढा - इथं त्याला पऱ्हा म्हणतात. ओलांडून मालदोलीच्या डोंगरावरून मालदोली गावापर्यंत जाऊन आलो. एकदा स्वयंपाकघराकडच्या बाजूनं सरळ डोंगर चढून बिवली-डोंगरखाडीला जाऊन आलो. तसंच एकदा घरासमोरचा डोंगर चढून निगडीच्या शेताजवळून केतकीच्या पऱ्ह्यापर्यंतही गेलो होतो. शकाच्या वडिलांचा खून याच पऱ्ह्यापाशी झाला, हे ठाऊक असल्यामुळे त्या पऱ्ह्याच्या भर पावसाळ्यात घोंघावणाऱ्या प्रवाहाची केवळ कल्पना करून आम्हाला घाम फुटला!

अनेकदा बंदरापर्यंत पायी फिरत होतो. बंदरावरून तरीतून खाडीत भटकून खाजणाची

जमीन, पलीकडचा गवताचा राब, दाभोळची खाडी वगैरे जागी जाऊन आलो.

पहिल्या भेटीतच माझे वहिनींशी सूर जुळले. त्यामुळे पुन्हा पुन्हा भेटी होत राहिल्या. कधी करंबवण्यात, कधी पुण्यात शकाच्या-शोभाच्या घरी, कधी माझ्या घरी, कधी कलकत्ता-ओरिसा प्रवासात. गावाबाहेरचं वहिनींचं व्यक्तिमत्त्व आणखी वेगळं असे. अंगावर स्वच्छ तलम लुगडी, वागणं-बोलणं नागरी आणि अत्यंत टापटिपीचं! प्रत्येक भेटीतून त्यांच्या व्यक्तिमत्त्वाचे आणखी पैलू माझ्यासमोर उलगडत होते. भारतीय स्त्रीच्या एका अनोख्या ताकदीचं दर्शन घडत गेलं. सतरा-अठरा वर्ष माझा हा शोध सुरूच होता.

२००० साली वहिनींना पारखेंचा मातुश्री पुरस्कार मिळाला. त्या निमित्तानं त्यांच्या खडतर जीवनाचा आणि त्यात त्यांनी दाखवलेल्या कर्तृत्वाचा आलेख एकत्रितपणे सामोरा आला. तो पाहताना एकीकडे जीव दडपला तरी वाटलं, वहिनी म्हणजे केवळ एवढंच कर्तृत्व आहे काय? त्यांचा हा प्रवास कसा झाला असेल? हा प्रवास करताना त्या कोणकोणत्या मानसिक अवस्थेतून गेल्या असतील?

पुरस्कारानंतरच्या प्रत्येक भेटीत वहिनी अधिकच खुलत गेल्या. प्रत्येक प्रसंग चित्रवत् रंगवून सांगण्याची त्यांची शैली होतीच, त्यातच पुरस्काराच्या निमित्तानं पुन्हा तिकडे पाहताना त्या चिंतनही व्यक्त करू लागल्या. -

'करंबवण्यातल्या त्या 'सुखनिवास'मध्ये मला सलगपणे बरेच दिवस राहायची संधी मिळत गेली आणि त्यांच्या तोंडून ऐकलेले प्रसंग तिथल्या पार्श्वभूमीवर माझ्या मन:चक्षूपुढे उभे राहू लागले. जुने फोटो आणि जुनी हस्तलिखिते पाहताना त्यातल्या रिकाम्या जागा भरल्या जाऊ लागल्या.

२००३ साली करंबवण्यात फोन आला. हे समजताच मी भरदुपारी दोन वाजता वहिनींना फोन केला. दोन-चार वाक्यं बोलत असतानाच पलीकडे थोडा गलका ऐकू आला.

वहिनी बोलता बोलता थांबून म्हणाल्या, "उमा, आपण नंतर बोलू या का? परसात वाघ शिरलाय. मुलं आरडाओरडा करताहेत. मीही तिकडं बघते. ठेवते!"

नंतर फोन करून चौकशी केली तेव्हा त्या शांतपणे म्हणाल्या, "काही नाही गं! सापळ्यात अडकून निसटलेला बिबट्या होता. जखमी होता. गेला निघून." म्हटलं, "कमाल आहे वहिनींची!"

अशा वहिनींची आणि त्यांच्या लढाईची ही कथा. ज्या कायद्याच्या लढाईत पतीचा मृत्यू झाला, त्या युद्धभूमीला पाठ न फिरवता, प्रतिकूल परिस्थितीवर मात करत आयुष्यभर एकाकी लढा देणाऱ्या करंबवण्याच्या मालतीबाई माधवराव केतकर या स्त्रीची कथा.

४ एप्रिल २००६ रोजी केतकर वहिनींचे बडोदा येथे, थोरल्या मुलीच्या घरी निधन झाले.

‘केतकरवहिनी’ या कादंबरीचा कन्नडमध्ये अनुवाद
‘धीरे’ या नावाने विरूपाक्ष कुलकर्णी यांनी केला आहे.

हल्ली मुलांच्या माझ्याविषयीच्या तक्रारी वाढल्या आहेत.

दोन पिढ्यांमध्ये मतभेद नेहमीच असतात, त्यात काय विशेष असंच कुणालाही वाटेल; पण इथं फक्त तेवढंच कारण नाही.

माझी चारही मुलं शहरात असतात. प्रभाकर आणि त्याची बायको उषा मुंबईला असतात, शोभा आणि शका आपापल्या कुटुंबांसह पुण्यात राहातात आणि थोरली चतुरा आपल्या कुटुंबासह बडोद्याला.

यांच्यापैकी प्रत्येक घरी मी छान रमते. आपल्या माणसांमध्ये राहाताना एकीकडे मन तृप्त असतं; पण थोडे दिवस गेले की मला तिथं करमेनासं होतं. मग माझी गावी जाण्याविषयी भुणभुण सुरू होते.

मी गावाकडे जायचा विषय काढला की वाद सुरू होतात. मी तिथंच राहाणं कसं योग्य आहे, हे सांगून सगळे माझं मन वळवू लागतात. शका आणि शोभाचे मात्र चढेच सूर लागतात.

त्यांचं म्हणणंही काही खोटं नाही म्हणा!

आता मी आहे ऐंशीच्या पुढची. तशी ब्लड-प्रेशर किंवा शुगरची भानगड नसली तरी स्वाभाविकपणे तब्येतीच्या काही ना काही तक्रारी निर्माण होऊ लागल्या आहेत. अशा वेळी मी एकटी करंबवण्यात राहिले तर माझं किरकोळ दुखलं-खुपलं कोण बघेल, काही फारच त्रास होऊ लागला तर धावपळ करून डॉक्टरांना कोण बोलवेल, अशी त्यांना काळजी वाटते. त्याऐवजी शहरात, आपल्या माणसांसमवेत राहावं असं सगळ्यांचं म्हणणं आहे.

त्यांना माझ्या खटल्यांविषयीही फारसं ममत्व नाही. दुसरा उपाय नव्हता तेव्हा

कोर्ट-कचेरीची धावपळ भरपूर केली, आता काही गरज नाही, मी सगळे खटले आटोपते घ्यावेत आणि निवांत राहावं म्हणजे माझ्या डोक्याला शांतता मिळेल असं त्यांना वाटतं.

पण शहरात निवांत राहिलं की मला करमेनासं होतं. शहरातल्या छोट्या-छोट्या बाबतीतल्या सुखसोयी, इथली अगदी जवळची माणसं, इथला टीव्ही, त्यावरच्या सीरियल्स सगळंच कंटाळवाणं वाटायला लागतं. उगाच आजारपणानं घेरल्यासारखं वाटू लागतं.

मग सहज गप्पांच्या ओघात जुन्या गोष्टी निघतात. एखाद्या किचकट खटल्याची आठवण निघते आणि मी त्यात इतकी रमून जाते की काही विचारू नका! सगळं आजारपण दूर पळून जातं. मग शका थट्टा करू लागते, 'बघ-बघ! वहिनी कशी तजेलदार झाली! तिचा चेहरा किती टवटवीत झालाय! कुणी म्हणेल का हिला आजारी?'

अगदी खरंय ते.

माझं मन करंबवण्यातल्या त्या घराच्या आठवणींनी व्याकूळ होऊन जातं. ते 'सुखनिवास' घर, तिथली कुळं, गावातली माणसं, तिथल्या म्हशी, मांजरी, तिथं चाललेले खटले यांचे जुने-नवे संदर्भ माझ्या मनात आणि बोलण्यात वरचेवर डोकावू लागले की माझ्या मुलांनाही समजतं, आता वहिनी फार दिवस शहरात राहाणार नाही, तिच्या जाण्याची व्यवस्था केली पाहिजे. मला तर 'लगोलग गेलंच पाहिजे' असं वाटण्यासारखी शेकडो कारणं घेरून टाकतात.

माझी मन:स्थिती समजली तरी मुलं म्हणतात, ''या वयात एकटी कशाला राहातेस तिथं? चूल पेटवून त्यावर चहा-स्वयंपाक, एवढ्या मोठ्या घराची देखभाल, एवढ्या मोठ्या अंगण-परसवाची उस्तवार - हे सगळं करायचं आता तुझं वय आहे का? साधं संडासला जायचं तर सगळ्या घराला वळसा घालून लांब जायचं! वाढत्या वयानुसार तुला झेपणार आहे का ते? शिवाय प्रत्येक खटला तुझं रक्त शोषून घेतोय, तुझ्या डोक्याला भरपूर ताण देतोय. एकेकाळी गरज होती म्हणून तू ते केलंस. आता काय गरज आहे?''

या मुलांना वाटतंय तितकं करंबवणे आता दुर्गम राहिलं नाही. इथं राहाणं आता पूर्वीच्या तुलनेत कितीतरी सोपं झालं आहे. पंधरा-वीस वर्षांपूर्वी इथं वीज आली आहे. काही महिन्यांपूर्वी 'माधव वासुदेव न्यासा'च्या कुंपणापर्यंत रस्ता आलाय. आता दिवसाकाठी तीन-चार एस्. टी. च्या गाड्या घरापर्यंत येतात! शोभाची गाडी आता अगदी घरापर्यंत येऊ शकते!

पण पहिल्यांदा इथं येणारा माणूस आजही हे मान्य करत नाही. घाटावरून कोकणात उतरणारा माणूस घाट-माथ्यावर आला की समोरच्या अक्राळविक्राळ दऱ्या पाहून दबून जातो. इथल्या घनदाट झाडीत माणसांची वस्ती असेल हेच त्याला अविश्वसनीय वाटतं! इथल्या सृष्टीसौंदर्याचा त्याला एकीकडे मोह पडतो आणि दुसरीकडे दडपणही येतं.

अशा मन:स्थितीत पहिल्यांदा आलेला माणूस स्वयंपाकघराच्या पायरीवर निवांतपणे बसत न राहावून म्हणतो, 'वहिनी, किती सुरेख आहे हो हा परिसर!'

मी मात्र चुलीतली लाकडं सारखी करत चहाचं आधण चुलीवर चढवत मनात म्हणते, 'असेल बाई! मला तर अजीर्ण झालंय या निसर्ग-सौंदर्याचं! आयुष्यभर हेच तर पाहात आलेय!'

अगदी आयुष्यभर नव्हे; पण लग्नानंतरचं सारं आयुष्य इथंच तर गेलंय ना! त्या आधीचं मुंबईच्या मालाडमध्ये. शिवाय मी काही इथल्या निसर्गाचं फक्त सौंदर्यच पाहिलं नाही. इथला प्रचंड पावसाळा आणि कमालीचा उकाडाही अनुभवलाय. आपोआप पेटलेले वणवेही पाहिलेत. इथली फारसा कस नसलेली जमीन माझी सोबतीण आहे. इथल्या म्हशी आणि मांजरांबरोबरच इथले साप-विंचूही माझे सगेसोयरे आहेत. क्वचितप्रसंगी दर्शन देणारे बिबटेही!

त्यामुळे मी या निसर्गाच्या केवळ सौंदर्याकडे बघून फक्त गुणगान कशी करू? आणि निसर्ग नाठाळ आहे म्हणून त्याचा राग तरी कसा करू?

माझा जन्म मालाडचा. तेही कोकणच. तरी करंबवण्यासारखं नव्हे. परवा पाहिलं, मुंबईची गर्दी आता तिथंही उसळलीय; पण १९३८ पूर्वीचं मालाड एवढं गजबजलेलं नव्हतं. त्या वेळी तिथं माणसांची अगदी विरळ वस्ती होती. दोन घरांमध्ये भरपूर अंतर असायचं. प्रत्येक घराच्या भोवताली भरपूर मोकळी जागा असायची.

माझे वडील विष्णू धोंडदेव खरे. आम्ही त्यांना अण्णा म्हणत असू. बांद्र्याच्या कोर्टात ते नोकरी करत होते. त्यांचा पगार बेताचा असावा; पण इतर व्यवसाय करण्याची धडपडी वृत्ती असल्यामुळे त्यांनी घरालगत थोडी जागा घेऊन ठेवली होती. त्या जागेवर भरपूर, म्हणजे कमरेएवढं गवत उगवायचं. आई-अण्णांनी त्याचा उपयोग करून घेण्यासाठी हौसेने गुरं पाळली होती. कामावरून आल्यावर अण्णा गुरांचं खूप करायचे. आई तर दिवसभर त्यांचं सगळं बघायची. दुधाच्या व्यवसायातून त्यांना बऱ्यापैकी मिळकत होत असावी.

मी अगदी तान्ही असतानाची एक हकीकत आई नेहमी सांगायची. ऐकून-ऐकून ती माझ्या पक्की स्मरणात राहिली. त्यात आईचं सांगणं इतकं चित्रवत् की मीही स्वतःला रांगत्या रूपात आजही पाहू शकते!

संध्याकाळची वेळ. आई दिवाबत्तीची तयारी करत होती. तिनं कंदील आणि चिमण्यांमध्ये तेल भरलं. काजळीनं काळ्या झालेल्या कंदिलाच्या आणि चिमण्यांच्या काचा घासून-पुसून लखलखीत करत असताना तिच्या मनात आलं, गुरं घरी यायची वेळ झाली, इंदू - म्हणजे मी - कुठाय? एकदम तिच्या लक्षात आलं, मी अंगणात रांगत होते. ती धसकली, 'माझ्या इंदीला ही मारकी गाय शिंगानी मारून पायांखाली तुडवणार तर नाही ना?'

हातातली काच तिथंच ठेवून ती बाहेरच्या अंगणात धावली. बघते तर काय, मी रांगत होते आणि ती मारकुटी गाय मला अजिबात धक्का न लावता, नीट ओलांडून पुढं निघून चालली होती!

त्या मारकुट्या गाईचं हे अनपेक्षित वर्तन सांगताना आई पुन्हा पुन्हा आश्चर्य व्यक्त करायची. देवाच्या दयेमुळे मी वाचले अशीच तिची भावना होती.

आमच्या मालाडच्या घरी देवाधर्माचं बरंच काही चालायचं. अण्णांना भल्या पहाटे उठायची सवय होती. पहाटेच त्यांच्या भूपाळ्या सुरू होत. आम्हाला बऱ्याच वेळा त्या ऐकता-ऐकता जाग येई.

त्यानंतर सोवळ्यानं देवपूजा. त्यांची देवपूजाही चांगली दोन-दोन तास चाले. त्यातही त्यांची एक गंमत असे. नेहमी पूजेच्या वेळी त्यांच्या अंगावर साधं सोवळं असे. ती पूजा त्यांची स्वतःसाठी असे; पण पूजेच्या वेळी कुणी बाहेरची माणसं येणार असतील तर मात्र त्यांचा नूर वेगळा असे. अशा वेळी ते आवर्जून भारीतला रेशमी कद नेसत. अंगावर जरीच्या काठांचं उपरणं असे. त्या दिवशी त्यांची पूजाही थोडी लांबे आणि आलेल्या माणसाला पूजेच्या निमित्तानं थोडा वेळ ताटकळत ठेवलं जाई!

त्या वेळी मालाडची वस्ती हळूहळू वाढायला सुरुवात झाली होती. या लहानशा गावाचं शहरसदृश्य गावात परिवर्तन होणार, ह्याची जाणीव अण्णांना झाली असावी. त्यांनी काळाची ही पावलं हेरली आणि घरालगतच्या मोकळ्या जागेत चाळ बांधण्याचा निर्णय घेतला. या बांधकामासाठी आज कर्ज काढणं अपरिहार्य असलं तरी घरं भाड्यानं दिल्यानंतर नियमित अर्थप्राप्ती होईल आणि हा म्हणता कर्ज फिटून जाईल, असा त्यांचा हिशेब होता. एवढा सगळा विचार करून त्यांनी लक्ष्मीदास नावाच्या एका माणसाकडून कर्ज काढलं.

याच वेळी घडलेला आणखी एक प्रसंग असा. मी परकरी मुलगी होते.

नेहमीप्रमाणे अण्णा पूजेला बसले होते. त्यांच्याकडे कुणी तरी आलं असावं किंवा येणार असावं. त्यामुळे त्यांच्या अंगावर नेहमीच्या साध्या सोवळ्याऐवजी रेशमी कद होता.

एकाएकी बाहेरून आरडाओरडा ऐकू आला. माणसं 'आग-आग' म्हणत ओरडत धावत होते. अण्णा बाहेर धावले. पाठोपाठ घरातील इतर माणसंही धावली.

शेजार वस्तीतल्या झोपडीला आग लागली होती. छपरावरच्या झावळ्या जळत होत्या. झोपडीजवळच्या झाडांवरचे ताडगोळे फुटून ते जळते गोळे उडून दुसरीकडे गवतावर पडत होते आणि तिकडेही आग लागत होती. अशा प्रकारे आमच्या डोळ्यांदेखत आग पसरू लागली. लोक घागरी-बादल्यांमधून पाणी घेऊन आग विझवण्यासाठी धावपळ करू लागले.

हबकलेले अण्णा दारात तसेच उभे होते. आग अशीच पसरत गेली तर ती घराला वेढून भस्मसात करायला वेळ लागणार नाही हे त्यांच्या लक्षात आलं. गुरंही खाक होऊन जातील हे दिसू लागलं. सारंच अग्निनारायणाच्या उदरात जाईल असं वाटून ते अवाक् झाले.

मला आठवतं, दुसऱ्याच क्षणी रेशमी कद नेसलेले अण्णा त्या अग्नीसमोर हात जोडून म्हणाले, ''अग्निनारायणा! शांत व्हा! आता शांत व्हा! यानंतर घरात तुमची प्राण-प्रतिष्ठापना करून दररोज तुमची पूजा करेन!''

एव्हाना बरंच गवत जळून खाक झालं होतं. आग विझवणाऱ्यांच्याही श्रमांना यश आलं आणि जास्त हानी न करता आग शांत झाली.

त्यानंतर अण्णांनी घरात अग्नीची प्राणप्रतिष्ठा करून आपला शब्द पाळला.

ते दिवस खरोखरच छान होते. थोरल्या बहिणीचं लग्न झालं होतं. तिला जांभुळपाड्याला दिली होती. तीन भावडांबरोबर मजेत दिवस चालले होते. माझी शाळाही चालली होती.

घरासमोर प्रसिद्ध सिनेनट अशोककुमार यांचं घर होतं. आम्हाला त्यात काहीच विशेष वाटायचं नाही. इतर साध्या सोज्वळ घरांसारखं तेही होतं. मात्र घरी सिनेमा पाहायची आवड असणारे पाहुणे आले की आम्ही त्यांना ते आवर्जून दाखवत होतो. कारण त्यांना त्याचं खूप अप्रूप असतं, हे आमच्या लक्षात आलं होतं.

माझ्या पाठीवरच्या दोन भावांनंतर आईला पुन्हा दिवस गेले. मुलगा झाला, पण लगेच गेला. पांढऱ्या कापडात मृत बाळाला घेऊन जाणारी अण्णांची पाठमोरी आकृती मला अजूनही आठवते.

घरात आई ओली बाळंतीण. अण्णा कामानिमित्त परगावी गेले होते. तान्हं बाळ

गेल्याचं दु:ख तर होतंच, त्याच वेळी अचानक बातमी आली, अण्णा गेले! त्यानंतर उसळलेला तो आईचा आकांत!

मी ऐकलं, अण्णा गेले. मला वाटलं, परगावी जाताना अण्णा आईला आणि आपल्यालाही सांगून गेले. मग आई एवढी का रडतेय? 'गेले' म्हणजे 'वारले' हे कळण्याचं माझं वय नव्हतं.

अण्णांचे सगळे अंत्यविधीही परगावीच झाले. त्यानंतर अण्णा आम्हाला कधीच दिसले नाहीत.

आजही विचार करते तेव्हा जाणवतं. अण्णांचं हार्टफेलनी अकाली आणि अचानक जाणं ही मोठी घटना होती. आमच्या घरादारावर त्याचे खूप परिणाम झाले. तरीही अण्णांचा मृत्यु ज्या प्रमाणात माझ्या मनाला भिडायला हवा होता, तसा का भिडला नसेल? त्यांचं अखेरचं सारं न बघितल्यामुळे या मृत्यूमुळे व्हावं तेवढं दु:ख झालं नसेल काय?

पण अण्णांच्या मृत्यूनंतर आई केवढी बदलली! आम्हा दोन बहिणींची लग्नं आणि दोन भावांचं सारंच तिला करायचं होतं. त्यासाठी चाळीतून मिळणारं भाड्याचं उत्पन्न हेच एकमेव साधन तिच्या हातात होतं. त्या चाळीवर दहा हजार रुपयांचं कर्ज होतं! अण्णांच्या मृत्यूनंतर लक्ष्मीदासांनी घरापर्यंत येऊनही सांगितलं होतं, ''तुमची मुलं-बाळं पदरात आहेत. कर्ज फेडायची घाई करायची गरज नाही.''

पण आईनं विचार केला आणि चाळीवरचं कर्ज फेडून ऋणमुक्त व्हायचा निर्णय घेतला. एकदा मी शाळेतून परतले तेव्हा ती आपले एकूण एक सगळे सोन्याचे दागिने एका तागडीत तोलत होती.

त्यानंतर ती चाळीतून मिळणारं उत्पन्न आम्हा मुलांच्या जेवण-खाण्यावर आणि शिक्षणावर खर्च करायला मोकळी झाली. त्यातूनच तिला माझ्या थोरल्या बहिणीचं आणि माझं लग्नही करायचं होतं.

या घटनेला किती तरी वर्षे झाली. आईच्या त्या तागडीत दागिने तोलणाऱ्या आकृतीचा मला आयुष्यात कधीच विसर पडला नाही. आजही ते दृश्य माझ्या मनावर कोरलेलं आहे.

अण्णा गेल्यावर तिनं कल्याणचं ठिकाण पाहून माझ्या थोरल्या बहिणीचं लग्न उरकलं. त्या वेळी माझे धाकटे दोन्ही भाऊ मुंजीच्या वयाचे झाले होते. मुंजीचा वेगळा खर्च करण्याऐवजी या लग्नातच त्याही उरकून घेतल्या. आता माझं लग्न एवढीच जबाबदारी तिच्यावर होती. धाकट्या दोन मुलांची शिक्षणं होऊन त्यांची लग्नं करायला खूप अवकाश होता. त्यामुळे ती माझ्या लग्नाचं पाहू लागली.

त्या वेळी मी सातवी म्हणजे, तेव्हाची व्हर्नाक्युलर फायनल पास झाले होते.

पुढं शिकायची खूप इच्छा होती; पण त्यासाठी दादरला जावं लागणार होतं. आईला हे परवडणार नाही, हे स्पष्ट दिसत असल्यामुळे मीही त्याचा आग्रह धरला नाही.

त्यानंतर आईनं नात्यातल्या आणि ओळखीच्या चारजणांपुढे सांगून ठेवलं, 'यंदा इंदीला ठेवायची नाही. सातवी म्हणजे खूप झालं शिक्षण. मुलीच्या जातीला काय करायचंय आणखी शिकून? योग्य ठिकाण मिळालं की हिला उजवून मोकळी होईन.'

कुणी विचारायचं, 'पण ठिकाण कसं हवं?'

आई सांगायची, 'खूप श्रीमंतीचं नको. आपल्याकडे जशी खाऊन-पिऊन सुखी आहे, तेवढं पुरेसं आहे. तिला वडील नाहीत. ही आमची बाजू लंगडी आहे. तेवढं सावरून घेणारी माणसं हवीत, एवढंच.'

अशा वेळी हे करंबवण्याचं ठिकाण समजलं.

यावर आईची पहिली प्रतिक्रिया होती, 'कुठं आलं हे गाव? एवढ्या लांब मुलीला कशी द्यायची? त्या भागात आपल्या नात्याचं कुणी नाही. कुणी ओळखीचंही राहात नाही. माझी शहरात वाढलेली आणि शिकली-सवरलेली मुलगी खेड्यात कशी काय रमेल? मुलीवर अक्षता टाकल्या की सगळं संपतं की काय? पुढं प्रत्येक वेळी कोण आणा-पोहोचवायला जाणार? आपल्याला झेपणार आहे का ते? त्यापेक्षा इथलाच जवळपासचा एखादा चाकरमान्या बघू या.'

पण अंतूमामा म्हणाला, ''असा विचार करून कसं चालेल? या लोकांची आर्थिक बाजू बळकट दिसते. घर खेड्यात असलं तरी घरात शिक्षणाचं वातावरण आहे. सगळ्या मुली एका वरचढ एक शिकल्या आहेत! शिवाय आपण आपल्याही परिस्थितीचा विचार नको का करायला? इंदू रूपानं उजवी असली आणि छान गात असली तरी आपल्याकडे ना माणूसबळ - ना पैशाचं बळ! आणि मला विचारशील तर जुन्या विचारसरणीच्या घरी मुलगी देण्यापेक्षा सुशिक्षित आणि आधुनिक विचार असलेल्या माणसांमध्येच आपल्या इंदीला सुख लाभेल बघ!''

यावर आई काय वाद घालणार?

एक दिवस अंतूमामांनी बातमी आणली, मुलाचे आई-वडील आणि बहिणी दादरला कुठल्याशा लग्नासाठी येणार आहेत. त्यांना मुलगी तर दाखवू. पुढचं पुढं बघता येईल.

मुलाचे आई-वडील आणि बहिणी, सगळेच आधुनिक विचाराचे वाटले. मलाच नव्हे, आईलाही. बहिणी किती? दहा! आणि दोघं भाऊ. मोठंच खटलं दिसत होतं.

मध्यस्थ सांगत होते, केतकर तिथले खोत आहेत, 'करंबवण्याच्या जवळपासची गावंच्या गावं या केतकरांच्या मालकीची आहेत - अडीच-तीनशे एकर जमीन

त्यांच्या मालकीची आहे. तीन-चार घरं आहेत - घरात अमूक इतकं सोनंनाणं आहे - एवढी चांदी आहे - माणसं एवढी हौशी आहेत; मुलगा शिकलेला आहे पण घरचं एवढं सगळं कुणी तरी पाहिलंच पाहिजे ना!''

सारं ऐकताना सोन्यानाण्यापेक्षा, त्यांची खोती आणि जमिनीपेक्षा माझं मन बहिणींच्या शिक्षणावर गुंगून गेलं होतं.

माझं लग्न झालं अडतीस साली. त्या वेळी मुलीच काय, मुलांनीही फारसं शिक्षण घेण्याची पद्धत मध्यमवर्गीय घरांमध्ये नव्हती. अशा वेळी मुलींना परगावी ठेवून शिक्षण देणं ही काही साधी गोष्ट झाली? मुलींना शिक्षण देऊन स्वत:च्या पायावर उभं करणारं घर शहरात असलं काय आणि खेड्यात असलं काय! आपण आईच्या परिस्थितीमुळे पुढच्या शिक्षणाचा विचारही करू शकत नाही. पुढं-मागं आपल्याला त्या घरी गेल्यावर अपुरं शिक्षण पुरं करायची संधीही मिळू शकेल!

आईला मात्र हे पटत नव्हतं.

त्यातच कुणीतरी सांगत आलं, ''कोण? त्या केतकरभगिनींचा भाऊ का? त्या घरी मुलगी देताय? विचार करा हो!''

पुन्हा अंतूमामाच म्हणाला, ''ताई, अगं, असं लोकांचं ऐकून कसं चालेल? शिकलेल्या माणसांचे विचार वेगळे असतात. त्याच्या बोलण्या-वागण्याच्या पद्धती वेगळ्या असतात. या अडाण्यांना ते कुठून समजायला? तुझी लेक चांगल्या घरी पडतेय, हे न पाहावणारी माणसंही जगात असतात. त्यामुळे लोकांचं सगळं काही ऐकायचं नसतं.''

मला मामाचं बोलणं तंतोतंत पटलं.

माझ्या बरोबरीच्या मुलींना चारचौघांना दाखवून घ्यावं लागलं होतं. अगदी सुंदर मुलींचीही यातून सुटका नव्हती, हे मी आजुबाजूला पाहात होते. त्या दृष्टीनं मी सुदैवी होते. एका केतकर भगिनीनं-शांतातार्ई त्यांचं नाव, घरात सगळे यांना माई म्हणत - मला कुठं तरी पाहिलं होतं आणि त्यांनीच मध्यस्थ हेरून अप्रत्यक्षपणे आईला आपल्या भावाचं ठिकाण सुचवलं होतं.

कुठल्या मुलीला अभिमान वाटणार नाही?

आई मात्र अस्वस्थ होती. शेवटी तिनं अंतूमामाला करंबवण्याला जाऊन यायला सांगितलं. तिनं त्याला बजावलं, ''हे बघ, गाव, मुलगा, घरदार सगळं नीट बघून ये. गावात इतर माणसांकडेही चौकशी कर. अडचणीत आहे म्हणून पोटच्या मुलीला मी कुठंही लोटून देणार नाही.''

त्याही वेळी माझ्या मनात आलं, आई उगाच एवढी चौकशी करतेय. एवढं सुशिक्षितांचं घर मिळणार असेल तर थोडंफार जुळवून घेता येईलच ना?

मी अंतूमामाची वाट पाहू लागले.

करंबवण्याहून मामा आला थोडा अचंबित होऊनच.

तो सांगू लागला, ''चिपळूण लहान गाव आहे; पण करंबवणे आपल्याला वाटलं होतं तसं खेडं नाही.''

''कोकणातील खेडी तशीच असतात. अंतरा-अंतरावर वाड्या असतात. अशा वाड्यांचं मिळून गाव असतं.''

''ते तर खरंच. अशा वाड्यांमध्येही काही घरं जवळजवळ असतात. इथं तसं काही दिसलं नाही.''

''म्हणजे कसं रे? एकीकडे ब्राह्मणांची वाडी, दुसरीकडे कुळवाड्यांची वस्ती असं काही तरी असेल ना?''

मामा आठवून सांगू लागला, ''केतकरांचं घर असं मधोमध आहे. घराच्या भोवताली मोठमोठी झाडं आहेत. घर खूपच मोठं आहे. माडी आहे-''

आई कातर स्वरात विचारत होती, ''ते असू दे रे. पण गाव आहे ना ते?''

मामा घुटमळत म्हणाला, ''म्हणजे गावच म्हणायचं! पण कोकणात अशीच फर्लांग-दोन फर्लांगावरच घरं असतात ना!''

''हे बघ, मला स्पष्ट सांग. घरापासून हाकेच्या अंतरावर घरं आहेत की नाहीत? घराला शेजारपाजार आहे की नाही?''

मामा गोंधळला. पुन्हा आठवून म्हणाला, ''घरासमोर एक घर दिसलं खरं. तिथं कदाचित कुणाला तरी सोबतीसाठी राहायला दिलं असेल.''

तो पुढं म्हणाला, ''मी तिथं आणखीही चौकशी केली. केतकर त्या साऱ्या पंचक्रोशीचे खोत आहेत! केवढा मान मिळतो त्यांना! आणि माणूसही बरा असावा.''

'खोत' या शब्दाआधी येणाऱ्या 'जुलुमी' या शब्दामुळे धास्तावलेल्या आईनं विचारलं, ''कशावरून?''

''गावकऱ्यांशी बोललो. लोक त्यांना 'गोड खोत' म्हणूनच ओळखतात.

त्या वेळी मला 'गोड खोत' या शब्दाची गंमत वाटली. आता मात्र इथल्या भाषेची सवय झाली आहे.

मध्यंतरी नवरा मुलगा म्हणजे हे दादरला आले असता मुलगी बघून गेले. दोघांची पसंती झाली आणि लग्न ठरलं. केतकर मंडळी सुशिक्षित आणि आधुनिक विचारांची असल्यामुळे लग्नातल्या अनावश्यक मानपानाला फाटा द्यायचं ठरलं. इथं आईची तरी कुठं उधळ-पधळ करायची आर्थिक परिस्थिती होती?

केतकरांची एकच अट होती. माझ्या सासऱ्यांनी, म्हणजे मामांनी सांगितलं होतं, ''माधव माझा थोरला मुलगा. इथलं सगळं तोच बघतो. त्यामुळे त्याचं लग्न

गावातच होणं आवश्यक आहे. तुम्ही आमच्या दारात लग्न लावून द्या म्हणजे झालं.''

आईच्या दृष्टीनं यातही अनंत अडचणी होत्या; पण तिनं याला मान्यता दिली. तिनं विचार केला, मानपानाचं अवडंबर न करणारे पाहुणे भेटले आहेत! एवढं करू या त्यांच्या मनासारखं!

त्याप्रमाणे आई मामाच्या आणि विनूकाकांच्या - विनूकाका म्हणजे माझ्या महाडच्या बहिणीचे यजमान - मदतीनं तयारीला लागली. मालाडहून आठवणीनं सारं सामान बांधून नेऊन करंबवण्यात लग्न लावून देणं म्हणजे जिकिरीची गोष्ट होती.

मालाडहून करंबवण्याला कसं जायचं, हेही आईला ठाऊक नव्हतं. विनूकाकांनी चौकशी केली. बोटीनं जाणं सोयीचं असल्याचं समजलं.

मोठ्या बोटीनं मुंबईहून अरबी समुद्रातून दाभोळच्या खाडीपर्यंत आलो. दाभोळहून गोवळकोटला जाणाऱ्या लहान बोटीत चढलो. वासिष्ठी नदीच्या खाडीतून जायला निघालो. या बोटींची वाहातूक समुद्राच्या भरती-ओहोटीवर अवलंबून असल्यामुळे आमचा प्रवास सुरू झाला तेव्हा अंधारलं होतं.

वासिष्ठीच्या काठावरच करंबवणे असल्याची माहिती विनूकाकांनी काढली होती. बोट छोट्या बंदराजवळ येताच नावाडी 'करबोण' 'करबोण' म्हणून ओरडू लागला. विनूकाकांना शंका येऊन त्यांनी विचारलं, "हेच करंबवणे काय?''

"होय.''

आई म्हणाली, "अहो, पण तो दुसरंच काहीतरी म्हणतोय.'' विनूकाकांनी पुन्हा खात्री घेतली. आजुबाजूला पाहिलं तर काही दिवे आणि त्यांची प्रतिबिंबं दिसत होती. आम्हाला वाटलं, घरं दिसताहेत. आम्ही वीसजणं लग्नाच्या सामानासह उतरलो. आम्हाला उतरवून बोट भोंगा वाजवत गोवळकोटाच्या दिशेने निघून गेली.

आम्ही मघाशी दिसलेल्या दिव्यांकडे पाहिलं. ती आमच्या अपेक्षेप्रमाणे घरं नव्हती. त्या मच्छीमारांच्या होड्या होत्या आणि प्रवाहात दूर दूर चालल्या होत्या.

आता भोवताली अंधार पसरला होता. एवढा काळोख की डोळ्यांत बोट घातलं तरी दिसू नये! आम्ही सगळेच एवढे बावचळून गेलो होतो की कुणाच्याच तोंडून शब्द फुटेना.

अखेर बरोबर असलेली थोरली काकू न राहावून म्हणाली, "काय गं? इथं देणार इंदीला?''

आईही थोडी हबकली होती.

तोच लांबून एक मिणमिणता दिवा आमच्या दिशेनं येताना दिसला. काकूनंही तो पाहिला. घाबरून म्हणाली, ''बाई गं! काय गं ते? भूत की काय? कोकणात भूतं असतात म्हणे!''

तो दिवा हळूहळू आमच्याच दिशेनं आला. एक मिणमिणता कंदील घेऊन एक नोकर आम्हा पाहुण्यांचं स्वागत करायला आला. त्या कंदिलाचा उजेड इतका बेताचा होता की त्यात आम्ही वीसजणं आणि आमचं सामान काही मावत नव्हतं. तो एकटा माणूस ओझी काय घेणार आणि रस्ता काय दाखवणार? अखेर आम्ही प्रत्येकांनी जमतील तेवढी ओझी उचलली, उरलेली त्याच्या सूचनेनुसार तिथल्या धर्मशाळेत ठेवली आणि त्याच्यामागोमाग चालू लागलो.

बंदरापासून दीड-दोन मैलांवर घर आहे हे ठाऊक होतं; पण इथं समोर चालायला रस्ता असा नव्हताच. शेताचे बांध, मधूनच शेतातून जाणारी पायवाट, मध्येच दोन्ही बाजूला असलेल्या झाडांमधून जाणारी वाट. पाचोळ्यांवर पडणाऱ्या आमच्याच पावलांच्या आवाजानं आम्ही दचकत होतो. त्यातच गडी सांगत होता, ''पायाखाली नीट बघून चला पाव्हणं!''

''का रे?''

''काय नाय. साप नाय तर विंचू असतात, म्हणून म्हटलं!''

त्यातच काकूचं लक्ष शेजारच्या डोंगराकडे जात होतं. त्यावर एखादा फिरणारा दिवा दिसून लगेच नाहीसा होत होता.

अखेर काकू पुन्हा म्हणाली, ''हे काय हो? इतकी का मुलगी जड झालीय म्हणून या वनवासाला का पाठवायची? आपण याच पावली माघारी वळू या. सोन्यासारखी पोर भुता-खेतांच्या तोंडी का द्यायची?''

आईची पावलंही थबकली.

मी मात्र न थांबता तशीच चालत राहिले. मनात आलं, 'आत्ता आपण लग्न मोडून निघून गेलो तर केतकरांच्या घराण्याची या परिसरात केवढी बेअब्रू होईल? केवढं कीर्तिवंत घराणं! केवढं सुशिक्षित!'

वऱ्हाडाची म्हणजे आमची उतरायची व्यवस्था समोरच्या घरात केली होती. सगळ्यांनाच खुलासा झाला, आम्हाला जानोसा म्हणून जे घर दिलं होतं ते सोबतीसाठी घर नव्हतं. तो गुरं बांधायचा पक्का वाडा होता. देशावरची माणसं गोठा म्हणतात, तो. इथं आल्यापासून माझ्या भाषेनंही इथलेच शब्द उचलले आहेत. उदाहरणार्थ, घराभोवतालचं कसव किंवा परसु-परडं, त्याला बांधलेला बांध म्हणजे धक्का. खाडीलगतची खाऱ्या पाण्यात बुडालेली खाजणाची जमीन, गवताचा राब वगैरे किती तरी शब्द.

चिऱ्याच्या भिंतीवर फणस-सागाच्या फळ्या आणि कूडानं बांधलेला वाडा लांबलचक स्वच्छ, नेटका आणि हवेशीर होता. तो नुकताच बांधला असावा, इतका कोरा करकरीत दिसत होता. आमच्या दृष्टीनं तेवढी जागा पुरेशी होती. सोबत आणलेल्या एका नोकराच्या आणि स्वयंपाक्याच्या मदतीनं सारं सामान आईनं नीट लावून घेतलं.

आम्ही तिथं गेल्यानंतर लग्नाच्या दृष्टीनं काहीच घडेना. नंतर समजलं. तीन दिवसांनंतरचा मुहूर्त काढला आहे. आमच्याबरोबर शहरातून आलेली माणसं कंटाळून गेली; पण काहीच इलाज नव्हता.

अखेर एकदा लग्नाच्या विधींना सुरुवात झाली. सारं गाव जेवायला आलं होतं. घर आणि वाडा या दोन्हीमधल्या बाहेरच्या अंगणात मोठा मांडव घातला होता. लग्नघरात आई बावचळल्यासारखी वावरत होती. अण्णांच्या माघारी तिनं एका मुलीचं लग्न आणि मुंजी केल्या असल्या तरी परगावाहून सामान बांधून आणायचं आणि लग्न लावून घ्यायचं, याचं तिला दडपण आलं होतं.

पाहुणे सुशिक्षित आणि आधुनिक विचाराचे आहेत याचं तिला हायसं झालं होतं. मानपानाचं अवडंबर नाही म्हटल्यावर ती आपल्याला सुचेल आणि झेपेल तसा पाहुण्यांचा मानपान करत होती.

आईनं मालाडहून उत्तम प्रतीचा तांदूळ आणला होता. आम्ही आणलेला स्वयंपाकी स्वयंपाक करून वाढत होता.

एक जेवण होताच माझ्या सासूबाई आईला भेटायला वाड्यावर आल्या. त्यांच्यासोबत एक बोजा घेतलेला गडी होता. आईनं त्यांना 'या-बसा' म्हणत स्वागत केलं. आणलेल्या बोजातला साधारण प्रतीचा तांदूळ देत त्यांनी सांगितलं, 'यानंतर तुम्ही या तांदळाचा भात करून वाढा.' आणि आईनं आणलेला उत्तम प्रतीचा तांदूळ त्या घेऊन गेल्या.

आईला ही गोष्ट विचित्र वाटली, पण ती गप्प बसली.

दोन दिवस लग्नाचे विधी चालले होते. त्याचबरोबर गावजेवणंही चालली होती; पण आईला त्यातही एक गोष्ट खटकत होती. ती विनूकाकांना हलक्या आवाजात म्हणत होती, ''एवढी माणसं जेवायला येताहेत! लग्नघरात वावरताहेत; पण यात कुळवाडी आणि इतर जातीचीच माणसं दिसताहेत! ब्राह्मणडोकी अगदीच कमी दिसतात!''

यावर विनूकाका तिची समजूत घालत म्हणाले, ''अहो आई, शेतीवाडीचा व्यवसाय म्हटल्यावर तीच माणसं जास्त येणार नाहीत काय? काही म्हणा, खोतांनी माणसं राखलेली दिसतात. खरं की नाही?''

आईला हे पटलं की नाही कोण जाणे; पण त्यानंतर तिनं पुन्हा कधी तो विषय

काढला नाही.

जावयाच्या बाबतीत मात्र ती खूष होती. आपल्या इंदीला रूपा-गुणाच्या बाबतीत साजेसा जोडीदार मिळाला, अशी तिची भावना होती. त्या समाधानासह ती मालाडला परतली.

सासरकडून माझ्या अंगावर खूप म्हणजे खूपच दागिने घातले होते. हात, दंड, गळा दागिन्यांनं भरून गेले होते. अगदी नंदीबैल झाला होता माझा! मला तर त्या सगळ्या दागिन्यांची नावंही ठाऊक नव्हती; पण मला किंवा आईला त्या दागिन्यांचं विशेष कौतुक वाटलं नाही. आईनं त्यांच्याकडे एकदा समाधानाची नजर टाकली, एवढंच. मला तर त्यांचं ओझंच जास्त वाटत होतं.

लग्न तीन दिवस चाललं होतं. मला त्यातला काहीच तपशील आठवत नाही. फक्त भरपूर गोंधळ उडालेला आठवतो.

लग्नानंतर माप ओलांडून मी 'सुखनिवास'मध्ये पाय ठेवला आणि कायमची त्या घरची होऊन गेले. तरीही समोरच्या वाड्याशी - जानोसा उतरला होता त्या घराशी - माझं आयुष्यभर अबोध नातं राहिलं. माहेर लांब आणि अवघड वाटेचं असल्यामुळे मनात येईल तेव्हा माहेरी जाणं जमायचं नाही. माहेरची आठवण तीव्र झाली की मी याच वाड्यात गुरांचं चारा-पाणी करायच्या निमित्तानं वावरत राहायची.

घरातल्यांच्याही हे लक्षात आलं होतं. सगळे चेष्टेने वाड्यालाच माझं माहेर म्हणायचे.

गावापासून फटकून असलेलं आणि शेजारपाजार नसलेलं हे घर त्या वेळी माणसांनी गजबजलेलं असायचं. सासूबाईंना मीही इतरांप्रमाणं आई म्हणायला सुरुवात केली आणि सासऱ्यांना मामा. त्याच्याबरोबर हे आणि ठकूताई म्हणजे त्यांची अविवाहित बहीण असे चौघं कायमचे राहायचे. आता त्यात माझी भर पडली होती.

पण घरात आम्ही पाचजणं आहोत असा एकही प्रसंग मला आठवत नाही. माझ्या लग्नाआधीच इतर नऊ बहिणी आणि धाकटे भाऊ अप्पा शिक्षण आणि नोकरीच्या निमित्ताने घराबाहेर पडले असले, तरी त्यांपैकी किमान तीन-चार जणं तरी आलटून-पालटून घरी असायचेच. शिवाय नात्यातली एखादी सोवळी बालविधवा असायची. दिवसभर गडीमाणसांचा वावरही असायचा.

सुट्ट्या पडल्या की किमान पाच-सहा नणंदा आपापल्या जोडीदार आणि मित्रांसह येथे यायच्या आणि मोठा मुक्काम करायच्या. गप्पांच्या मेहफिली झडत. रात्री पेट्रोमॅक्सच्या उजेडात पत्त्यांचे डाव रंगत. मग माझा सारा दिवस त्या सगळ्यांचं

खाणं-पिणं-जेवण करण्यात जात असे.

मी पहिल्यांदा तो पेट्रोमॅक्स पाहिला तेव्हा मात्र मनात आलं, आमचं लग्नाचं वऱ्हाड आलं त्या वेळी मिणमिणत्या कंदिलाऐवजी हा पेट्रोमॅक्स देऊन आणखी चार-दोन नोकर बंदरावर पाठवायचं कुणालाच कसं सुचलं नाही, कोण जाणे!

माझ्या लग्नाच्या वेळी सगळी शेती सासरे - मामा - आणि त्यांच्या दोन भावंडांमध्ये सामाईक होती. बिवली, केतकी, करंबवणे ही गावंच्या गावं केतकरांच्या मालकीची होती. केतकरच त्या परिसराचे राजे होते म्हणा ना!

त्या वेळी केतकरांची तीन घरं होती. तिन्ही गावांमध्ये एकेक घर. शिवाय मुलांच्या शिक्षणाच्या सोयीसाठी चिपळूणलाही एक घर बांधलं होतं.

माझ्या लग्नाच्या वेळी निमंत्रणावरून केतकर कुटुंबात तेढ आली. मामांनी घरच्या देवांना आणि बिवलीच्या मोठ्या घरी निमंत्रणासाठी कुणाला तरी पाठवून दिलं. त्यावरून मामांच्या पुतण्याचा मुलगा, म्हणजे नातू मामांवर चिडला आणि त्यांना उद्देशून 'मूर्ख' म्हणाला. हे समजल्यावर मामांनी वाटण्या करायचा निर्णय घेतला. जमिनीच्या वाटण्या झाल्या. करंबवणयाचं घर आमच्याकडे राहिलं. पुतण्याच्या मुलांचं शिक्षण व्हायचं होतं आणि आपल्या मुलांची शिक्षणं संपली होती म्हणून मामांनी चिपळूणचं घर पुतण्याला दिलं.

इतरही हिशेब करण्यात आले. मामांनी जास्तीच्या काही जमिनी स्वत:कडे ठेवायच्या आणि बदल्यात दोघांना सोनं द्यायचं असं ठरलं.

लग्नानंतर काही महिन्यांतच एक दिवस मामांनी मला हाक मारली, "इंदे-!"

लग्नात माझं नाव मालती ठेवलं असलं तरी घरात माहेरच्याच नावानं हाक मारली जायची.

मामांच्या हाकेसरशी नंदीबैलासारखी दागिन्यांनी मढलेली मी बाहेर येऊन निमूटपणे उभी राहिले. मामांच्या सांगण्यावरून मी एकेक करून अंगावरचे सगळे दागिने उतरवले.

दागिन्यांचं मला कधीच कौतुक नव्हतं. त्यामुळे ते उतरवून देतानाही मला वाईट वाटलं नाही. उलट थोडं हलकंच वाटलं. मी माझ्या आईला नव्वद तोळ्यांचे दागिने तोलून देताना पाहिलं असल्यामुळे मला त्या दागिन्यांविषयी कधीच ममत्व वाटलं नव्हतं.

अशा प्रकारे भाऊबंदकीमधील वाटण्यांवर अखेरचा पडदा पडला.

लग्न झाल्यावर सुरुवातीला माहेरची आठवण वरचेवर यायची; पण आईची भेट वरचेवर होणं शक्य नव्हतं. त्यामुळे वाडा हेच माझं तात्पुरतं माहेर झालं होतं.

पुढं काही वर्षांतच अंतूमामा आपल्या मुलीसाठी ठिकाणं पाहू लागला. एक खानदेशातलं ठिकाण समजलं होतं. मुलगा चांगला होता, घरचंही चांगलं होतं. पण 'एवढ्या लांब मुलगी कोण देणार?' म्हणून अंतूमामानं तिकडे पुढची चौकशी केली नाही.

मला हे समजलं तेव्हा पुढच्या भेटीत मी अंतूमामापुढे मनातील भावना व्यक्त केली, "तर मग मला कशी इतक्या लांब घायला आईला तू पटवलंस?"

यावर अंतूमामा चूप झाला. थोडा वेळ विचार करून म्हणाला, "त्या वेळीही माझ्या मनात हे आलं होतं. पण खरं सांगू? मी बाहेर बसलो होतो आणि आतून माधवराव आणि त्यांचे भाऊ वडिलांच्या हाकेसरशी दारात येऊन उभे राहिले. अगदी राम-लक्ष्मणासारखे वाटले बघ! त्या वेळीच मनात आलं, आपल्या इंदीला या घरात भरपूर सुख मिळणार!"

यावर मी काय बोलणार?

एक गुंठा जागेवरच्या चिंच्याच्या पायावर बांधलेल्या या घरात त्या वेळी बऱ्याच माणसांचा वावर असायचा. त्यामुळे ते आज वाटतं, तेवढं मोठं वाटायचं नाही.

आज जिथं 'माधव वासुदेव न्यास'चा दरवाजा आहे, तो त्या वेळी घराचा मोठा, मुख्य दरवाजा होता. त्यातून आत गेल्यावर उभ्या लांबलचक आतल्या अंगणात प्रवेश करायचा. डावीकडे आत गेल्यावर त्याला समांतर मोठी लांबट आकाराची पडवी. पडवीत नेहमी मोठा लाकडी झोपाळा लावलेला असे, आजही आहे. पडवीच्या प्रवेशदारालगतच्या भागात मामांचं छोटंसं ऑफिस होतं. तिथं दोन मोठाली लाकडी कपाटं होती आणि त्यात असंख्य नव्या-जुन्या कागदपत्रांची भेंडोळी रचलेली होती. याच खोलीत एक अत्यंत देखणं, नाजूक आणि तरीही भक्कम असं टेबल असायचं.

घराच्या या भागामध्ये घरातली पुरुषमाणसं आणि त्यांच्याकडे कामानिमित्त येणारी माणसं यांची वर्दळ असे. सुङ्ग्यांमध्ये घरी आलेल्या नणदांचा आणि मुलांचाही तिथं मुक्त वावर असे. आम्हा सुनांनाही तिथं वावरायला बंदी नसे. उलट अनेकदा मामांना हवी असलेली कागदपत्रं कपाटातून शोधून आणून घ्यायचं काम मलाच करावं लागे; पण ती नंतरची गोष्ट.

पडवीच्या मागच्या बाजूला आमची झोपायची खाली होती. घराच्या अगदी कडेला. छोटीशी आटोपशीर. पलीकडे लांबवर ओढ्यासारखा वाहणारा पऱ्ह्या. त्याच्या पलीकडे मालदोलीचा डोंगर. खिडकीतून दृश्य खूप छान दिसायचं.

पडवीलगत डावीकडे माजघर. माजघरातून माडीवर जायचा जिना. जिन्यालगत आई-मामांची झोपायची खोली. माजघरातून स्वयंपाकघरात जायचा दरवाजा. स्वयंपाकघर

आणि आई-मामांच्या खोलीच्या मधोमध माजघरातून दार असलेली खाऊची खोली. माजघराला लागून कांडपाचं अंगण. स्वयंपाकघर, कांडपाचं अंगण आणि आतलं अंगण यांची दारं बाहेरच्या अंगणात उघडतात. याच अंगणात लग्नाचा मांडव घातला होता. बाहेरच्या अंगणापलीकडे ज्याला मी माझं माहेर समजे तो वाडा! स्वयंपाकघराच्या मागच्या बाजूला एका लहान खोलीनंतर प्रशस्त न्हाणीघरं. न्हाणीघरालगत स्वयंपाकघराशी तुळशीवृंदावन. न्हाणीघराबाहेर पडून संपूर्ण घराला उजवीकडे ठेवून फेरा घालून गेल्यानंतर आतल्या अंगणाच्या भिंतीपासून पंचवीस-तीस पावलांवर संडास.

घराची सगळी अंगणं चिरेबंद चौथऱ्याबाहेर असल्यामुळे घराचा विस्तार खूपच वाटतो. घर सुमारे साडेपाच एकर एवढ्या डोंगरउताराबरील जमिनीवर मुद्दाम वाढवलेल्या मोठमोठ्या वृक्षांनी आणि छोट्या भातशेतांनी घेरलं आहे. घराभोवती असलेल्या मोकळ्या जागेवर पालापाचोळा भरपूर पडत राहातो. त्या पाचोळ्याखाली साप-विंचवासारखे प्राणी भक्ष्य शोधण्यासाठी दबा धरून असतात. त्यामुळे कोकणातल्या इतर घरांप्रमाणे आम्हालाही ही स्वच्छता सतत पाहावी लागे. आताही लागते; पण संडासाची वाट किंवा कसवातल्या झाडांखालची जागा एवढ्या मोठ्या प्रमाणात स्वच्छ ठेवणं शक्यच नसतं. अशा ठिकाणी किंवा घरामधल्या अडगळींच्या जागी साप-विंचू निघत. त्यांचा दंश झाला तर तातडीचा उपाय म्हणून पोटॅशियम परमॅंगनेट, सायट्रिक ॲसिड घरात असे. काही वेळा स्पिरीट ओतून जखम जाळण्यासारखेही अघोरी उपाय केले जायचे. साप मारायला कांबेरूचा उपयोग होई. कांबेरू म्हणजे त्रिशूळासारखी काठी. मोकळ्यावरचा साप काठीनं मारता यायचा. पण खबदाडीत जाऊन बसला की त्याचा दिसेल तेवढा भाग कांबेरूनं पकडायचा आणि त्याला पळू न देता काठीनं मारायचं.

करंबवणे गाव एका जागी वसलेलं नाही. तीन-चार डोंगरांमध्ये ते पसरलं आहे. बांदरवाडी, सन्नाकवाडी, गावठाणवाडी, वरलीवाडी या चार कुळवाड्यांच्या वाड्या आणि आता बुद्धवाडी म्हणून ओळखली जाणारी त्या वेळची महारवाडी. बंदरावरून घरी येताना वाटेत बुद्धवाडी लागते. अलिकडे तिथं तीन बुद्धवाड्या झाल्या आहेत. मध्येच चांभारांची वस्ती आहे. मुसलमानांची काही घरं आणि वाण्यांची तीन घरं बंदरालगत आहेत. माझं लग्न झालं तेव्हा ह्या सगळ्या वस्त्या मिळून चार-पाचशे माणसांची वस्ती असावी. आता जास्तीत जास्त हजाराच्या वर असेल.

आख्ख्या गावात ब्राह्मणांची इन-मीन-तीन घरं होती. कधी हौसेनं हळदी-कुंकू करायचं म्हटलं तर केतकी-बिवली-मालदोलीला आमंत्रणं पाठवायची. डोंगरातल्या वाटेनं येण्या-जाण्यात तास-तास, दीड-दीड तास जायचा. येण्या-जाण्याचे कष्ट आणि वेळ. शिवाय अंधार पडण्याआधी घरी परतायची घाई. त्यामुळे अनेकदा

ठरवूनही जाता यायचं नाही. असं चार-दोन वेळा झालं. त्यातच वाटण्या झाल्यामुळे भाऊबंदकी शिरली. हळूहळू सगळं कमीच झालं.

आमच्या गावाच्या तुलनेत केतकी आणि बिवलीला थोडी तरी घरं जवळपास होती. म्हणजे तिथल्या घरांना शेजार होता.

तरीही मी सुरुवातीला हौसेनं हळदी-कुंकवाचा विषय काढला की आईना आठवायचं, 'अगो, तू गोपध्व कुठं काढलीस?'

करंबवणे गाव मात्र हजार गैरसोयींचं होतं.

त्या वेळी गावात दुकानंच नव्हती. घरापासून दोन-अडीच किलोमीटरवरच्या बंदरावर एखादं दुकान असलं तरी त्यात किरकोळ वस्तू मिळायच्या; पण बहुतेक वेळा त्यांचा दर्जाही साधारणच असे. त्यामुळे प्रत्येक गोष्टीसाठी चिपळूणला जावं लागे.

करंबवण्याहून चिपळूण अठरा-वीस किलोमीटर अंतरावर आहे. त्या वेळी पायी चिपळूणला जायचा मार्ग डोंगरावरून जायचा. घरासमोरचा डोंगर चढायचा, निगडीच्या शेताजवळून पुढं जायचं. तिथल्या पऱ्ह्या ओलांडून केतकी गावाच्या हद्दीत प्रवेश करायचा. पऱ्ह्या हाही खास कोकणातला शब्द. पावसाचं पाणी डोंगरावर पडलं की विविध ओहोळांमधून खाडीपर्यंत पोहोचतं. या ओहोळांना इथं पऱ्ह्या म्हणतात. हे पऱ्हे डोंगरातून उतरताना धबधब्यांसारखे असतात आणि सपाट जमिनीवरून वाहाताना ओढ्यासारखं स्वरूप असतं. केतकीजवळचा पऱ्ह्या पावसाळ्यात उग्र धबधब्याचं रूप घेतो, तर आमच्या घरामागचा, मालदोली डोंगरावर जायच्या वाटेवरचा पऱ्ह्या ओढ्यासारखा असतो. यावर एक छोटा पूलही बांधला आहे.

डोंगरातल्या रस्त्यानं पुरुषमाणसं चिपळूणला जात. त्यांना तिथं पोहोचायला दोनेक तास लागायचे. पावसाळ्यात पऱ्ह्यांना कमी-जास्त पाणी असलं की माणसं अडकून पडत. पाणी ओसरेपर्यंत पलीकडे जाणं अशक्य होई.

एरवी मात्र पावसालाही माणसं दाद न देता फिरत. मेण लावलेली भक्कम छत्री घेऊन निघत. वाटलं तर तेवढ्यापुरता झाडाचा आसरा घेत. शिवाय त्या त्या परिसरातली नातेवाईकांची घरंही तात्पुरता आडोसा देण्यासाठी असतच.

घरच्या सामानाच्या बाबतीत इथल्या लोकांना जागरूक राहावं लागे. घरात काय संपलंय यावर बारीक लक्ष ठेवून घरातलं कुणी चिपळूणला जायला निघालं की सांगावं लागे.

सामान फार असेल तर ही पुरुषमंडळी पायी न येता चिपळूण ते गोवळकोट पायी येऊन, तिथून नावेनं करंबवण्याच्या बंदरापर्यंत येत. ओझी फार असतील तर सोबत गडी न्यायची पद्धत होती.

इथला नाठाळ निसर्ग आणि दुर्गम परिसर असला तरी इथं राहाणाऱ्यांनी त्यावर मात करून आपल्या परीनं जीवन सुकर करून घेतलं होतं. त्यात मामा खूपच हौशी होते आणि त्यांना यांच्यासारख्या कर्त्या मुलाची तेवढीच साथ होती. त्यामुळे घरात अशाही काही वस्तू होत्या, ज्या त्या वेळी शहरातील मध्यमवर्गीय घरांमध्येही असणार नाहीत! घरातली कपाटं उत्तम सागवानाची होती. मामांच्या खोलीतलं लेखनाचं टेबल तर मुद्दाम मुंबईहून कंपनीकडून ऑर्डर देऊन करून आणलं होतं. त्याचा मधला भाग डेस्कसारखा उतरता आणि तो उचलल्यावर आत कप्पा होता. त्याच्या दोन्ही बाजू टेबलासारख्या सपाट असून त्यावर पेन, टाक, बोरू ठेवायला छोटा नाजूक शेल्फसारखा खाना होता आणि दौत ठेवायला लाकडातच कोरलेली जागा होती. अशा अनेक सुविधा असलेल्या त्या ऐटबाज टेबलाला असलेला नाजूकपणा मला फार आवडे.

माझं लग्न झालं तेव्हा घरात एक भारी गालीचा होता; पण तो वापरला जायचा नाही. त्याची व्यवस्थित गुंडाळी करून नीट वर ठेवलेली असायची. एकदा मी कुतूहलानं विचारलं तेव्हा समजलं, तो हळदी-कुंकवासारख्या प्रसंगी वापरण्यासाठी आहे; पण मी कधी तो वापरल्याचा पाहिलाच नाही.

विशेष म्हणजे माझ्या लग्नाच्या वेळीच त्या घरी शिवणाचं यंत्र होतं. तेही पंधरा-वीस वर्षं जुनं. म्हणजे जवळपास वीस सालचं असावं. त्यावर हे स्वत: पुरुषांचे कपडे बरेच शिवायचे.

घरात आवश्यक त्या भांड्यांची रेलचेल होती. त्याबाबत बिवलीला घर असताना घडलेली एक घटना माझ्या कानावर आली. एकदा एका प्रसंगी शेजारून मोठं पातेलं वापरायला आणलं, ते परत देताना मोलकरणीनं नीट स्वच्छ न घासल्यामुळे शेजारीण काही तरी मनाला लागेल असं बोलली. आईना समजताच ते त्यांच्या मनाला लागलं. त्यांनी लगोलग तांबटाला निरोप पाठवून बोलावून घेतलं आणि शंभर माणसं आली तरी भांडी कमी पडणार नाहीत, एवढी भांडी त्याच्याकडून बनवून घेतली. त्यात स्वत:चं डोकं वापरून दुधावर झाकण्यासाठी छिद्रं असलेल्या झाकण्या आणि केर भरण्यासाठी तांब्याचं कौलही बनवून घेतलं.

घरालगत वाघाची पावलं दिसणं ही अधुनमधून घडणारी घटना होती. क्वचितप्रसंगी रात्रीच्या अंधारात त्याचे जळजळीत डोळे दिसत, तर कधी त्याचा घाण वास जाणवे; पण वाघ काही दार मोडून घरात शिरत नसल्यामुळे घराबाहेर फिरणारी माणसं तेवढी सावध होत. काही दिवस गप्पांमध्ये 'वाघाची पावलं' अमूक ठिकाणी दिसली, तमूक ठिकाणचं वासरू ओढून नेलं वगैरे विषय असत. हळूहळू तो विषय मागे पडून जाई.

हे ठिकाण सांगून आलं तेव्हा मला खेड्यातल्या जीवनाची काहीच माहिती

नव्हती. शहरापेक्षा खेड्यातल्या बायकांचं जीवन अधिक कष्टाचं असेल, एवढीच कल्पना आईनं मला दिली होती.

इथल्या दिनक्रमात घरात दळण-कांडण करणं, शेतात राबणं, पाणी ओढणं यांसारखी शारीरिक कष्टाची कामं फारशी नसायची. स्वयंपाकही भात-भाजी-आमटं यासारखा, बिनपिठाचा असे. क्वचित कधी तरी भाकऱ्या-पोळ्या केल्या जात. भाकऱ्या मात्र तांदळाच्या पिठाच्या असत; पण सगळा स्वयंपाक दोन्ही वेळेला ताजा करायची पद्धत होती. देव-देवस्की आणि शिवाशीव यांचं अवडंबर नव्हतं. घराजवळ विहीर होती. त्यावर पाय-रहाट बसवला होता. त्यावर एक महार नेहमी बसलेला असे. पाणी हवं असेल तेव्हा तो पाय-रहाटानं उपसून देत असे. नंतर त्यावर पाच हॉर्सपॉवरचा डिझेलचा पंप बसवला होता. हे स्वत: हॅंडल मारून तो सुरू करायचे आणि बिघडला तर त्याची दुरुस्तीही करायचे.

वर्षातल्या विशिष्ट दिवशी घरच्या देवाला वड्या-घारग्याचा नैवेद्य करावा लागे, एवढंच. बाकी पूजा आपापल्या पद्धतीनं करायची. कुणी तरी देव धुऊन ठेवल्याशी कारण! देव पारोसे ठेवायचे नाहीत, एवढी काळजी घेतली जायची.

घरात खाण्या-पिण्याचा सुकाळ होता. वर्षभर लागणारं बरंच सामान चिपळूणहून आणून ठेवायचे. वाड्यात सतत दुभती जनावरं असतील, याविषयी मामा स्वत: जागरूक असायचे. ते स्वत: आवडीनं जनावरांकडे, त्यांच्या चारा-पाण्याकडे आणि आजाराकडे लक्ष देत. नोकरांवर ते या बाबतीत कधीच विसंबून राहायचे नाहीत. मलाही गुरांची आवड असल्यामुळे माझाही बराच वेळ वाड्यात जायचा.

लग्न झाल्या-झाल्या खाण्यापिण्याच्या सवयीवरून मला थोडा त्रास झाला. मालाडला आम्ही दहा-साडेदहा वाजता जेवायचो. लग्नाआधी आईनं बजावलं होतं, 'इंदे, भूक लागली तरी कुणाकडे काहीही मागायचं नाही. भांडंभर पाणी प्यायचं.' रिकाम्यापोटी पाणी प्यायलं की ते पोटात खळखळ वाजायचं. कुणीतरी सांगितल्याचं आठवलं म्हणून मी पाणी पिण्याआधी गुळाचा खडा तोंडात टाकू लागले. हे लक्षात येताच आईनी दोष दिला, 'ही गुळाची चोरी करते!'

माझं यांच्याशी मात्र छान पटायचं. गोरा फिका रंग, तरतरीत नाक, डोंगरातून भरपूर फिरणं असल्यामुळे सडपातळ आणि काटक शरीरयष्टी, उंची मध्यम. मॅट्रिकपर्यंत शिक्षण झालं होतं. घरची शेती त्यांनीच बघायची हे ठरलेलं असल्यामुळे त्यांनी कॉलेजचं शिक्षण घेतलं नव्हतं; पण शेतीसाठी आवश्यक असलेलं कायद्याचं ज्ञान त्यांनी पुस्तकं वाचून मिळवलं होतं. त्याचबरोबर घरातली यंत्रं दुरुस्त करण्यासाठी आवश्यक ते तंत्रज्ञान आणि कौशल्यही त्यांच्यापाशी होतं. पुरुषांचे कपडे शिवणं, शिलाईचं मशीन दुरुस्त करणं, इतरही बारीकसारीक बाबतीत ते

स्वावलंबी होते. गरज असेल त्याप्रमाणे ते जमीनमोजणी, कुंभारकाम, चिरकाम, सुतारकाम, स्टोव्ह, शिवणयंत्र, पेट्रोमॅक्स, घड्याळ, सायकल, टाईपरायटर, डिझेल इंजिनाचा पंप यांची दुरुस्ती वगैरे सर्वच कामं करत. घरात ते पायजमे वापरत. हे पायजमे ते स्वत: शिवत. बाहेर चिपळूणला किंवा शहरात मात्र धोतर-कोट-टोपी असा त्यांचा वेष असे. वाटेत पायी जाताना खाकी हाफ पँट.

पण त्यांच्यासमवेत मला जास्त वेळ राहाणं जमायचं नाही. त्यांच्यावर शेताच्या कामांची जबाबदारी असल्यामुळे ते सतत या ना त्या कामात गुंतलेले असत. त्यांच्याबरोबर सतत कुणी ना कुणी असे. आई-मामांवर त्यांचा भारी जीव होता. त्यामुळे कामं संपली की ते त्यांच्याबरोबर वेळ काढत. शिवाय त्या काळच्या एकत्र कुटुंबव्यवस्थेत पत्नी आणि मुलं यांच्याविषयी विशेष प्रेम आणि आस्था दाखवणं शिष्टसंमत नव्हतं.

त्यांचा त्यांच्या बहिणींवर अतिशय जीव होता. त्या बहिणींचीही त्यांच्यावर अपार माया असायची. सुट्टीसाठी त्या घरी आल्या की त्याचं प्रेम क्षणोक्षणी दिसून येत असे. सुट्टीला बहिणी येणार म्हणून यांची आधीच तयारी सुरू होई. त्या असेपर्यंत घरात काही कमी पडू नये यासाठी ते विशेष जागरूक असत. दिवसभर त्यांच्या गप्पा चालत. भटकणं होई. त्यांच्याबरोबर नवखे मित्र आले असले तर त्यांना फिरवून आणलं जाई. थोड्या-थोड्या वेळानं चूल पेटवून चहा करणं, खाणं बनवणं वगैरे माझीही कामं वाढलेली असत.

रात्री आतल्या अंगणात पेट्रोमॅक्स लावला जाई आणि सगळेजण पत्ते खेळण्यात, गप्पा मारण्यात आणि हसण्या-खिदळण्यात रंगून जात. मधुनमधून, चहाची मागणी होई. स्वयंपाकघरातली झाकपाक आणि चूलपोतेरं आवरून मी झोपायला निघून जाई. कारण दुसरे दिवशी पहाटे उठायची मला घाई असे.

बहिणी आल्या आल्या आपापली मनगटी घड्याळं काढून यांच्याकडे देत. पुढं त्यांचा मुक्काम असेपर्यंत घड्याळं यांच्याच ताब्यात असत. झोपण्याआधी हे मोठ्या हौसेनं त्या घड्याळांना चाव्या देत.

सुट्ट्या संपवून बहिणी निघून गेल्या की पेट्रोमॅक्स आत ठेवला जाई. हे सारे पत्ते पसरून, त्यातील प्रत्येक पत्त्याला बोरीक पावडर लावून नीट ठेवून देत. पुढच्या सुट्टीपर्यंत पत्ते खराब होऊन एकमेकांना चिकटू नयेत म्हणून.

हे सगळं असलं तरी मला कधी-कधी खूप कंटाळा येई. यांच्यापुढे मी ते व्यक्तही करत असे. हे लक्षात घेऊन ते मला वाचायला पुस्तकं आणून देत. स्वत:बरोबर शिलाईचं मशीन आणि विहिरीवरची मोटार दुरुस्त करायला मदतीसाठी घेत. हाती येतील त्या गाण्यांना चाली लावून काम करताना गुणगुणणं हा माझा विरंगुळा होता.

मग माझी त्यांच्यामागे भुणभुण सुरू होई, ''मला इथं कंटाळा येतो.''

''कंटाळा यायला काय होतंय? मला कुठं येतो कंटाळा?''

मी म्हणे, ''तुम्हाला कशाला येईल कंटाळा? सारखे चिपळूण-केतकी-बिवली-पुणे-मुंबई फिरत असता! तुमच्याऐवजी मी फिरते, तुम्ही घरात बसा, म्हणजे तुम्हाला कळेल, मला किती कंटाळा येतो ते!''

इथं बाकी सगळी सुबत्ता असली तरी खरी कमतरता होती ती सहज गप्पा मारायला कुणी नसल्याची. घरात माणसं होती; पण ती सगळी कुठल्या ना कुठल्या नात्यानं बांधलेली. त्यामुळे त्यांच्याबरोबर मनमोकळ्या गप्पा होणं शक्य नव्हतं. आई-मामांचं परस्परांशी घट्ट नातं होतं, त्यामुळे त्यांच्या परस्परांशी खूप गप्पा चालायच्या. शिवाय त्यांची मुलं, घरी येणारे नातेवाईक आणि कामानिमित्त येणारे कुळवाडी यांच्याशी गप्पा व्हायच्या.

ठकूताई तर इथंच जन्मून वाढलेल्या. त्या अधुनमधून घराबाहेर पडून चक्कर मारून येत. घरी येणाऱ्या आणि वाटेत भेटणाऱ्या कुळवाड्यांच्या घरची माहिती असल्यामुळे त्याही सगळ्यांशी बोलून स्वतःची करमणूक करून घ्यायच्या. माझं मात्र त्यातही मन रमायचं नाही.

हे ठिकाण सांगून आलं त्या वेळी मला त्यांच्या जमीनजुमल्याचा मोह पडला नव्हता की त्यांच्या खोतीचा. मला आकर्षण वाटलं होतं ते केतकर-भगिनींच्या शिक्षणाचं. इथं आल्यावर इथला दुर्गम भाग बघितल्यावर तर मला त्या मुलींविषयी आणि त्यांना शिकवणाऱ्या आई-मामांविषयी वाटणारा आदर शतपटीनं वाढला होता. या साऱ्या बहिणींचा साहजिकच आपल्या आई-वडिलांवर पराकोटीचा जीव होता. त्यांनाही मुलींविषयी तेवढाच अभिमान! भावांनाही बहिणींविषयी अपार कौतुक.

मामांनी तर आपल्या बारा मुलांवर गंमतीनं एक आरती रचली होती. त्यातील एक कडवं असं होतं -

जय देव जय देव जय अण्णाराया
तुझिया भावाचे नाव अप्पाराया ॥
गोदू, द्रौपदी, शांता, मधु, चंपू जाण
ठकू, नमू, कुसूम, सुधा, कमू लहान
या दहा तुझिया बहिणी विद्वान
शोभतील तुजला भावांसमान ॥ जय देव जय देव

ज्या काळात मुलांनी शिक्षण घेणं जेमतेम रुळू पाहात होतं, ज्या काळात

मुलींनी शिक्षण घेणं ही शहरातील विशेष गोष्ट समजली जात होती, त्या काळात या बहिणींनी शिक्षण घेतलं होतं.

सगळ्यांत थोरल्या गोदूताई. यांचा जन्म एकोणिसशे सालचा. त्यानंतर दर दीड-दोन वर्षांनी एक याप्रमाणे आठजणी जन्मल्या. नंतर दोन भाऊ. त्यानंतर पुन्हा धाकट्या दोघी जन्मल्या. सगळ्यात धाकट्या कमाताई एकोणिसशे एकोणीस सालच्या.

आमच्या मालाडमध्येही अशा प्रकारे शिक्षण घेतलेल्या मुली सहजी दिसत नसल्यामुळे पहिल्यापासून माझ्या मनात प्रश्न होता - आई-मामांना आपल्या मुलींना एवढ्या प्रतिकूल परिस्थितीत शिकवावं असं का वाटलं असेल? मालाडला मुली शिक्षण घेत असल्या तरी ते शिक्षण स्वत:च्या पायावर उभं राहाण्यासाठी नसे, उलट लग्नाच्या वेळी चांगलं ठिकाण मिळण्यासाठी ते गरजेचं असल्यामुळे जेमतेम मुलकीपर्यंत शिकवत; पण या बहिणी कोकणातल्या खेड्याबाहेर पडून दूरवर शहरात येऊन शिकल्या त्या स्वत:च्या पायावर उभ्या राहाण्यासाठी.

संधी मिळताच मी चौकशी करू लागले. त्यातून मला समजलेली हकीकत अशी -

ठकूताई लहान होत्या. त्यांच्या जिभेत काही दोष होता. तो डॉक्टरांना दाखवायला आई व छोटी ठकू मुंबईला निघाल्या होत्या. लाँचनं करंबवण्याहून दाभोळला जाऊन, तिथून मोठ्या बोटीनं मुंबईला जायचं. बोटीत त्यांना पार्वतीबाई आठवले भेटल्या. कोकणात स्त्री-शिक्षणाचा प्रचार करण्यासाठी त्या फिरायच्या. बोटीत त्यांनी हिंगण्याच्या स्त्री-शिक्षणकेंद्राची माहिती देणारी पत्रकं वाटली आणि स्त्री शिक्षणाचे महत्त्वही सांगितले.

पार्वतीबाई आठवले या महर्षी कर्वे यांच्या मेहुणी. बाया कर्वे यांच्या भगिनी. त्या स्वत: बाया कर्वे यांच्याबरोबर स्त्री-शिक्षणकेंद्रात काम करत होत्या.

संस्थेचं माहितीपत्रक घेऊन प्रभावित झालेल्या आई घरी आल्या आणि ते पत्रक मामांच्या हातात दिलं.

आईचं म्हणणं ऐकून मामा विचारात पडले. घरात केसरी आणि इतर वृत्तपत्रं दोन-तीन दिवसांनी का होईना; पण नियमितपणे यायची. त्यामुळे त्यांना बाहेरच्या जगाची माहिती होती. त्यांना जशी महर्षी कर्वे यांच्या स्त्री-शिक्षण चळवळीची माहिती होती, तशीच बाया कर्वे, पार्वतीबाई आठवले यांच्यासारख्या स्त्रियांची समाजाकडून जी अवहेलना होत होती, तीही ते जाणून होते.

त्यामुळे ते म्हणाले, ''आपण मुलींना शिकवायला सुरुवात केली तर कदाचित समाज आपल्याला वाळीत टाकेल.''

यावर आई पटकन म्हणाल्या, ''चालेल.''

दोघंही पटकन या विचाराशी सहमत झाले. त्याला जवळच्या एका नातेवाईकाच्या घरात घडलेली घटना कारणीभूत होती. त्या घरातल्या एका मुलीचं दूर वऱ्हाडातल्या मुलाशी लग्न लावून देण्यात आलं होतं. सासरी पाऊल ठेवल्यापासून तिच्या छळवादाला सुरुवात झाली होती. जवळपास ना कुणी ओळखीचं, ना नात्यातलं. त्या मुलीलाही लिहिता-वाचता येत नव्हतं. त्यामुळे ती माहेरीही पत्र लिहून आपल्या परिस्थितीविषयी कळवू शकत नव्हती. पहिल्या बाळंतपणासाठी जी माहेरी आली, ती इथंच राहिली. बाळंतपणात मूलही गेलं. पुढं बहिणीकडे तिचं बाळंतपण करायला गेली, मेहुण्यानं फायदा घेतला. शेवटी पंढरपूरला जाऊन सगळं निस्तरून येईपर्यंत भरपूर मन:स्ताप झाला.

त्या मुलीची परवड पाहाताना त्या दोघांनाही वाटायचं, जर या मुलीला स्वत:च्या पायावर स्वाभिमानानं राहाता येईल असा मार्ग सापडला असता, तर तिच्या आयुष्याची अशी फरफट झाली नसती.

मुलींच्या शिक्षणासाठी मामा-आई ठामपणे उभे राहिले, त्याचबरोबर मुलींनीही अतोनात कष्ट घेतले असले पाहिजेत!

त्या वेळी आई-मामा मुलींसह बिवलीच्या घरी राहायचे. मुलगी नऊ-दहा वर्षांची झाली की शिक्षणासाठी गावाबाहेर पडायची. कोकणातून पुण्याचा रस्ताही काही सरळ नव्हता. घरापासून सुमारे दहा-बारा किलोमीटर चालून चिपळूणला जायचं (बिवलीहून डोंगरावरच्या वाटेनं हे अंतर कमी होतं.) किंवा लाँचनं करंबवण्याहून गोवळकोट आणि तिथून चिपळूणला जायचं. हा झाला पहिला टप्पा. तिथून दुसऱ्या टप्प्याला प्रारंभ होई. चिपळूणला एखादी बैलगाडी ठरवायची. त्या बैलगाडीनं कुंभार्ली घाट चढून कऱ्हाडला जायचं. तिथून पुढचा टप्पा म्हणजे रेल्वेने कऱ्हाडहून पुणे स्टेशनला जायचं. तिथून अखेरचा टप्पा म्हणजे टांग्यातून हिंगण्याला जायचं.

ह्या साऱ्या प्रवासाला तीन दिवस लागत. त्यामुळे त्याची आधी बरीच तयारीही करावी लागे. पहिल्या दिवसासाठी भातासारखे पदार्थ, दुसऱ्या दिवसासाठी भाकरी-पोळी आणि कोरडी चटणी आणि तिसऱ्या दिवसासाठी घारग्यांसारखे टिकावू पदार्थ बांधून दिलेले असायचे.

एवढ्या लांबच्या आणि अडनिड्या प्रवासासाठी मुलींबरोबर खात्रीशीर अशा सोबतीची गरज असे. घरात एका केळकर नावाच्या गरीब कुटुंबाला मामांनी आधार दिला होता. घरच्या मुलींबरोबर त्यांच्याही मुलीला शिक्षणासाठी हिंगण्याला ठेवलं होतं. त्यामुळे ते केळकर मनापासून मुलींना पोहोचवायला जात. माझे या कुटुंबाशी अजूनही संबंध आहेत.

आक्का म्हणजे गोदावरी, गोदूताई सगळ्यात मोठ्या. त्यांनी हिंगण्याच्या स्त्रीशिक्षण संस्थेतून जी. ए. म्हणजे 'गृहितागमा' ही पदवी मिळवली. मोठ्या आठही

जणींनी आधी ही पदवी मिळवली, नंतर वेगवेगळ्या ठिकाणी शिकायला गेल्या.

आक्कांनी नंतर 'भरतमुनींचे नाट्यशास्त्र' हा विषय घेऊन 'प्रदेयागमा' म्हणजे आजच्या काळातली एम्. ए. ची पदवी मिळवली. हिंगण्याला असताना त्यांची गंगूताई पटवर्धन, न. चिं. केळकरांची मुलगी कमलाकाकी देशपांडे, साताऱ्याच्या प्राचार्य देवधरांची मुलगी सखू यांच्याशी मैत्री झाली. कमला काकी विधवा होत्या. साताऱ्यात मुलींसाठी शाळा काढायचं त्यांच्या मनात होतं. सरदार भुस्कुट्यांच्या वाड्यात ही शाळा भरू लागली आणि आक्का त्या शाळेच्या मुख्याध्यापिका म्हणून साताऱ्याला गेल्या. पाठोपाठ धाकट्या दोघी, म्हणजे सुधाताई-कमाताई तिकडे गेल्या. पुढे ग्वाल्हेरच्या डॉ. हरी रामचंद्र दिवेकरांमुळे आक्कांना राजवाड्यात नोकरी मिळाली. माधवराव शिंद्यांच्या आत्या कमलाराजे यांना या शिकवू लागल्या. त्या राजवाड्यात ट्यूटर म्हणून नोकरी करत असताना या सगळ्याच बहिणींना राजवैभव फार जवळून बघायला मिळालं. त्यांनी शाही वैभवाचा अनुभवही घेतला.

पुढे कमलाराजेंचं लग्न झालं. अल्पकाळातच त्यांचा अपघाती मृत्यूही झाला. त्यांच्याबरोबर पाठराखीण म्हणून अक्कलकोटला गेलेल्या आक्का पुन्हा ग्वाल्हेरला गेल्या. कमलाराजेंच्या आई अम्मा यांनी त्यांच्यासाठी ग्वाल्हेरला 'महाराणी गर्ल्स स्कूल'ची स्थापना केली आणि आक्कांना मुख्याध्यापिका नेमलं. यानंतर सगळ्या बहिणींनाच काय, माझ्या मुलींनाही ते एक आश्रयस्थान झालं. ग्वाल्हेरला जायचा मार्गही काही सोयीचा नव्हता. करंबवण्याहून दोन बोटी बदलून मुंबईला जायचं. तिथून मुंबई-ग्वाल्हेर हा चोवीस तासांचा प्रवास. त्यातच दाभोळ-करंबवण्याच्या बोटी भरती-ओहोटीप्रमाणे सोडल्या जात. त्यामुळे लागेल तो वेळ वेगळाच.

डॉ. हरी रामचंद्र दिवेकरांना आम्ही सगळेच दादा म्हणत होतो. ते ग्वाल्हेरचे. अत्यंत विद्वान गृहस्थ. बनारस विद्यापीठाची त्यांना डी. लिट्. पदवी मिळाली होती. ते हिंगण्याला शिकवत असताना त्यांचा आक्का आणि केतकर परिवाराशी परिचय झाला. आमच्या केतकर कुटुंबाचे ते मित्र आणि मार्गदर्शक झाले. पुढच्या आयुष्यात मलाही अनेकदा त्यांच्या बोलण्यामुळे मार्गदर्शन आणि आधार मिळत गेला.

आक्कांच्या पाठच्या द्रौपदी. आम्ही त्यांना ताई म्हणत असू. हिंगण्याचं शिक्षण घेऊन त्या सांगलीला गेल्या. तिथल्या राजघराण्यात त्यांनी काही दिवस नोकरी केली. पुढं नोकरी सोडून त्यांनी 'वसंत' मासिकाचे संपादक दत्तप्रसन्न काटदरे यांच्याशी लग्न केले. त्यांचा प्रेमविवाह होता. काटदरे त्या वेळी सकाळचा पेपर टाकायला येत. त्यातून ओळख झाली. लग्न झालं. या लग्नाचं आणखी एक वैशिष्ट्य म्हणजे ताई काटदरेंपेक्षा सहा वर्षांनी मोठ्या होत्या.

हा विवाह त्या वेळी गाजला. यावर चर्चाही खूप झाली. त्या वेळी एवढं शिक्षण घेतलेल्या स्त्रिया स्वत: अविवाहित राहून स्त्री-शिक्षणाच्या कार्यात स्वत:ला वाहून

घेत. त्यामुळे केतकर भगिनीही अविवाहित राहाणार आहेत, अशी एक समजूत पसरली होती. ताईंनी लग्न करताच काहीजणांनी उगाचच 'केतकर भगिनींच्या शपथेला तडा गेला' अशी आवई उठवली; पण ती तशीच विरूनही गेली.

पण याचा एक चांगला परिणामही झाला. या बहिणींपैकी ज्यांना लग्न करावंसं वाटलं त्यांनी लग्नं केली आणि ज्यांना अविवाहित राहायचं होतं, त्या अविवाहित राहिल्या.

शांताताईंनी - म्हणजे माई - काही दिवस मुंबईला सेवासदनमध्ये नोकरी केली. पुढं खटाव मिल्समध्ये नोकरी करत त्या लेबर ऑफिसर झाल्या. यांनीच मला पाहून आमच्या लग्नात पुढाकार घेतला होता.

मथूताईंनी तर कमालच केली! त्यांनी मामांकडून पाच हजार रुपये घेतले आणि सत्तावीस साली बोटीनं फ्रान्सला गेल्या. तिथं दोन वर्षांचा फ्रेंच भाषेचा डिप्लोमा करून भारतात परतल्या. नंतर त्यांनी मद्रास हे कार्यक्षेत्र निवडलं आणि तिथं ट्युटोरियल कॉलेज काढलं. बऱ्याच वर्षांनंतर प्रौढ वयात त्यांनी रामानुजम् यांच्याशी मैत्रीसाठी लग्न केलं; पण तरीही अखेरपर्यंत त्या 'केतकर' हेच आडनाव लावायच्या. रामानुजम् यांच्यामुळे त्या कामगार चळवळीत ओढल्या गेल्या. नंतर कामगार पुढारी म्हणून प्रसिद्धी पावल्या होत्या.

चंपूताईंनी जी. ए. नंतर मुंबईला जाऊन बी. ए. आणि एम्. ए. केलं. मुंबईच्या किंगजॉर्ज हायस्कूलमध्ये त्या शिकवायच्या. जेव्हा ग्वाल्हेरला 'कमलाराजे कॉलेज' सुरू झालं, तेव्हा आक्कांनी त्यांना तिथं मराठीची प्राध्यापिका म्हणून बोलावून घेतलं.

कुसूमताईंनी जी. डी. आर्टस्चा कोर्स केला आणि मुंबईमध्ये स्वत:चा स्टुडिओ काढला. नंतर त्यांनी पाठारे नावाच्या तरुणाशी आंतरजातीय विवाह केला.

नमूताईंनी जी. ए.नंतर मुंबईला जाऊन एम्. बी. बी. एस.ची पदवी मिळवली आणि त्या डॉक्टर झाल्या. वामन मल्हार जोशींचे पुतणे प्रा. अवधूत महादेव जोशी यांच्याशी विवाहबद्ध होऊन त्याही ग्वाल्हेरला स्थायिक झाल्या.

त्यानंतर दोन भावांचा जन्म. हे म्हणजे माधव किंवा अण्णा आणि वसंत म्हणजे अप्पा. घरची शेती सांभाळण्याच्या दृष्टीने यांनी मॅट्रिक झाल्यावर दोन वर्षे कायद्याचा अभ्यास केला. धाकट्या बंधूंनी म्हणजे अप्पांनी एम्. एस्सी. पर्यंत शिक्षण घेतलं. त्यांना मुंबईमध्ये नोकरी मिळाली. पुढे ती सोडून ते उज्जैनीला गेले. त्याच्या पाठच्या सुधाताई बी. ए. झाल्या आणि कमाताई बी. एस्सी.!

केतकर बहिणींपैकी फक्त ठकूताई तेवढ्या शिकल्या नाहीत. सुरुवातीला त्यांनाही शिक्षणासाठी हिंगण्याला धाडलं होतं; पण त्यांना चौथीच्या पुढे जमलं नाही. त्यांचं लग्नही झालं नाही. त्यामुळे त्या कायमच करंबवण्याच्या घरी राहिल्या.

या मुलींच्या शिक्षणासाठी सुरुवातीला मामांनी खर्च केला असला तरी स्वत: मिळवू लागल्यावर त्या एकमेकींना आर्थिक मदत करायच्या.

शहरात राहात असल्या तरी या सगळ्या बहिणींच्या खाण्यापिण्याच्या आणि राहाण्याच्या सवयी साध्या होत्या. थोरल्या दोघींनी शहरातही नऊवारी लुगडीच नेसण्याचा प्रघात ठेवला होता. सुरुवातीला इतरही बहिणींनी नऊवारी लुगडं आणि चोळी असाच वेष ठेवला तरी कालांतरानं त्यांनी पाचवारी साड्या नेसायला सुरुवात केली; पण तरीही करंबवण्यात आल्या की आई-मामांपुढे त्या नऊवारीच नेसायच्या. मथूताई फ्रान्समध्ये स्टॉकिंग्ज वगैरे वापरायच्या म्हणे; पण त्याही इथं आल्यावर नऊवारीच नेसायच्या.

मामा-आईंनी सुरुवातीला भावी जावयांसाठी हौसेनं चांदीचे तांबे, चांदीच्या कपबशा यांसारख्या वस्तू बनवून ठेवल्या होत्या; पण लवकरच त्यांना वास्तवाचं भान आलं असावं. त्यांनी मुलींना त्या आर्थिकदृष्ट्या स्वत:च्या पायावर उभ्या राहातील एवढं शिक्षण दिलं. ते तर त्यांना 'मुली' न मानता 'मुलं'च मानत.

सुधाताईंचं लग्न त्यांनी मोठ्या थाटात केलं होतं म्हणे. चितळे म्हणजे इंदूरचं प्रख्यात घराणं. चार दिवस लग्न चाललं होतं म्हणे. नंतर नेहमीच त्या लग्नाचा तपशील ऐकायला मिळायचा. किती कापडचोपडाची आणि चांदीच्या भांड्यांची खरेदी झाली. किती प्रकारच्या वड्या केल्या होत्या, उष्टी हळद वरात, घागा भरणं - मांडव परतणं वगैरे सगळे समारंभ कसे थाटात पार पाडले. परगावी लग्न असूनही आईंनी सारी व्यवस्था कशी चोख ठेवली होती. वगैरे वगैरे. त्यामानानं कमातार्ईंचं लग्न मात्र घाईनं ठरलं आणि घाईनं उरकलं; पण एकूण मुलींची लग्नं या विषयावर मात्र त्यांनी फारसा विचार केलाच नाही. कुणी त्यांच्यापुढे हा विषय काढलाच तर ते स्पष्टपणे सांगायचे, "माझ्या मुली शिकलेल्या आहेत. मी त्यांना शिकवून स्वत:च्या पायावर उभं राहायचं सामर्थ्य दिलंय. यानंतर त्यांना लग्न करायचं असेल तर त्यांनी तसं सांगावं म्हणजे मी लग्नाचं बघेन."

हे मात्र मला तेव्हाही पटलं नव्हतं आणि आजही पटत नाही. कितीही शिकलेल्या आणि कर्तबगार मुली असल्या तरी त्या कशा आपणहोऊन 'माझं लग्न करा' म्हणतील?

त्यामुळे त्यांच्यापैकी चौघींनी आपापली लग्नं जमवली. कुणी एखादा जीवनसाथी निवडून त्याच्याबरोबर निष्ठेने आयुष्य काढलं. काहीजणींच्या आयुष्यात मित्रमंडळींना विशेष स्थान राहिलं.

अशा केतकरभगिनींविषयी त्या काळच्या समाजात वेगवेगळे प्रवाद नसतील तरच नवल!

यात खरं दुर्दैव ठकुतार्ईंचं म्हटलं पाहिजे. त्यांच्या खेपेला गरोदर असताना

आईना देवी आल्या होत्या. त्यामुळे ही मुलगी जन्मतःच अशक्त होती. त्यांचं हृदय कमकुवत आहे - त्या अशक्त आहेत असंच नेहमी घरात बोललं जायचं. म्हणून तर त्यांना हिंगण्याला राहून अभ्यासाचा ताण घ्यायलाही जमलं नव्हतं.

ठकूताईना संसाराची भारी आवड होती आणि त्यांना संसारसुखापासून वंचित राहावं लागलं होतं. त्यांच्या डोळ्यांसमोर त्यांच्या आई-वडिलांना मुलं होत होती. दोन्ही भावांचे संसारही बहरत होते. त्यामुळे त्या सतत असमाधानी असायच्या. आई-वडिलांविरुद्धचं असमाधान क्वचित व्यक्त व्हायचं; पण भावांच्या संसारात डोकवायची त्यांना वाईट खोड लागली होती.

बिचाऱ्या ठकूताई केतकरांच्या घरात जन्मून, तिथंच राबत, रडत-कुढत, त्रागा करत, चरफडत-तडफडत म्हाताऱ्या होऊन गेल्या.

■

लग्रानंतर वर्षभरातील गोष्ट.

माझे वर्षभरातले सण व्हायचे होते. प्रत्येक सणाला माहेरी एवढ्या लांब जाणं मला शक्य नव्हतं आणि प्रत्येक वेळी आणायला माणूस पाठवणं आईला शक्य नव्हतं. तरीही कुठलासा सण आला म्हणून आईनं बोलावलं होतं. विनूकाका न्यायला येतील म्हणूनही तिनं पत्रानं कळवलं होतं.

त्याच वर्षी वसंत व्याख्यानमालेमध्ये काही मातब्बर वक्त्यांची भाषणं असल्यामुळे हे पुण्याला जाणार होते. त्यांचा गावाला जायचा दिवस आला तरी विनूकाकांचा पत्ता नव्हता. त्यामुळे माझी हुरहूर वाढली होती.

संधी पाहून मी यांना एकटं गाठून म्हटलं, ''मला थोडे पैसे हवेत.''

''कशाला?''

''अहो, कशाला म्हणजे काय? तुम्ही नसताना विनूकाका न्यायला आले म्हणजे?''

''मामांकडून मागून घे.''

''मी आपणहून मागणार नाही. त्यांनी दिले तर घेईन; पण त्यापेक्षा तुम्हीच देऊन ठेवा ना!''

''किती पाहिजेत?''

बराच विचार करून मी सांगितलं, ''दोन रुपये द्या.''

हे पुण्याला निघून गेले. विनूकाका ठरल्याप्रमाणे घेऊन जायला आले. मी निघाले तेव्हा मामांनी जवळ बोलावून माझ्या हातावर दहा रुपये ठेवले.

मालाडला गेल्यावर मी यांना लिहिलेल्या पत्रात हे सगळं कळवलं. शिवाय

त्यांनी दिलेले दोन रुपये खाऊच्या खोलीतल्या अमूक एका पडताळात अमूक ठिकाणी ठेवल्याचं कळवलं.

पुढं काही महिन्यांनी मी घर आवरायला काढलं. आमच्या भागात वाळवीचा अतोनात उपद्रव असल्यामुळे वरचेवर घरातल्या बारीकसारीक वस्तूही उलट्या-पालट्या करून पाहाव्या लागतात. नाही तर त्याची माती होऊन जाते. घर आवरताना एका कपाटात दडवून ठेवलेलं एक पत्र सापडलं. सहज उलघडून पाहिलं तर मजूकर ओळखीचा आणि हस्ताक्षर मात्र अनोळखी!

पत्र वाचता-वाचता मी चकीत होऊन गेले! ते मी यांना लिहिलेलं पत्र होतं. अगदी काना-मात्रेचाही फरक नव्हता; पण अक्षर मात्र माझं नव्हतं. कुणी तरी माझं पत्र जसंच्या तसं उतरवून काढलं होतं.

संताप अनावर होऊन मी ते पत्र यांच्या हातात ठेवलं. अक्षर पाहाताच यांना खुलासा झाला. यांनी स्वतःची पुन्हा एकदा खात्री करून घेतली आणि नंतर ठकूताईंना जाब विचारला. थोडी बोलाचाली झाली; पण यांनी ठकूताईंची चांगलीच कानउघाडणी केली.

ही हकीकत आईच्या कानांवरही गेली. त्यावरची त्यांची प्रतिक्रिया पाहून मात्र मला धक्काच बसला.

नवरा-बायकोमधला खाजगी पत्रव्यवहार चोरून वाचणं आणि त्याची प्रत काढून ठेवणं, या प्रकारासाठी त्यांनी ठकूताईंना अजिबात दोष नाही. उलट 'इतकी साधी आणि क्षुल्लक' गोष्ट मी लगोलग नवऱ्याच्या कानी ओतून मनाचा क्षुद्रपणा दाखवला आहे, असं त्यांचं मत पडलं.

पुढे एक-दोन प्रसंगी ठकूताईंना रात्रीच्या वेळी आमच्या खोलीच्या दाराला कान लावून चोरून संभाषण ऐकायची सवय असल्याचंही माझ्या लक्षात आलं. याही बाबतीत आईंनी ठकूताईंना समजावलं नाही.

यांचा एक लांबचा आतेभाऊ होता. तो वयानं तरुण आणि बऱ्यापैकी गप्पीष्ट होता. कधी घरी आला की घरातल्या प्रत्येकाशी आवर्जून गप्पा मारायचा. तसाच माझ्याशीही बोलायचा. मी आत कुठं कामात असले तरी आवर्जून आत येऊन चार गोष्टी बोलायचा आणि नंतर जायचा.

एकदा त्याच्या घरी त्याच्या बहिणीचं लग्न ठरलं होतं. स्वारी खुषीत होती. गप्पांमध्ये बहिणीचं लग्न आणि त्याची तयारी हाच विषय होता. प्रत्येकाशी तेच बोलत तो शेवटी मलाही भेटला. मीही उत्सुकतेनं आणखी चार-दोन बाबींची चौकशी केली. त्यांनंही उत्तरं दिली.

संध्याकाळी हे घरी आल्यावर गप्पा मारताना तो येऊन गेल्याचा विषय निघाला.

सगळे तो आपल्याला काय सांगत होता याविषयी सांगत होते. त्या गप्पांच्या ओघात मीही त्यानं मला सांगितलेले दोन-तीन मुद्दे मध्येमध्ये सांगितले.

लगेच आई म्हणाल्या, "हो क्का! बरीच माहिती सांगितलीय गो तुला त्यानं!"

आईचं हे लागट बोलणं मला जिव्हारी लागलं. मी एकांतात त्रागा करत यांना म्हटलं, "मी त्याच्याशी आगावूपणे वागले असं तुम्हाला वाटतं का? तसं असेल तर स्पष्टच सांगा. म्हणजे यापुढे कसं वागायचं मला ठरवता येईल."

"मी तसं म्हणालो का?" म्हणत यांनी माझी समजूत काढली आणि तो प्रसंग तिथंच संपला.

या आणि अशा प्रकारच्या अनेक प्रसंगांतून मी अनेक गोष्टी शिकत चालले होते. अनेक बाबतीत माझा भ्रमनिरास होऊ लागला होता.

शिक्षणाला पराकोटीचं महत्त्व देणाऱ्या या घरामध्ये मुलींसाठी वेगळे कायदे आहेत आणि सुनेसाठी वेगळे.

कितीही शिकल्या तरी केतकर भगिनींची मी भावजय आहे आणि त्या नणंदा.

बारा मुलांची माता (खरं तर तेरा. त्यांची एक मुलगी लहानपणीच वारली होती.) म्हणजे महामाताच ती! पण तिच्या पदरात माझ्यासारखी आणखी एखादी मुलगी सामावू शकली नाही.

याच मन:स्थितीत असताना एकदा मी त्राग्यानं यांना म्हटलं, "काही सांगू नका तुम्ही! मला ठाऊक आहे, तुम्हाला फारशा मुलीच सांगून आल्या नव्हत्या."

बोलले आणि नंतर तेवढीच घाबरले.

मी बोलले त्यात तथ्य होतं. खोती आणि भरपूर जमीनजुमला असला तरी गावाची दुर्गमता आणि केतकरभगिनींची ख्याती यांमुळे त्यांना खरोखरच फारशा मुली सांगूनच आल्या नव्हत्या. कारण पारंपरिक घरची माणसं यांच्या घरच्या आधुनिकतेमुळे मागं सरायची आणि सुशिक्षित माणसं खेड्यात मुलगी द्यायला तयार नव्हती.

मी घाबरले, थोडं वाईटही वाटलं. उगाच बोलून दुखावलं असं वाटलं; पण त्यांनी माझं बोलणं खिलाडूपणे ऐकून घेतलं. त्यानंतर कधीही मी तो विषय काढायचा मूर्खपणा केला नाही आणि त्यांचा चांगुलपणा असा की त्यांनी कधीही त्यावर प्रतिटोमणा मारला नाही.

बहिणींविषयी त्यांना अतोनात प्रेम असलं तरी मी त्यांच्याविषयीचे माझे अनुभव सांगू लागले, की ते आधी 'जाऊ दे गं -' म्हणून समजूत काढायचे. अनेकदा माझं समाधान न होऊन भुणभुण सुरू झाली की सांगायचे, "हे बघ, तू त्यांच्याबरोबर

वादात उतरू नकोस हे उत्तम! तरीही तुला भांडायचं किंवा वाद घालायचा असेल तर तुला अखेरपर्यंत पुरून राहाता आलं पाहिजे. तेवढी तयारी असेल तरच भांडणात उतरायचं. मी मध्ये पडणार नाही.''

आईच्या वागण्यातला विचित्रपणा सहन न झाल्यामुळे एकदा मी फारच उखडले होते, तेव्हा त्यांनी सांगितले, ''हे बघ, आपल्या लग्नात तिची हौसमौज झाली नाही ना! म्हणून ती तशी वागते. तिकडे दुर्लक्ष करून तुला राहाता आलं तर पहा. नाही तर तुलाच त्रास होत राहील.''

हे ऐकून मला आश्चर्य वाटलं.

पण त्यांच्या बोलण्यात तथ्य असल्याचंही लक्षात आलं. कारण पाठोपाठ यांच्या धाकट्या भावाचं, अप्पांचंही लग्न ठरलं. मुलगी देवासची होती. बोलणी करताना नणंदा पाहुण्यांना सांगत होत्या, ''थोरल्या भावाच्या लग्नात आमच्या आईची काहीच हौसमौज झाली नाही. या लग्नात ती होईल असं पहा.''

हे ऐकताना एका गोष्टीचा उलगडा झाला. या मंडळींचं सुधारलेपण मला वाटलं होतं तेवढं पक्कं नव्हतं. तो केवळ वरवरचा मुलामाच होता.

एकीकडे हे चाललं होतं आणि दुसरीकडे आमचा संसार बहरत होता.

थोरल्या प्रभाकरच्या वेळी मी बाळंतपणासाठी मालाडला जायला निघाले. नमस्कारासाठी मामांपुढे वाकले तेव्हा त्यांनी तोंडभर आशीर्वाद दिला. आईनीही पोटाशी घेऊन निरोप दिला. त्या क्षणी मागचं सगळं विसरून मन भरून आलं. वाटलं, ती मालाडची आई आणि ही इथली आई! बारा लेकरांची महामाता! हिच्या ऊबदार पदराखाली आणखी एका लेकराला आश्रय मिळणार नाही, असं कसं होईल?

चतुरेच्या वेळचं बाळंतपण करंबवण्याच्या घरातच करायचं ठरलं. आईची बाळंतपणं बिवलीच्या घरातच झाली होती. दिवस भरत आले की सुईणीचं काम जाणणाऱ्या अनुभवी मोलकरणीला कायमची दारात ठेवायची. कळा सुरू झाल्या की तिला हाक मारायची. पुढचं सगळं तीच बघायची. चतुरेच्या वेळचं बाळंतपण याच पद्धतीनं झालं.

शोभाच्या वेळीही अशाच प्रकारे घरातच बाळंतपण झालं आणि पाचव्या दिवशी या भागाच्या प्रथेप्रमाणे पावट्याच्या गुगऱ्या वाटण्यात आल्या. मला या गोष्टीचं आश्चर्य वाटलं. अखेर मी विचार केला, कदाचित मुलगा होईल अशा अपेक्षेनं त्यांनी तयारी करून ठेवली असेल, ती वाया का घालवायची म्हणून गुगऱ्या वाटल्या असतील.

बाळंत झाल्याच्या दुसरेच दिवशी एक गोष्ट घडली.

छोट्या चतुरेला छोटं बाळ बघायची खूप हौस होती; पण तिला ते व्यक्त करता

येत नव्हतं. मी खोलीत झोपले होते. ती बाहेरच्या खिडकीपाशी आली. गज धरून खिडकीतून आत डोकावत माझ्याकडे बघून हळूच हसली. मीही हसले आणि तिला खुणेनं खोलीत यायला सांगितलं. ती निघाली. घराला संपूर्ण वळसा घालून न्हाणीघरातल्या दारानं यायला तिला वेळ लागणार होता. त्यामुळे मी डोळे मिटून पडले होते.

तोच विहिरीपाशी 'धप्'कन आवाज झाला आणि पाठोपाठ मागच्या शेतांमध्ये काम करणाऱ्या कुळवाडीणीचा आवाज ऐकू आला, ''पोर हिरीत पडली गो ऽ!''

हे ऐकताच माझा जीव धसकल्यासारखा झाला. त्या वेळी काही क्षण कसे काढले, माझं मलाच माहीत! घराला वेढा घालून रमतगमत चतुरा आपल्या चालीनं खोलीत आली. तिला समोर बघताच माझ्या जिवात जीव आला. विहिरीत कुणा तरी कुळवाड्याची पोर पडली होती. लगेच तिला बाहेर काढण्यात आलं; पण ती गेलीच.

त्या वेळी बसलेल्या धसक्याचा परिणाम म्हणून बाळंतपणाच्या व्याधी माझ्यामागे लागल्या. तेच आजारपण पुढं वर्ष-दीड वर्ष सुरू राहिलं. त्यातच शकाच्या वेळी दिवस राहिले. म्हणून बाळंतपण ग्वाल्हेर किंवा उज्जैनीला मोठ्या शहरात डॉक्टरांकडे करायचं ठरलं. त्यामुळे शकुंतलेचा जन्म ग्वाल्हेरचा.

यांनी आणि मामांनी काळाची पावलं ओळखली होती.

शेती उत्तम, व्यापार मध्यम आणि नोकरी कनिष्ठ ही कल्पना पूर्वीच्या काळी खरी असली तरी वातावरण बदलत आहे, याचा त्यांना दररोज कुठं ना कुठं अनुभव येत होता. मध्यम किंवा निकृष्ट दर्जाची जमीन आणि माणसं आळशी याचा त्यांना अनुभव होता. त्यामुळे या भागात सर्वसामान्य माणसाचं दारिद्र्य पाचवीला पूजलेलं. त्यात वातावरण बदलत चाललं होतं. जमीनविषयक कायदे प्रतिकूल होत चालले होते.

त्यामुळे यानंतर शेतीच्या उत्पन्नावर मर्यादा येत राहातील, हे त्यांनी ओळखलं होतं. बदलणाऱ्या कायद्यांमुळे शेतीच्या संदर्भात खटले उभे राहू लागले होते. पार्श्वभूमी लक्षात घेऊन आणि केलेल्या कायद्याच्या अभ्यासाच्या जोरावर हे स्वत: खटले चालवायचे. त्यासाठी मामांशी त्यांची चर्चाही भरपूर चाले.

यांची पितृभक्तीही औरच होती. खटल्याच्या कामासाठी त्यांना अनेकदा चिपळूणला मुक्काम करावा लागे. अशा वेळी, इथं आपल्या वडिलांना दुधाची धार काढावी लागेल म्हणून केवळ धार काढण्यासाठी ते संध्याकाळी इथं येत, रात्री आणि सकाळची धार काढून पुन्हा पायी चिपळूणला जात. या चार-पाच तासांच्या अनावश्यक, डोंगरातल्या पायपिटीविषयी त्यांची मुळीच तक्रार नसे. त्यांची धावपळ बघून शेवटी

मीच त्यांच्याकडून धार काढायला शिकले. मालाडला मला गुरांचं बाकी सगळं करायला जमत असलं तरी धार काढायला येत नव्हती.

रानावनात चढउतारावरून भटकतच वाढल्यामुळे त्यांचं सडपातळ शरीर अतिशय काटक झालं होतं आणि नजर कमालीची तीक्ष्ण!

एक-दोनदा असंही घडलं. घरासमोरच्या डोंगरावरून चिपळूणची वाट. त्या वाटेनं हे धावत डोंगर उतरून यायचे आणि तसेच धावत घरामागच्या मालदोलीच्या डोंगराकडे धाव घ्यायचे.

एकदा असेच ते धावत निघाले तेव्हा मी ओरडून विचारलं, ''अहो, हे काय! चिपळूणहून येताहात ना? लगेच कुठं निघालात?''

त्यांनी धावता-धावता सांगितलं, ''कुणीतरी गवत कापून पेंड्या बांधतंय-'' आणि तसेच मालदोलीच्या डोंगरावर गवत-चोराला पकडायला धावत सुटले.

आमच्या घराभोवती पाच-साडेपाच एकर जागेमध्ये फळझाडं लावलेली आहेत. त्यात फणस, अननस, चिकू, पेरू, जांब, जांभूळ, चिंच, रातांबा ही झाडं तर आहेतच. त्यातही प्रामुख्यानं आंब्याची झाडं आहेत. कलमं तर आहेतच, त्याचबरोबर देशभरातून आणलेल्या आंब्यांच्या जाती आहेत. त्यासाठी त्यांच्या बहिणींनी त्यांना मदत केली आहे. या परसवात कलमांबरोबरच मधुर रायवळ आंब्याच्या पंधरा-सोळा जाती आहेत. साऱ्या पंचक्रोशीत यांच्यासारखा कलम बांधणारा कुणी नव्हता. स्वयंपाकघराच्या कोपऱ्यावर असलेल्या एका झाडावर तर त्यांनी पाच कलमं बांधली आहेत! आंब्याच्या दिवसांत परसवातली काशी-लखनौ ते मद्रासपर्यंतच्या आंब्यांची झाडं फळांनी लगडली की सारा परिसर त्या विविध वासांनी दरवळून जातो. त्यातच फणस आणि अननसांचेही वास दरवळतात. शिवाय साध्या आणि अहमदाबादी बोरी आहेत.

फळांच्या झाडांबरोबर इथं सागवान, असाणी, खैर, किंजण, ऐन, रिठे, दालचिनी अशाही अनेक प्रकारची झाडं आहेत. या मोठमोठ्या वृक्षांखाली गवतही भरपूर, म्हणजे अनेकदा कमरेपर्यंत वाढतं. त्यामुळे गुरांच्या चाऱ्याची सोय होते. शिवाय झाडांच्या पाचोळ्याचा म्हणजे कवळाचा शेतातलं तण जाळायला उपयोग होतो.

काही वेळा इथला चारा चोरीला जायचा. सुरुवातीला यांनी तिकडं दुर्लक्ष केलं; पण पुन्हा-पुन्हा चोरी होऊ लागली. इथं दुर्लक्ष केलं तर चोर सोकवण्याची शक्यता होती.

एकदा काहीतरी आवाज ऐकू आला म्हणून हे दुपारी घराबाहेर आले. सहजच फिरल्याप्रमाणे कसवात फेरफटका मारला. एका झाडाखाली एक चपलांची जोडी

दिसली. गवत-चोर त्याच झाडावर असणार हे नक्की होतं. चपलांवरून हा दहा-बारा वर्षांच्या मुलाचा उपद्व्याप असावा हे स्पष्टच होतं.

यांनी वर झाडांकडे अजिबात पाहिलं नाही आणि चपलांची जोडी घेऊन ते सरळ घरी निघून आले.

एक-दोन दिवस तसेच गेले. तिसरे दिवशी एक दहा-बारा वर्षांचा तरतरीत मुलगा एकटा येऊन त्यांच्या पुढ्यात उभा राहिला.

''काय रे? कोण तू?'' यांनी विचारलं.

त्यानं आपलं नाव सांगितलं आणि म्हणाला, ''मीच चोरलाय तुमचा चारा! काय करायची ती शिक्षा करा आणि माझ्या चपला मला परत द्या; पण माझं नाव मात्र कुणाला सांगू नका!''

यांनी त्याला किरकोळ दम देऊन सोडून दिलं तरी नंतर त्याला त्यांनी आवर्जून जवळ ठेवलं. मलाही ते एकदा म्हणाले होते, ''या पोराला मानापमानाची चाड आहे. विश्वास ठेवायला लायक आहे मुलगा!''

पुढच्या आयुष्यात मला त्याचा अनेकदा प्रत्यय आला.

यांच्या स्वभावातला खिलाडूपणा मला अनेकदा अंचबित करत असे. एकदा एका शेतात हरभऱ्याची लागवड केली होती. गावातलं वातावरण गढूळ झालं होतं. एका सकाळी पाहिलं तर शेतातलं प्रत्येक रोप कुणीतरी उपटून मुळं वर करून ठेवली होती.

ही गोष्ट अर्थातच घरादारालाच नव्हे, सहृदय माणसाला पिळवटून टाकणारी होती. एकीकडे हे काम करणाऱ्यांचा रागही आला होता.

पण हे मात्र शांतपणे म्हणाले, ''बघू या कोण हरतं ते? ते की मी?''

यानंतर शेतीच्या उत्पन्नावर विविध कारणांनी मर्यादा येईल आणि कोणत्या ना कोणत्या जोडधंद्याशिवाय शेती करणं अशक्य होऊन जाईल, हे त्यांना समजलं होतं. त्या दृष्टीनं त्यांच्या काही योजनाही होत्या.

आंबा आणि इतर फळांचे रस आटवायचे, हवाबंद डब्यांमधून शहरात पाठवायचे असं त्यांच्या मनात होतं. त्यासाठी त्यांनी आवश्यक तो प्रेशर कुकर आणि बरण्याही आणून ठेवल्या होत्या. आज ना उद्या कोयनेचं धरण होईल आणि त्यातून कोकणचा कायापालट होईल, अशी त्यांना आशा होती.

त्यांना गोबर-गॅसची कल्पनाही पटली होती आणि त्यादृष्टीनं त्याविषयी आणखी माहिती मिळवायची त्यांची धडपड चालली होती. याविषयी मामांशी त्यांच्या अनेकदा उलट-सुलट 'काय करावं - कसं करावं' याविषयी चर्चा चालत.

त्यांची आणखीही एक सवय होती. पावसाळा संपला की ते एका गड्याच्या हाती टोपलं देऊन भोवतालच्या रानात फिरायचे आणि रानात उगवलेली सागवानाची

रोपं उपटून टोपलीतून घेऊन यायचे. त्यानंतर ते स्वतः सगळी रोपं आपल्या जमिनीत विखरून लावायचे. ती रोपं जगेपर्यंत लक्षही ठेवायचे.

कुठल्याही बाबतीत कुणावरही अवलंबून राहायचं नाही, हे त्यांचं ब्रीद होतं. 'ज्याला जेवता येतं त्याला कुठलंही काम करता आलं पाहिजे,' हे त्यांचं अत्यंत आवडतं बोधवाक्य होतं.

या घरात खाण्यापिण्याची आणि कपडेलत्त्यांची सुबत्ता असली तरी राहाणीत छानछोकीपणा नव्हता. साधे कपडे आणि साधं जेवणखाण हीच या घराची रीत होती. मुली सुट्टीला येणार असतील तेव्हा आणि इतरही अनेकदा मधल्या खाण्यासाठी साजूक तुपातले लाडू, चकल्या, कडबोळ्या यांसारखे प्रकार करून ठेवलेले असायचे, तेवढंच. तेही ठराविक वेळी ठराविक माणसांसाठी बाहेर काढले जायचे. शकाची तर अशीच समजूत होती की हा खाऊ मोठ्या माणसांसाठीच असतो!

दोन्ही मुलांची लग्नं झाली, मुली शिकून आपापल्या मार्गाला लागल्या. धाकटे अप्पाही मुंबईच्या नोकरीत स्थिरावले. अडीच-तीनशे एकर जमिनीतून येणाऱ्या उत्पन्नांपैकी थोडी शिल्लक साठू लागली, तेव्हाची गोष्ट.

मामांच्या मनात उज्जैनीला घर बांधायचे विचार घोळू लागले.

कोकणातल्या करंबवणयात शेती करणाऱ्या मामांनी मुलांना पुण्या-मुंबईला पाठवलं; पण घर मात्र उज्जैनीला बांधायचं ठरवलं. यामागेही कारण होतं.

मामा लहान असतानाच त्यांचे वडील वारले. सगळ्यांनी या लहान मुलाला स्मशानात नेलं. वडिलांना अग्री दिलेलं त्यांनी स्वतः डोळ्यांनी पाहिलं. तो त्या वयात त्यांना मोठा धक्का होता. त्यातच त्यांची आई सोवळी झाली. या दोन्ही धक्क्यामुळे हबकलेल्या या मुलाला त्यातून बाहेर काढण्यासाठी त्यांचे मामा त्यांना आपल्याबरोबर देवासला घेऊन गेले.

मामाही तिथं रमले. तिथली सुपीक जमीन आणि हवापाणी त्यांना अतिशय भावलं. त्याच वयात त्यांनी ठरवून टाकलं, कधी ना कधी इथं स्वतःचं घर बांधायचंच.

मुलांच्या जबाबदारीतून मुक्त होऊन चार पैसे बाजूला पडले, तेव्हा त्यांनी हा विचार बोलून दाखवला. दादा दिवेकरांनीही त्यासाठी आवश्यक ती मदत करायचा शब्द दिला; पण देवासला नव्हे, उज्जैनीला.

दादांच्याच ओळखींनी तिथं तीन एकर जागा विकत घेण्यात आली आणि दीड गुंठ्यांवर स्वतः राहून भाड्यानं देता येईल, अशा प्रकारे घर बांधण्यात येऊ लागलं. मोकळं आवार ठेवलं. शेजारची अडीच एकर जागा तशीच मोकळी ठेवण्यात आली.

घर तयार झालं. मुंबईमध्ये नोकरीत रमलेल्या अप्पांना नोकरी सोडून उज्जैनीला जायला सांगण्यात आलं. तिथं औषधाचा एक छोटा कारखाना काढण्यात आला. शिवाय ते प्राध्यापकाची नोकरीही करू लागले.

मुंबईमधील रुळलेली नोकरी सोडून उज्जैनीला जायला अप्पा तेवढेसे तयार नव्हते; पण त्यांची सासुरवाडी तिथून जवळच असल्यामुळे घरातला असंतोष लवकरच निवळला. हळूहळू अप्पाही तिथं रुळले.

तरीही पुढं संदर्भ येईल तेव्हा 'मी नोकरीत असतो तर एव्हाना अमूक झालो असतो' हे त्यांच्या बोलण्यातून व्यक्त होत राहिलं.

देशाला स्वातंत्र्य मिळालं त्या सुमारास उज्जैनीचं घरही बांधून तयार झालं.

इथं माझी मुलं मोठी होत होती.

चौघांमध्येही दोन-दोन वर्षांचं अंतर. प्रभाकर शाळेला जायच्या वयाचा झाला. गावात शाळा होती; पण तिथलं वातावरण मुलांच्या मनात शिक्षणाविषयी आवड निर्माण करणारं नव्हतं. त्यामुळे मी मुलांना घरातच शिकवायला सुरुवात केली. इंग्लिश वगळता बाकी सगळे विषय मी त्यांना शिकवू लागले.

उज्जैनीचं घर झालं तेव्हा प्रभाकर सात वर्षांचा होता. त्याला आधी पाठवलं. पाठोपाठ चतुरा आणि शोभालाही पाठवलं. मुलांवर लक्ष द्यायला काका-काकू होते आणि नव्यानं बांधलेल्या घराचं भाडं येत असल्यामुळे आर्थिकही प्रश्न नव्हता.

अशाच एका सुट्टीत प्रभाकर घरी आला तेव्हा त्याची मुंज करायचं मामांनी ठरवलं. मुंज घरच्यांपुरतीच करायची अशी त्यांची इच्छा होती. घरात मुंज असल्याचं घराबाहेर कुणालाही कळू द्यायचं नाही असं ठरलं. सुट्टीसाठी घरी होती तेवढीच माणसं मुंजीला होती. मुंजीचा स्वयंपाक मीच केला. धार्मिक विधी मात्र सगळे केले.

■

देशाला स्वातंत्र्य मिळालं.

स्वतंत्र भारतातील वातावरण बदललं होतं. अनेक मूलभूत बदल घडले. तसाच बदल शेतीविषयक कायद्यातही झाला. सतत शेतीच्याच कामात गढून गेलेल्या यांना आणि मामांना त्यांची चाहूल आधीच लागली होती. आता तर त्या बदलत्या वातावरणाचा पदोपदी प्रत्ययही येऊ लागला. गांधींची हत्या झाली. साऱ्या देशाचं वातावरण प्रक्षुब्ध झालं. महाराष्ट्रात अनेक ठिकाणी जाळपोळ झाली. आमच्या भागात मात्र या घटनेचे तीव्र प्रतिसाद उमटले नाहीत; पण बदलेल्या कायद्यामुळे मात्र वातावरण बदलण्याचा अनुभव अधिक तीव्रपणे येऊ लागला.

ब्रिटिशांच्या काळात जमिनींचे कायदे वेगळे होते. कुळांना फक्त एकाच वर्षासाठी मक्तेचिट्ठी दिली जात असे. जमीनमालक कुळाला फक्त एका वर्षासाठी विशिष्ट खंड देण्याच्या बोलीवर जमीन कसायला देत असे. काही कारणांमुळे कूळ खंड देऊ शकला नाही तर पुढच्या वर्षी जमीनमालक त्याच्याकडून जमीन काढून घेऊन आणखी एखाद्या कुळाला देऊ शकत असे. हे सारं कायद्यानुसारच होत असल्यामुळे कूळ हतबल होऊन पुढील संपूर्ण वर्षभर बेकार होत असे.

स्वातंत्र्य मिळाल्यानंतर कुळांच्या हिताचा विचार प्रामुख्यानं समोरा आला आणि त्यांच्या हिताचं रक्षण करणारा 'संरक्षित कूळकायदा' अस्तित्वात आला. या कायद्याद्वारे त्या वेळी जी कुळे होती, त्यांना कायम करण्यात आलं. एखाद्या वर्षी खंड भरायला न जमले तरी लगोलग बेकार व्हायची वेळ त्यांच्यावर येत नसे.

हा कायदा बनवताना सरकारनं जमीनमालकांच्या बाजूनंही काही बाबी ठेवल्या होत्या. सतत तीन वर्षे कुळानं खंड भरला नाही तर जमीनमालक कायदेशीरपणे आपल्या जमिनीचा ताबा घेऊ शकत होता.

त्यातही 'संरक्षित कूळकायदा' सरसकट सगळ्या जमिनींवर लागू पडत नव्हता. केवळ भात-शेतीवरच या कायद्याचा अंमल चालत असे. शिवाय 'खोत-निसबत' प्रकरणही असे. एखादा कूळ निपुत्रिक मरण पावला, तर ती जमीन मूळ जमीनमालकाची होत असे. मग जमीनमालक ती दुसऱ्या कुळाकडे देऊ शकत असे.

ब्रिटिशांच्या काळात खाडीलगतच्या खाजणाच्या जमिनी सरकारच्या मालकीच्या असत. खाजणाची जमीन म्हणजे भरतीच्या वेळी खाडीतून समुद्राचं पाणी जिथंपर्यंत पसरतं, ती जमीन. ही जमीन पिकं घेण्याच्या दृष्टीने निरुपयोगी असली तरी तिथं वाढणारा लव्हा शेतासाठी उपयोगाला यायचा.

काही वेळा सरकारचं दुर्लक्ष झालं की कुणीतरी या खाजणाच्या जमिनींवर कब्जा करायचं. आमच्या घराण्यातही कुणीतरी अशाच प्रकारे कब्जा केला होता. त्या वेळी नावेतून फेरफटका मारणारे ब्रिटिश अधिकारी यावर लक्ष ठेवत. एका अधिकाऱ्याच्या ही गोष्ट लक्षात आली. त्यानं केतकरांच्या त्या वेळच्या वारसाला बोलावून घेतलं, विशिष्ट दंड भरायला लावला आणि जमीन केतकरांना नावे करून दिली. या खाजणाच्या जमिनींच्या व्यवहाराच्या बाबतीतही वेगळे कायदे असतात.

अनेकदा वरील अनेक बाबी एकमेकांत मिसळून खटल्यांचं स्वरूप अधिकच क्लिष्ट होत जातं.

यांनी आणि मामांनी कायद्याचा कसून अभ्यास केला आणि कुळांना सांगू लागले, 'खंड भरण्यातच तुमचा फायदा आहे. काही कारणांमुळे तुम्हाला खंड भरायला जमणार नसेल तर आपण काहीतरी तडजोडीचा मार्ग काढू. मी जमिनींचा

मालक असलो तरी मी त्या घड्या घालून पेटीत भरून ठेवू शकणार नाही. तुम्हीच यावर राबणार आहात आणि अन्न पिकवणार आहात; पण खंड चुकवायचा प्रयत्न केलात तर मात्र नुकसान तुमचंच आहे.'

पण वातावरण एवढं सरळ आणि सोपं राहिलं नव्हतं.

हे स्वतःच खटले चालवून जिंकत होते. उलट, कुळांना चुकीच्या दृष्टिकोनातून बिथरवलं जात होतं. 'संरक्षित कूळकायदा' म्हणजे काय हे त्यांना नीट समजावून सांगण्याऐवजी 'आता तुम्हीच कायदेशीर जमीनमालक झालात!' असं सांगून त्यांना चिथवलं जात होतं. खटल्यांचे निकाल केतकरांच्या बाजूनं लागले की 'हे बाप-लेक तुमच्या जमिनी हिरावून घेऊन तुम्हाला देशोधडीला लावताहेत!' असं सांगून घाबरवलं जात होतं. नेमकं काय घडतंय ते न कळालेली अडाणी कुळं चिथावणीला बळी पडत होती. त्यातच त्यांना कुणीतरी सांगे, ''अरे, तुम्हीच जमीनमालक आहात! तुम्ही कसला खंड भरता?''

या चिथवणीचा परिणाम होऊन एकदा तर कुळांनी खंड भरण्यासाठी कांडपाच्या अंगणात आणलेली साळीची पोती परत नेली.

अशा परिस्थितीत शेती हाच एकमेव व्यवसाय असणाऱ्या मामांना आणि यांना गप्प बसणं परवडण्यासारखंच नव्हतं. त्यामुळे चिपळूणच्या कोर्टात एकाच वेळी अनेक खटले सुरू असत.

प्रभाकर, शोभा आणि चतुरा उज्जैनला अप्पांच्या घरी शिकायला होती. मीही काही निमित्तानं उज्जैनला गेले. सुट्टी लागली म्हणून मुलांना घेऊन करंबवण्याला आले.

प्रवासात मुली मोकळेपणानं बोलत होत्या. त्यातून लक्षात आलं की माझी मुलं आपल्या घरी राहिल्यामुळे मुलांच्या काकाकाकूला त्रास होतोय. मी आल्या-आल्या माझी भावना यांच्या कानावर घातली. यांनी आणि मामांनी विचार करून पुढील वर्षी मुलांना ग्वाल्हेरला मुलांच्या आत्यांकडे ठेवायचं ठरवलं. माझा जीव त्यातल्या त्यात शांत झाला.

'त्यातल्या त्यात' म्हटलं, त्यामागे कारण आहे. एकीकडे कोर्टांचे निकाल आमच्या बाजूनं येत असले तरी दुखावलेल्या माणसांची संख्या वाढत होती. कधी कधी यातून जिवघेणे प्रसंगही समोरे आले. त्यापैकी दुर्गा धाडवीचा प्रसंग अधिकच गंभीर होता. हे आणि पोरगेला जयराम दोघेजण येत असताना बिथरलेल्या दुर्गा धाडवीनं आणि तिच्या नवऱ्यानं शिव्या घालत यांच्यावर हल्ला केला. यांच्या गळ्यातलं उपरणं खेचून त्याचा फास गळ्याला बसेल असा पीळ घालू लागले. ती तर कोयता घेऊन धावून आली. जयरामनं आरडाओरडा करून माणसं गोळा करताच ते दोघं निघून गेले आणि तो प्रसंग निभावला.

एक दिवस मामा आणि हे आपसात बोलत होते. मामा यांना जपून राहायला सांगत होते. कारण काही माणसांनी यांना बजावलं होतं, ''अण्णा, तुम्ही दारूच्या कोठारावर बसला आहात!''

हे मामांना म्हणत होते, ''आपण काही कायदा हातात घेत नाही आहोत. रीतसर कायद्याची लढाई लढत आहोत. मग का घाबरून माघार घ्यायची?''

त्रेपन्न सालातला जून महिना.

उन्हाळा संपून मुलं गावी गेली. हवा ढगाळ होत चालली होती. धड पाऊसही पडत नसल्यामुळे मळभ दाटून हवा कुंद झाली होती. अशा निरुत्साही वातावरणात एक विचित्र घटना घडली.

गावात तापूताई नावाच्या सोवळ्या बाई होत्या. केतकरांच्याच भाऊबंधांपैकी. एका करकरीत संध्याकाळी त्या धावत घरात शिरल्या. तोंडानं जप चालला होता, ''वासू कुठं आहे? अण्णा कुठं आहे?

ते दोघंही कसलेसे कागदपत्र बघत बसले होते.

मी त्यांना आवरायचा प्रयत्न करत असताना त्या तशाच आत येऊन त्या दोघांपाशी गेल्या. त्या दोघांना पाहिल्यावर त्या थोड्या शांत झाल्या.

मग तशाच मला आणि आईना हाताला धरून ओढत त्या माजघरातल्या देव्हाऱ्यापाशी येऊन म्हणाल्या, ''आधी दोघी कुंकू लावून घ्या बघू?''

त्यांची समजूत काढण्यासाठी मी देवापुढचा करंडा घेतला, आईना कुंकू लावलं आणि स्वतःही लावून घेतलं. त्यांना 'काय झाले?' म्हणून विचारलं तरी काही न बोलता त्या निघून गेल्या.

पुढं कितीतरी महिन्यांनी मी त्यांचा कल पाहून विषय काढला आणि विचारलं, ''तापूताई, त्या दिवशी तुम्ही अशा का वागलात?''

त्यांनी सांगितलेली हकीकत अशी -

शिमग्याच्या दिवशी गावात मानपानावरून काही तरी वाद सुरू झाला होता. मामांनी तो चिघळून सणाचं पावित्र्य भ्रष्ट होऊ नये म्हणून मध्यस्थी केली आणि वाद तिथेच मिटवला; पण त्या प्रकारात काही माणसं दुखावली होती. त्या माणसांचं आपसात चाललेलं बोलणं तापूताई ऐकत होत्या. त्यातलं 'रक्ताचे पाट वाहातील!' हे वाक्य ऐकून त्या घाबऱ्या झाल्या होत्या आणि भ्रमिष्टासारख्या आमच्या घरी धावत आल्या होत्या.

एक दिवस आमच्या घरी नोकरी करणारा बाबजी महार सांगत आला, ''लोक फार बिथरलेत! अण्णा जिवंत आहेत तोपर्यंत आपला त्रास चुकणार नाही म्हणाताहेत!''

एकंदरीत गावातलं वातावरण बिघडत चालल्याची कल्पना असली तरी या दोघांना वाटत राहिलं, कायद्याची कास सोडली नाही आणि कोठारावर आगीची

ठिगणी पडणार नाही याविषयी सावध राहिलं तर भ्यायचं कारण नाही.

जुलै महिन्याची बावीस तारीख. आषाढी एकादशीचा दिवस.

सकाळची वेळ होती. नेहमीप्रमाणे कोर्टाच्या कामासाठी हे चिपळूणला जायला निघाले होते.

सकाळच्या खाण्यासाठी पोह्यांचा साधा चिवडा केला होता. तो खाताना हे म्हणाले, ''हे काय? साधाच चिवडा? तळलेल्या पोह्यांचा चिवडा कर.''

जवळपास आई आणि ठकूताई नसल्यामुळे मी म्हटलं, ''करीन की! तुम्ही आईना सांगून जा.''

''मी कशाला सांगायला पाहिजे? तुला करता येतो ना? आणि मला आवडतो. तूच आईला सांग आणि करून ठेव.''

निघताना बायकोला सांगून जायची त्या वेळी पद्धत नव्हती. त्याप्रमाणे त्यांनी आईना 'निघतो-' म्हणून सांगितलं. मीही नेहमीप्रमाणे काहीतरी कामात होते. काम करता-करता बाहेरच्या अंगणात नजर टाकली. हे पाठमोरे मामांशी काहीतरी कामाचं बोलत होते. मामा त्यांना सांगत होते, ''तू सव्वीस तारखेला चिपळूणहून निघ. मीही तेव्हाच गोवळ्यांस येईन. दोघं मिळून एकत्रच परतू.''

हे त्यांना एकीकडे ''हो - चालेल, तसंच करू. तुम्ही तो कागद घेऊन होडीनं गोवळ्यांस या. त्याच होडीनं आपण करंबवण्याला येऊ -'' वगैरे सांगत होते.

त्याच वेळी छोटी चार-पाच वर्षांची शका त्यांच्या पायाशी भुणभुण करत होती, ''किनई अण्णा, मला पण मेणकापडाची छत्री पाहिजे! तुमी सगळ्यांना करून देता. मला का नाही?''

साध्या कापडाची छत्री कोकणातल्या पावसापुढे तग धरू शकत नाही. तिच्यावर गरम मेणाचा थर लावला की पाणी आत झिरपत नाही. हे अनेकांच्या छत्र्यांना हौसेनं मेण लावून देत. शकाची छत्रीच राहिल्यामुळे तिची तक्रार चालली होती.

तिलाही त्यांनी 'बरं! आल्यावर आधी तुझ्या छत्रीला मेण लावून देतो हं!' म्हणत तिची पायाची मिठी सोडवून घेतली आणि समोरच्या डोंगराच्या दिशेनं चालू लागले.

नेहमीप्रमाणे त्यांची पाठमोरी आकृती दिसेनाशी होईपर्यंत माझी तिकडे नजर खिळली होती. समोरच्या वळणावर वळून ते झाडीत दिसेनासे झाले आणि मी माझ्या हातातल्या कामाकडे वळले.

मधले दोन दिवस नेहमीप्रमाणे गेले. ठरल्याप्रमाणे सव्वीस तारखेला कोर्टासाठी लागणारे कागदपत्र घेऊन मामा गोवळकोटला गेले. कोर्टाची तारीख सत्तावीस होती. ती उरकून हे दोघं आणि बाबा मराठे अठ्ठावीस तारखेला घरी येणार होते.

दुसरे दिवशी मी आईना सांगून तळलेल्या पोह्यांचा चिवडा करून ठेवला.

अठ्ठावीस तारखेला भल्या पहाटेच दार वाजलं. मनात आलं, या वेळी कोण असेल? दार उघडलं तेव्हा दारात मामा आणि बाबा मराठे उभे होते. मामांकडे लक्ष गेलं. ते अतिशय थकलेले दिसत होते. त्यांनी विचारलं, ''आला अण्णा?''

त्या वेळेचा मामांचा तो चेहरा आणि तो प्रश्न!

त्या क्षणी मनात आलं, यांना निश्चितच काही तरी दगाफटका झालेला असणार! ते स्वत:च्या पायानं चालत येण्याच्या अवस्थेत नाहीत, म्हणूनच ते आलेले नाहीत. जो माणूस कामाव्यतिरिक्त काही तासही घराबाहेर राहायला तयार नसायचा, तो अजूनही घरी आला नाही, त्या अर्थी त्यांना कुठं तरी डांबून ठेवलं असेल.

किंवा कदाचित त्याहूनही काही तरी वाईट घडलं असेल!

मामांनी हे बेपत्ता झाल्याची पोलिसांकडे तक्रार केली आणि स्वत:ही माणसं धाडून नातेवाईक आणि पंचक्रोशीतल्या ओळखीच्या घरांमध्ये चौकशी सुरू केली. उज्जैनीला तार करून अप्पांना बोलावून घेतलं. इतर बहिणींनाही निरोप पाठवले. मद्रासला राहाणाऱ्या मथूताईंनाही तार करून बोलावून घेतलं.

पोलिसांकडे तक्रार नोंदवताच ही बातमी सर्व वृत्तपत्रांमध्ये प्रसिद्ध झाली आणि दूरवरच्या नातेवाईकांना आणि स्नेह्यांना समजली. बातमी पसरताच त्यांची रीघ करंबवण्याच्या दिशेनं सुरू झाली. एव्हाना गप्प असलेला कोकणातला पाऊस आकाश फाटल्यासारखा कोसळत होता. परगावाहून येणारी माणसं एस. टी.नं चिपळूणपर्यंत येत होती. तिथून पावसात, करंबवण्याची वाट विचारत घरापर्यंत येऊन पोहोचत होती. जवळपासच्या गावांमधी माणसंही चौकशीसाठी येऊ लागली.

तपासाची जबाबदारी हेडकॉन्स्टेबल श्री. घाग यांच्यावर होती. आपल्या पोलिसांसह ते यांचा शोध घेण्यासाठी जंग जंग पछाडत होते. त्या कामाच्या संदर्भात पोलिसांचीही वर्दळ होती.

सतत कोसळणारा पाऊस, अंधारलेलं ढगाळ वातावरण, लांबलांबून आवर्जून भेटायला येणारी माणसं. घरात-अंगणात सगळीकडे याच विषयांवर बोलणारी माणसं. मधून-मधून चौकशीसाठी येणारे खाकी वेषातले पोलीस. पोलीस आले की काही तरी माहिती कळेल म्हणून त्यांच्याकडे वळणारी माणसं. मृत्यूचा वास असलेलं ते अनिश्चिततेनं भरलेलं वातावरण!

एवढ्या लांबून पावसात-चिखलात चालत येणाऱ्या माणसाचं जेवणखाण पाहाण्याची जबाबदारी आम्हा घरातल्या बायकांचीच होती. त्यामुळे आमची त्याही मन:स्थितीत स्वयंपाकघरातील कामं सुरूच होती. नव्हे, त्यात अतोनात वाढ झाली होती. मामांनी हे लक्षात घेऊन एक मात्र केलं. शिधा देऊन पोलिसांना वेगळ

स्वयंपाक शिजवून घेण्याची व्यवस्था केली. त्यामुळे तेवढ्या माणसांचं काम वाचलं एवढंच; पण बाकी माणसंही बरीच यायची.

मन काळोखानं व्यापलं असलं आणि हात कामात गुंतले असले तरी माझे कान मात्र बाहेरच्या बोलण्याकडे टवकारलेले असत. कुठल्या क्षणी काय कानावर येईल, या विचारानं मन सतत धास्तावलं असलं तरी बाहेर कुणी नवा माणूस काही सांगू लागला की हातातलं काम जिथल्या तिथं टाकून मी दाराकडे धाव घेई.

माझं हे वागणं आई आणि त्यांच्या मुलींना आक्षेपार्ह वाटे. मला ऐकू येईल अशा आवाजात त्या एकमेकींना म्हणत, "हिला कसं ऐकवतं बाई! काहीच कसं वाटत नाही हिला!''

हे ऐकताच मला आश्चर्य वाटलं. या असं का म्हणताहेत? माझा तो देव आहे! माझ्या चार मुलांचे ते वडील आहेत! ते कुठं आहेत, कशा अवस्थेत आहेत, हे मला समजायला नको?

मालाडला मामांनी कळवलं नसलं तरी वृत्तपत्रातून त्यांनाही ती बातमी समजली. माझे दोन्ही भाऊ लहान होते. त्यामुळे मेहुणे विनुकाका आणि थोरले भाऊ यायला निघाले.

सारं ऐकून आईचा जीव धसकला होता. आपल्याप्रमाणेच आपल्या इंदीच्या आयुष्याचं होईल की काय या विचारानं ती सैरभैर झाली. आपल्या परीनं तिनं कुणाला तरी विचारलं, तेव्हा तिला सांगण्यात आलं, घरापासून बऱ्याच अंतरावर असलेल्या शंकराच्या देवळात दररोज दिवा नेऊन ठेवायचा. तो तेलाचा दिवा घरात पेटवायचा आणि ज्योतीला वारा लागू नये म्हणून पदराचा आडोसा करून घेऊन जायचा. अमूक दिवस अशा प्रकारे दिवा ठेवला तर बातमी समजेल. त्याप्रमाणे ती दररोज वाऱ्या-पावसात ज्योत सांभाळत दिवा ठेवत राहिली.

सगळीकडे तपास सुरू होता तरी काहीच कळत नव्हतं. मला आठवलं, गिरगावात सेंट्रल सिनेमाच्या मागे ऋषी नावाचे एक गृहस्थ राहायचे. ते प्लॅंचेटवर आत्म्याला बोलावून संवाद करायचे. ते कदाचित तपासाच्या संदर्भात मार्गदर्शन करतील, या आशेनं मी एका नातेवाईकांवर ही जबाबदारी टाकली.

त्यांनी बातमी आणली ती मात्र विचित्र होती. प्लॅंचेटवर स्वत: माधवराव आले होते. त्यांनी सांगितलंय - 'जे सांगायचं ते मी स्वत: तिला सांगेन!''

हे ऐकून मात्र मी गोंधळून गेले. याचा अर्थ काय?

अखेर 'प्लॅंचेटमध्ये काही अर्थ नसतो.' असं म्हणत मी ते मनातून झटकून टाकलं.

हे बेपत्ता असल्याची बातमी पसरून आठ-दहा दिवस झाले होते. नातेवाईक आणि परगावच्या लोकांची रीघ थांबत नव्हती; पण गावातली माणसं मात्र घराकडे फिरकली नव्हती. सगळी माणसं लांबूनच फिरून अंदाज घेत होती.

अशात एक दिवस लाड्या पवार घरी आला. सांगावं की सांगू नये असं मागं-पुढं बघत त्यानं सांगितलं, ''खोतानुं, नदीत कुणी तरी जीव दिलाय म्हणं!''

हे कानावर येताच माझे हात-पाय थंड पडले.

त्याही परिस्थितीत मामा धीरानं विचारत होते, ''कोण रे? तू पाहिलंस का कोण आहे ते? आपल्या ओळखीपैकी कुणी नाही ना?''

यावर मात्र तो 'कोण जाणे! मी काय पायलं नाय-' म्हणत निघून गेला.

तार मिळाल्यावर उज्जैनीहून अप्पाही तातडीनं निघून आले. तपास सुरू होता. माणसं येत-जात होती. पोलिसांची जा-ये चालली होती. कशाचंच काही समजत नव्हतं. तपासाला काही दिशाही मिळत नव्हती.

एक दिवस अप्पा मामांपुढे उभे राहून म्हणाले, ''मामा, माझी रजा संपत आली. जाऊ मी?''

क्षणभर सगळ्यांना वाटलं, मामांच्या भावनांचा क्षोभ होणार!

पण मामांनी स्वत:ला आवरलं आणि म्हणाले, ''ते मी तरी कसं सांगू? एक गोष्ट लक्षात ठेव! सिंह जेव्हा रानात राहातो तेव्हा तो इतरांच्या सोबतीची अपेक्षा करत नाही!''

अप्पांना काय वाटलं आणि त्यांनी उज्जैनीला काय कळवलं कोण जाणे; पण त्यानंतर ते तिथंच राहिले. येताना घाईत ते पायजमे आणायला विसरले होते. यांच्या कपाटातील गाठोड्यामधून पायजम्याचं कापड काढून घेऊन त्यांनी त्याही गोंधळात स्वत:साठी दोन पायजमे बेतून शिवले.

हे सारं चाललं होतं तेव्हा प्रभाकर, चतुरा आणि शोभा ग्वाल्हेरला होते; पण पाच वर्षांची शका हे सगळं जवळून पाहात होती. तिच्या वयानुसार तिच्या मनात प्रतिक्रिया उमटत होत्या. तिच्या प्रश्नांना तोंड देताना मात्र माझी त्रेधा उडत होती. तिथं माझी खरी कसोटी लागत होती.

घरातल्या विचित्र वातावरणामुळे ती माझी पाठ अजिबात सोडायला तयार नव्हती. तिच्याही कानांवर अनेक गोष्टी येत होत्या. त्यामुळे ती मधून आत माझ्यापाशी येऊन विचारायची, — ''अण्णा कुठे आहेत? अजून का येत नाहीत ते?'' मध्येच एकदा विचार करून ती मला विचारत होती, ''वैनी, अण्णा कधीच येणार नाहीत का ग?''

काय उत्तर देणार यावर?

एकदा मी घराबाहेरच्या संडासाला गेले असता तीही माझ्यापाठोपाठ येऊन दारात उभी राहिली. नंतर मला फसवण्यासाठी ती 'अण्णा आले!' म्हणून ओरडू लागली. मी बाहेर येताच 'कशी केली गंमत!' म्हणून टाळ्या पिटू लागली.

अशीच एकदा सांगू लागली, ''मला ठाऊक आहे, अण्णा का येत नाही आहेत ते!''

''का गं?'' मी विचारलं.

''मला मेणकापडाची छत्री करून घ्यावी लागेल ना? म्हणून!''

यावर काय बोलणार?

ह्यांना बेपत्ता होऊन तो तेरावा दिवस होता. तपासण्या सुरूच होत्या. त्यातलं माझ्यापर्यंत फारच कमी येत होतं. स्वत: मामाच न थकता सगळ्या चौकशांना तोंड देत होते.

सगळ्या घराची रयाच गेली होती. या विषयावर बोलून बोलून सगळेच दमून गेले होते.

दुपारची पुरुषांची जेवणं झाली होती. ते बाहेर बसले होते. स्वयंपाकघरात बायकांची जेवणं चालली होती. कुणाला जेवण सुचणार म्हणा! नुसतं अन्न चिवडणं चाललं होतं.

तोच बाहेर पावलं वाजली. बुटांचे आवाज, म्हणजे पोलीस. मामांशी कुणीतरी बोलत असल्याचं कानावर आलं. कोण आलं असेल? काय बातमी आणली असेल? छातीची धडधड माझी मलाच ऐकू येत होती. कान टवकारले होते.

तोच शका धावत-धावत आत आली आणि माझ्या पाठीवरून गळ्यात पडत म्हणाली, ''वहिनी-वहिनी! अण्णांचे कपडे आणलेत!''

त्यानंतर उसळलेला तो आकांत —

एका गोष्टीचं मला आजही आश्चर्य वाटतं.

हे घरी आले नाहीत ही गोष्ट समजताच माझ्या मनात एकदम येऊन गेलं - हे हयात नाहीत — त्यांना काही तरी दगाफटका झाला आहे.

नंतर कितीतरी दिवस मला माझ्याच मनाची घृणा यायची. माणूस घरी न येण्याच्या किती तरी शक्यता असताना माझ्या मनात नेमकं अभद्रच का आलं असेल?

कदाचित या घटनेआधी सहा महिने दुर्गी धाडवी आणि तिचा नवरा यांच्या अंगावर जीव घेण्याच्या दृष्टीनं धावून आले होते, तेव्हाच ही अनामिक भीती माझ्या मनात खोलवर रुजली असेल काय? एकीकडे खटले सुरू असतानाही त्याच्या घरच्या माणसांशी चांगली वागायची पद्धत या दोघांनी नेहमीप्रमाणेच ठेवली होती.

त्यांच्या अडीनडीला आर्थिक मदत तर करतच, शिवाय घरात कुणी आजारी असेल तर आजारी माणसाला चवीत बदल म्हणून घरातलं ताजं जेवण घ्यायला लावत. त्यामुळे कडवट प्रसंग मागं हटत असले तरी माझ्या मनात खोलवर भय ठुसठुसतच होतं की काय? कोण जाणे!

त्या वेळी हृदयात उसळलेल्या आकांतानं असं शब्दरूप घेतलं होतं -

सत्याचा वाली तू अससी ना खरा
हाकेला ओ नच दे का दयाघना ॥
आषाढी त्रयोदशी चांदणे असे
ह्या दिवशी नीचांनी घेरले कसे
'शिवा रे मारू नको' करूण स्वर तुझा
ऐकाया नच आला का दयाघना ॥१॥
करंबवणे केतकीच्या सीमेवरती
केळवण पऱ्ह्यानजिक आर्त हांक ती
पशु-पक्षी मनुजांना ऐकू आली ना? ॥२॥
खोट्याने वागू नका सत्य ते वदा
सत्याने तुम्ही वागा तत्त्व ते धरा
भ्याड, नीच मूर्खांना हे पटेचना ॥३॥
सत्यवचनी धर्मराज क्लेश पावला
कलियुगांत सत्याचा जीव घेतला
हाच काय न्याय तुझा रे दयाघना ॥४॥
हाकेला ओ नच दे का दयाघना-

नंतर जाणती झाल्यावर शका एक दिवस म्हणत होती, ''वहिनी, खरं सांगते! त्या वेळी मला खरोखरच वाटलं, आता कपडे आले म्हणजे नंतर अण्णाही येतील!''

■

मृतदेह समोर नसला तरी आता हे हयात नाहीत, याविषयी शंका राहिली नव्हती.

हळूहळू निसटते धागेदोरे हाती येऊ लागले आणि नेमकं काय घडलं असेल, याचं चित्र पूर्ण होऊ लागलं.

हे बावीस तारखेला ज्या खटल्यांच्या कामासाठी चिपळूणला जायला निघाले होते, त्या एकाच खटल्यात बावीस कुळांची नावे गोवली गेली होती. कुळांनी ठरवलेला वाजवी खंड न भरल्यामुळे त्यांच्यावर मामांनी दावे केले होते. कुळांनी खंड न भरल्यामुळे खोतांना त्या जमिनींचा साहजिकच ताबा मिळणार होता.

या अशिक्षित लोकांच्या दृष्टीनं साहेबांपुढे उभं राहाणं ही अत्यंत घाबरून टाकणारी गोष्ट होती. वकील मंडळीही स्वत:च्या फायद्यासाठी या कुळांना कायदे- विषयक ज्ञानाच्या बाबतीत अंधारात ठेवत. जेव्हा पोटाला चिमटा देऊन खेळलेल्या खटल्यांमध्ये निकाल केतकरांच्या बाजूनं लागे, तेव्हा कुळं निराश होतं. त्यांच्या या भावनेचा फायदा गावातले रिकामटेकडे लोक घेत आणि चिथवण्या देत. राजकारणी लोकही स्वत:च्या किरकोळ स्वार्थासाठी 'तुम्हीच जमिनीचे मालक आहात' असं सांगून त्यांची भलावण करत.

हे आणि मामा त्यांना कायदा समजावून सांगायचा प्रयत्न करत आणि 'खंड भरण्यात तुमचं हित आहे. जमणार नसेल तर तसं सांगा, आपण तडजोड करू' असं जीव तोडून सांगत होते. ते त्यांना सोयीचं नसल्यामुळे पटत नव्हतं. त्यामुळे जेव्हा केतकर स्वत:च्याच जमिनींवर कब्जा मिळवत होते, तेव्हा त्यांना मात्र वाटत होतं, हे आमच्या जमिनी हिसकावून घेत आहेत.

खरोखरच त्याआधी दोन खटल्यांमध्ये जमिनींवर कायद्याने कब्जा घेतला होता; पण कुळांनी खंड भरल्यावर पुन्हा ताबा परत दिला होता.

बावीस जुलैला हे चिपळूणला गेले. तिथं गेल्यावर त्यांना समजलं सत्तावीस तारखेपर्यंत कोर्टाची काहीच कामं होणार नाहीत. कुळांना उगाच फेरा पडू नये म्हणून त्यांनी भेटलेल्या एका गावच्या माणसाबरोबर करंबवण्याला तसा निरोपही पाठवला.

इतर किरकोळ कामं उरकून ते चोवीस तारखेला परत करंबवण्याला यायला निघाले. गोवळकोटला त्यांना बाबा गोंधळी भेटले. कालुस्त्याच्या पऱ्ह्यापर्यंत दोघं मिळून आले. तिथून खाडीच्या काठानं बाबा गोंधळी केतकीला गेले आणि भिल्यावरून येणाऱ्या वाटेनं अंतर कमी पडतं म्हणून हे त्या वाटेनं यायला निघाले. भिल्यात केतकरांपैकी एक घर आहे. त्या घरी कॉफी पिऊन संध्याकाळी त्यांनी घरची वाट धरली.

केतकीहून येताना केतकी आणि करंबवण्याच्या सीमेवर केळवणच्या पऱ्ह्या वाहातो. तिथं उतरणीवर त्यांना धोंडू न्हावी भेटला. तिथून पुढं आल्यावर पऱ्ह्यालगत त्यांच्यावर हल्ला करण्यात आला.

कुळांना त्याच काळात विघ्नसंतोषी लोकांनी चिथवलं होतं, ''अरे, तो अण्णा असेपर्यंत तुमच्या जमिनी अशाच लुटत राहाणार! तुम्ही बसा असेच नामर्दासारखे मुळमुळु रडत!''

या चिथावणीनं बिथरलेली काही कुळं या वाटेवर त्यांची वाटच पाहात असावीत. ''शिवा, मला मारू नकोस रे!'' अशी आर्त हाक आणि पाठोपाठ किंकाळ्या ऐकलेली माणसं पुढं खटल्याच्या वेळी पुढं आली.

ठार मारल्यावर त्यांनी मृतदेह पऱ्ह्याच्या खालच्या बाजूला झाडीत लपवून ठेवला. रात्र पडल्यावर एका कळकाला तो बांधून खाडीकडे नेला. नंतर मृतदेहाला दगड बांधून खाडीत लोटून दिले. कागदपत्रांची पिशवी, छत्री आणि पिशवीतली कागदपत्रं जाळून होळी करण्यात आली. अंगठी, रोख पैसे आणि सोन्याची साखळी असलेलं चंपूताईंनी मोठ्या प्रेमानं दिलेलं घड्याळ काढून घेतलं. रक्त सांडलेली जागाही खणून माती सारखी करून साफ करण्यात आली.

इकडे मृतदेहाला बांधलेला दगड सुटून देह फुगून वर आला आणि प्रवाहाबरोबर वाहू लागला. ही घटना सत्तावीस-अठ्ठावीस तारखेला घडली असावी. तसाच वाहात-वाहात तो दाभोळपर्यंत गेला. तिथून ओहोटीच्या वेळी तो अरबी समुद्रात गेला आणि पुढच्या भरतीच्या वेळी कोळथरला काठावर फेकला गेला. अशा प्रकारे अनेक विटंबना झालेला देह ताब्यात घेऊन तिथल्या पोलिसांनी रीतसर पंचनामा करून तो वाळूत पुरून टाकला.

म्हणजे दर भरती-ओहोटीला वासिष्ठी नदीच्या प्रवाहातून जाणारा-येणारा मृतदेह आमच्या गावच्या आणि परिसरातल्या माणसांनी पाहिला असावा. म्हणूनच कुणी घरी येत नसावं. कदाचित त्या दिवशी लाड्या पवारही हेच सांगायला आला असावा; पण सांगायचं धैर्य न झाल्यामुळे तो निघून गेला असावा.

नंतर चिपळूणच्या पोलिसांना ही बातमी समजली. त्यांनी उकरून मृतदेह बाहेर काढला; पण तो ओळखण्याच्या स्थितीत नव्हता; पण अंगावरची खाकी चड्डी आणि उभ्या रेघांच्या अंडरवेअरची ओळख पटली आणि बारा ऑगस्टला म्हणजे हे बेपत्ता झाले होते त्यानंतर वीस-एकवीस दिवसांनी त्यांच्या मृत्यूची बातमी आम्हाला समजली होती.

यांचा अपमृत्यु सगळ्याच घरच्या दृष्टीनं प्रचंड मोठा आघात होता. बहिणींचा लाडका भाऊ, वृद्ध आई-मामांचा तरणाताठा, कर्तबगार मुलगा, माझ्या मुलांचा जन्मदाता आणि माझं तर जीवनसर्वस्वच निघून गेलं होतं!

सगळेच अतिदुःखानं बधीर होऊन गेलो होतो.

अप्पांच्या नावे खुनाचा खटला दाखल करण्यात आला. चिपळूणचे पी. एस. आय. करंबवण्याला आले आणि खुनाची रीतसर चौकशी करण्यात आली. पोलीस इन्स्पेक्टर श्री. आर्. एन्. कदम यांनी चौकशी सुरू केली. त्यांनी तपासात कणभरही कसर सोडली नाही. तपास पुरा होत गेला. अखेर बाळू अप्पा संत्राक याच्या वाडीवर

खुनाचा कट शिजल्याचा आणि शिवा बाबाजी ऐरे, धाकटू आदवडे, गोविंद सन्नाक, रामा बाळू बांदरे, हणमंत सयाजी ऐरे, अण्णा जानू किजबिले, अमृता गणू शिगवण आणि विठ्ठल लक्ष्मण बांदरे अशा अकरा जणांविरुद्ध प्रत्यक्ष खुनाचा आरोप ठेवण्यात आला.

खटला उभा राहिला आणि परगावाहून आलेली मंडळी एक-एक करून आपापल्या गावी परतली. ती आपापल्या गावी पोहोचल्याची पत्रे आली आणि मामांचा जीव भांड्यात पडला.

खटला सुरू झाला. पोलिसांनी अनेक साक्षी-पुरावे उभे केले. खाकी चड्डी, अंडरवेअर, तोंडातला एक सोन्यानं भरलेला दात, काही अस्थी यांच्या तपासणीवरून कोळथर गावी सापडलेलं प्रेत यांचंच असल्याचं सिद्ध करण्यात आलं. घड्याळ आणि अंगठी घेऊन मुंबईला पळून गेलेल्या शिवा ऐरेला अटक करून जागीच पंचनामा केला होता आणि त्याच्याकडून यांचं घड्याळ जप्त केलं होतं. बुवा भोजणे या सोळा वर्षाच्या मुलानं ती घटना प्रत्यक्ष पाहिल्याची साक्ष दिली. त्यानं आणि धोंडू न्हाव्यानं 'शिवा, मला मारू नको रे' ही शेवटची आर्त हाक ऐकल्याचं सांगितलं. शिवाय बाबू कदमानं तर शिवानं आपल्याला 'मी अण्णा खोताला मारलं' म्हणून सांगितल्याचंही सांगितल. मालदोलीच्या चंद्री माळीणीनं केळवण्याच्या पऱ्ह्यापाशी ताजं रक्त पाहिल्याचं सांगितलं. शेवटी शिवानं दिलेल्या कबूली-जबाबात बाळू सन्नाकनं सगळ्यांना एकत्र करून 'पोरांनू, गावात शत्रू झालाय. तो तुम्हाला कसा बघवतो? एकसारख्या कोर्टात खेपा घालायला लावतोय. त्याचा काटा तुमच्याच्यानं निघत नाही काय?' असं चिथवल्याचंही सांगितलं.

हे संपूर्ण खुनाचं प्रकरण इतकं भयानक होतं, की आजही या परिसरातल्या लोकांना त्याची माहिती आहे. या खुनाच्या तपासणीच्या वेळी इन्स्पेक्टर कदमांच्या नोकरीची सुरुवात होती. त्यांनी 'दक्षता' या पोलिसांच्या मासिकात त्यांच्या निवृत्तीनंतर एक प्रभावी लेख लिहिला होता. संपूर्ण आयुष्य पोलीसखात्यात काढल्यानंतरही ही घटना त्यांना इतक्या तपशीलानं आठवली. त्या अर्थी ती त्यांच्या मनातही किती खोल रुजली असेल!

रत्नागिरीच्या सेशन कोर्टात केस चालू झाली. आरोपींनी चिपळूणचे श्री. खातू आणि श्री. थत्ते तसेच रत्नागिरीचे श्री. मुळे यांच्याकडे वकीलपत्रे दिली होती. शिवाय सरकारने श्री. मलुष्टे यांना आरोपीच्यावतीने काम पाहाण्यासाठी नेमलं होतं. स्टेटतर्फे असि. पो. प्रॉ. जोशी काम चालवत होते. आम्ही श्री. भिडे यांना वकीलपत्र दिलं होतं. शिवाय मामांचे स्नेही वकील चिपळूणप्रमाणे रत्नागिरीलाही हजर होते.

सुमारे दीड-दोन वर्षे हा खटला चालला. अखेरीस सर्व आरोपी निर्दोष सुटले!

हे कसं घडलं?

या बाबतीत मामांनी 'निवेदन' आणि 'उत्तर-निवेदन' नावाच्या दोन पुस्तिका छापून घेतल्या होत्या आणि 'निवेदन'चं स्वरूप पुस्तिकेपेक्षा सविस्तर पत्रकासारखं आहे. 'उत्तर-निवेदन' मात्र मोठं म्हणजे नव्वद पानी असून त्यात संपूर्ण खटल्याची तपशीलवार माहिती दिली आहे.

हा खटला मुख्यत्वेकरून बुवा भोजने, धोंडू न्हावी आणि चंद्री माळीण यांच्या साक्षीदार आधारला होता. हे साक्षीदार उलटतपासणीच्या वेळी गडबडले. त्यामुळे जज्जसाहेबांना त्यात काही त्रुटी दिसल्या. त्याहीपेक्षा महत्त्वाचा पुरावा म्हणजे ते हातातलं घड्याळ होतं. शिवानं ते मुंबईला आपल्या भावाकडे नेऊन दिलं होतं. पोलिसांनी ते तिथून शिताफीनं हस्तगत केलं होतं. शिवानं सुरुवातीला स्वतःचा गुन्हा कबूल केला होता; पण तोही नंतर फिरला. 'अण्णांनी ते घड्याळ दुरुस्तीसाठी माझ्याकडे दिलं होतं' असं नंतर सांगितलं.

हे कुणालाच पटण्यासारखं नव्हतं. उत्तर-निवेदनात लिहितात -''जो मुलगा आज एक कलिंगड काढले व दोन काकड्या काढल्या, यांचीही नोंद स्मरणवहीत करतो त्यानं घड्याळाविषयी काहीच लिहिले नाही, असे होणे शक्य नाही.'' शिवाय त्यांना अखेरीस भेटलेले हरीभाऊ केतकरही आपल्या जबानीत सांगत होते, ''कॉफी प्यायल्यावर माधवराव 'आता बसत नाही. वेळ नाही' असं घड्याळात बघत म्हणाले,'' पण तिकडेही दुर्लक्ष केले गेले.

रत्नागिरी जिल्ह्यात सेशन केसच्या वेळी असेसर्स नेमण्याची पद्धत होती. या खटल्याच्या वेळीही चार असेसर्स नेमले होते. त्यापैकी दोघांनी आरोपी एक म्हणजे शिवा ऐरे गुन्हेगार असल्याचं मत दिलं. एकाने अकरापैकी आठजण दोषी असल्याचं मत दिलं आणि एकानं मात्र सगळे निर्दोष असल्याचं मत दिलं.

अखेर जज्जसाहेबांनी आपला निकाल देऊन सगळ्यांनाच निर्दोष सोडलं.

यांचा मृत्यु झालाय याची खात्री पटल्यावर झालेला प्रचंड आघात आणि दुःख सहन करून मामांनी स्वतःला सावरलं. अलिकडे हाताशी कर्तबगार मुलगा असल्यामुळे त्यांनी शेती आणि खोतीच्या सगळ्या कामांमधून समाधानानं अंग काढून घ्यायला सुरुवात केली होती. या आघातामुळे ते पुन्हा सगळ्या कामांमध्ये लक्ष घालू लागले.

सर्वप्रथम त्यांनी मला बजावलं, ''कपाळावरचं कुंकू पुसायचं नाही! आमचा मुलगा गेलाय हे आम्हाला ठाऊक आहे; पण त्या डागण्या आम्हाला पदोपदी द्यायचं कारण नाही. अजून एक लक्षात ठेव! ज्यांना आपले अश्रू पाहून आनंद होईल त्यांच्यासमोर चुकूनही डोळ्यांत पाणी काढायचं नाही!''

मामा या बाबतीत इतके आग्रही असायला त्यांच्या बाळपणातला अनुभव कारणीभूत होता. वडिलांना अग्नी देऊन बावचळून गेलेले आठ-दहा वर्षांचे मामा विधी संपवून घरी आले आणि आईला शोधू लागले. आई कुठंच दिसेना. त्यामुळे हवालदिल झालेल्या या मुलाला एका अंधाऱ्या खोलीतून लाल आलवण नेसलेली सोवळी बाई हात करून जवळ बोलवू लागली. हा मुलगा तिकडे जाऊन पाहू लागला. ती आई होती! वडिलांच्या मृत्यूपाठोपाठ बसलेला हा धक्का एवढा मोठा होता की त्यातून बाहेर काढण्यासाठी त्यांचे मामा काही दिवसांसाठी देवासला घेऊन गेले. तरीही तो घाव कायम होता.

यांच्या मृत्यूनंतर विनूकाका आणि भाऊ लगेच भेटायला आले होते. दोघेही 'इंदूची अवस्था काय असेल कोण जाणे!' असा विचार करत घरात शिरले. मामांनी हाक मारली, ''इंदे, तुझे मेहुणे आणि भाऊ आलेत बघ! पाणी आण त्यांच्यासाठी!''
मी पाणी घेऊन आले. हे बघून विनूकाका हबकलेच.
पुढे बोलता-बोलता मामा त्यांना म्हणाले, ''तुम्हाला इंदीची काळजी वाटत असेल तर आधीच सांगून ठेवतो. चिपळूणच्या बँकेत मी तिच्या आणि मुलांच्या नावे वीस हज्जार रुपये ठेवणार आहे!''
विनूकाका मामांचं बोलणं ऐकून आणखी अस्वस्थ झाले; पण मामांच्या मनःस्थितीची त्यांनाही कल्पना होती. त्यामुळे त्यांनी लगेच विषय बदलला.

त्याच सुमाराची एक घटना मी आयुष्यभर विसरणं शक्य नाही.
हे आषाढात गेले. पाठोपाठ श्रावणातील जागरी पौर्णिमा आली. अधुन-मधून दुखवट्याला माणसं येत होती. कमाताईही त्यासाठीच आल्या होत्या.
जागरी पौर्णिमा म्हणजे घरच्या देवांना दर वर्षी वडे-घारग्यांचा नैवेद्य दाखवायचा दिवस. यंदा काय करायचं?
सकाळची पारोशी कामं आवरली. स्वयंपाक सुरू करण्याआधी आईच्या समोर उभी राहिले, ''आज जागरी पौर्णिमा. देवांना नैवेद्य?''
''का? किती वर्ष झाली या घरी येऊन? आजच्या दिवशी देवाला वडे-घारग्यांचा नैवेद्य असतो, हे ठाऊक नाही काय?
एवढंच नव्हे, त्या पुढे म्हणाल्या, '' हे बघ, अनायसा कमाही आलीय. घारगे थोडे जास्त कर हो!''
याच घटनेच्या आगे-मागे माझी बहीण भेटायला आली. पायी चालून आलेली बहीण धास्तावली होती, ''इंदीची काय अवस्था असेल? तिचे म्हातारे सासू-सासरे! त्यांची समजूत कुठल्या शब्दांत घालायची?''

आत येताच तिनं पाहिलं, आई कणकेचे लाडू वळत बसल्या होत्या. तिला पाटावर बसवत त्या म्हणाल्या, ''दमलीस गो! ही गोळी खा आणि पाणी पी हो!''

आईचा हा 'चांगुलपणा' पाहून हबकलेली माझी बहीण आयुष्यभर हा प्रसंग विसरली नव्हती.

उतारवयात तरणाताठा मुलगा जाणं म्हणजे काही साधी गोष्ट नाही. आईना झालेलं पुत्रवियोगाचं दुःख कमी होतं असंही मला म्हणायचं नाही; पण वरील प्रसंगांसारखे प्रसंग घडले की मला आईच्या स्वभावाचं आकलन होईनासं होई, आजही होत नाही.

याच सुमारास माझा थोरला भाऊही आणखी एकदा येऊन ओझरती चौकशी करून केला. इथं काही अडचण असेल तर तो मला आणि मुलांना घेऊन जाणार होता.

पण मी ते मानलं नाही. त्या वेळी तो लहानच होता. अजून त्याचं आणि धाकट्या भावाचं लग्न व्हायचं होतं. उगाच एका संसारात दुसरा संसार घालून सगळ्यांनाच का त्रास?

मी त्याला सांगितलं, ''अरे, माझ्या मुलांचे वडील गेले हे खरं आहे; पण मुलांसाठी त्यांनी ठेवायचं ते ठेवलंय ना! उगाच मी कशाला मुलांना त्यापासून दूर करू?''

यावर काही न बोलता तो निघून गेला.

काही दिवसांनी यांच्या लांबच्या नात्यातले, पण बऱ्यापैकी ओळखीचे गृहस्थ आपल्या वडिलांबरोबर दुखवट्याचं भेटायला आले होते. बाहेर मामांशी भेटून झाल्यावर ते मला भेटायला आत आले. मी शकाबरोबर खोलीत बसले होते. ते गृहस्थ दारात उभं राहून रीतीप्रमाणे चार वाक्यं बोलत होते. तेवढ्यात त्यांच्या वडिलांच्या पाठोपाठ दोन-तीन हाका ऐकू आल्या. शेवटी ते निघून गेले.

त्यानंतर एकदा सगळ्यांची नजर चुकवून ते मला सांगत होते, ''वहिनी, गैरसमज करून घेऊ नका. त्या दिवशी मी तुमच्याशी बोलत होतो, ते तुमच्या आई-मामांना आवडलं नाही. हे आमच्या दादांच्या लक्षात आलं म्हणून त्यांनी हाका मारल्या. मला अण्णाविषयी अभिमान वाटायचा म्हणून भेटायला आलो होतो.''

हे ऐकून मला आश्चर्य वाटलं.

या घरानं उमदेपणानं आपल्या मुलींच्या मित्रांचाही स्वीकार केला होता. इथं तर मैत्रीचाही प्रश्न नव्हता. केवळ दुखवट्याचे दोन शब्द होते.

एकीकडे खुनाचा खटला सुरू झाला. शिवाय त्या आधी सुरू असलेले खटलेही सुरूच होते. ज्या खटल्यापायी यांचा खून झाला तेही खटले सुरू होते.

कायद्यातील सूक्ष्मभेदामुळे त्यातले काही दिवाणी, काही फौजदारी तर काही टेनन्सी चालले होते.

सत्तरी ओलांडलेल्या मामांनी या सगळ्या खटल्यांमध्ये लक्ष घातलं आणि खटले चालवायला सुरुवात केली.

हे समजताच आमचे जवळचे नातेवाईक आणि हितचिंतक चांगलेच घाबरले. सगळ्यांचं एकच मत होतं, ''एवढा तरणाताठा मुलगा गेला तरी यांची खुमखुमी कशी जिरली नाही?''

हेच काहीजण सरळ तर काहीजण आडून त्यांना म्हणायचे. त्यावर मामा त्यांना वेगवेगळ्या शब्दांत सांगायचे, ''हा माझ्या खुमखुमीचा प्रश्न नाही. अण्णा खटले चालवायचा तेव्हाही माझ्याशी विचार-विनियम करून चालवायचा. माझा मुलगा अन्याय करत नव्हता. कायद्याची लढाई तो कायदेशीर मार्गानंच लढत होता. उलट, त्या लोकांनी कायदा हातात घेऊन त्याच्यावर अन्याय केलाय! यानंतरही त्याची अर्धवट राहिलेली लढाई मी त्याच मार्गानं लढेन. आता मी माघार घेऊन खटले मागे घेतले तर त्याला वाईटपणा जाईल आणि तो माझ्याकडून अन्याय घडेल. ते मला करायचं नाही. तो काही चुकला असं मी मानत नाही.''

पण यानंतरची त्यांची कायद्याची लढाई अधिकच खडतर झाली होती.

अलिकडे वयोपरत्वे चिपळूणला वरचेवर जाणं-येणं त्यांना झेपत नसल्यामुळेच त्यांनी सगळ्या खटल्यांची जबाबदारी यांच्यावर टाकली होती. आता पुन्हा त्यांची पायपीट सुरू झाली.

शिवाय गावातलं वातावरणही बरंच गढूळ झालं होतं.

यांच्या मृत्यूच्या वर्षी गावचा शिमगा झाला नाही. आमच्या घरी मयत घडली होती आणि गावातली अकरा माणसं खुनाच्या आरोपाखाली पोलिसांच्या ताब्यात होती. साऱ्या गावावरच अशुभाची छाया होती.

देवदिवाळीला दर वर्षी घरात मोठ्या प्रमाणात करंज्या, कडबोळ्या, पोहे, अनारसे करायची पद्धत होती. हे फराळाचे जिन्नस गावातल्या घरोघरी पोहोचवले जायचे. त्यातल्या त्यात बडी घरं असतील तर तिथं करंज्या आणि अनारसे दिले जायचे.

त्या वर्षी मोठ्या प्रमाणात घरी फराळ केला नाही. त्यानंतर ती प्रथाच बंद पडली.

या खुनामुळे आमच्या घरातल्या वातावरणातही विलक्षण ताण आला होता. रात्री-अपरात्री घरावर दगड येऊन पडू लागले. कुणी घराबाहेर आरडाओरडाही करायचे. एखाद्या रात्री यांपैकी काही घडलं की घरातल्या बायकांच्या मनावर प्रचंड

दडपण यायचं. डोक्यात नाना प्रकारचे विचार यायचे. खून करायचे इतरही मार्ग आठवू लागायचे.

घरातील विळी स्वयंपाकघरातल्या खिडकीपाशी पातं खिडकीबाहेर येईल अशा प्रकारे ठेवायची पद्धत होती. त्या वेळी मनात यायचं, त्या पात्याला कुणीतरी परस्पर विष लावून ठेवलं तर सगळीच्या सगळी माणसं मरून जातील! त्या विचारानं एकदा मनात प्रवेश केल्यावर तर दहशत इतकी वाढली, की प्रत्येक वस्तू अनेकदा धुऊन घ्यायची घरातल्या प्रत्येकालाच सवय लागली. तो पगडा इतका होता की ती सवय आजही पिच्छा पुरवते.

दुसऱ्या वर्षीच शिमगा आला. या वेळेपर्यंत खुनाचा खटला संपून सगळे आरोपी निर्दोष सुटले होते. त्यांच्या वस्त्यांवर आनंद झाला होता. त्यामुळे यंदाचा शिमगा जोरात साजरा करायचं ठरलं. आमच्या कानांवरही त्या बातम्या येत होत्या.

गावातला एक भाग सहाणेच्या आकाराचा होता. तो आमच्या मालकीचा असला तरी गावच्या देवांचे म्हणून जे काही सार्वजनिक उत्सव होत, त्यासाठी ही जागा वापरायला दिली जात असे. तिला 'सहाण' म्हणायची पद्धत आहे.

शिमग्याच्या दिवशी मामांना निरोप आला, "रीतीप्रमाणे गावचा देव वाजत-गाजत तुमच्या घरी येतोय! औक्षणाची तयारी ठेवा!"

तो निरोप येताच आम्ही सगळ्या बायका दारापाशी धावलो.

मामा शांत दिसत होते. बहुतेक त्यांनी आधीच विचार करून ठेवला असावा. शांतपणा ढळू न देता मामांनी नम्रपणे उलट निरोप पाठविला, "गावचा देव मोठा आहे! त्यांं माझ्या घरी यावं एवढा मी मोठा नाही! त्यांच्या दर्शनासाठी मी सहाणेवर येईन!"

त्याप्रमाणे मामा सहाणेवर गेले. देवाची पूजा होऊन होळी पेटवण्यात आली. बोंबाबोंब झाली तरी मामांनी मनाचा तोल ढळू दिला नाही.

या घटनेमुळे एका अर्थी मामांनी सगळ्या गावचाच रोष ओढवून घेतला होता. आता जमिनींच्या संदर्भात गावातलं कुणी आमच्या बाजूनं साक्ष द्यायला येणं कठीण होतं; पण मामांना त्याची फिकीर नव्हती. ते म्हणायचे, "यानंतर कागदपत्रं हेच माझे साक्षीदार!"

खरं तर शकाला आदल्या वर्षीच शिक्षणासाठी ग्वाल्हेरला पाठवायला हवं होतं. त्या तिघांनाही उज्जैनीहून ग्वाल्हेरला न्यायची गडबड असतानाच खुनाचा प्रकार घडला होता. त्यामुळे तिचं जाणं मागं पडलं होतं.

घरात चाललेले अनेक विषय तिच्या कानांवर पडत राहायचे आणि त्याचा तिच्या बालमनावर परिणाम व्हायचा. मी आणि माझी चार मुलं आम्हा पाचजणांची

जबाबदारी हा विषय तेव्हा घरात प्रत्यक्ष-अप्रत्यक्षपणे फार वेळा चर्चिला जायचा. तिच्याही कानांवर ते सतत पडायचं. एकदा आम्ही पाचहीजण एका प्रसंगी वासिष्ठी नदीच्या पात्रातून तरीत बसून पलीकडे चाललो होतो, तर खाडीच्या मधोमध असताना शका अचानक म्हणाली, ''वहिनी-वहिनी! आत्ता ही तर उलटून आपण सगळे बुडालो तर किती छान होईल, नाही?''

मी हबकून विचारलं, ''का गं?''

''अगं, म्हणजे आपल्याला सांभाळण्याची कटकट राहाणार नाही!''

अनेकदा सगळेच आपापल्या दु:खात चूर असल्यामुळे छोट्या शकाकडे कुणाचंच लक्ष नसायचं. मग ती एकटीच घरातल्या एखाद्या कडेच्या खोलीत दार बंद करून बसू लागली.

ही गोष्ट माझ्या लक्षात आली. मी सावध झाले आणि ती काय करते याकडे लक्ष देऊन पाहू लागले.

ती खाऊच्या खोलीत बरीच रमायची. मी पाहिलं, तिथल्या एका कोनाड्यात तिनं आपल्या कल्पनेनुसार चतुर्भुज देवाचं चित्र काढलं होतं. त्याच्या डोक्यापाशी 'श्रीविष्णू' असंही लिहिलं होतं. त्या विष्णूपुढे बसून तिची तास न् तास तपश्चर्या चालायची!

आपलं दु:ख सारून मी तिच्याशी गप्पा मारू लागले. त्या वेळी ती ध्रुवबाळाच्या कथेनं प्रभावित होती. बोलता-बोलता तिनं आपल्या मनातलं गुपितही मोकळं केलं. म्हणाली, ''किनई वहिनी, विष्णू प्रसन्न झाला की मी त्याच्याकडे काय मागणार आहे, ठाऊक आहे?''

''काय गं?''

''अण्णांना पाठवून द्यायला सांगणार आहे मी!''

भविष्यकाळाविषयी चर्चा सुरू झाली की कुणी इथलं सगळं सोडून उज्जैनीला जायचा विचार मांडायचं. त्यातही कुणी फक्त आई-मामांची जबाबदारी याविषयीच बोलू लागलं की शका काळजीत पडे. एकदा ती घाबरी होऊन मला विचारू लागली, ''वहिनी, आई-मामांना त्या घेऊन गेल्या तर आपल्याला पैसे कुठले?''

मी तिची समजूत काढत म्हटलं, ''आपण चार गाई-म्हशी बाळगू. मला गुरांचं सगळं करता येतं. धारही काढता येते. चालेल ना?

तिचं समाधान झालं असावं. थोड्या वेळानंतर विचार करून ती म्हणाली, ''मीही तुला मदत करेन. मलाही दूध काढायला शिकव हं!''

तिचं ग्वाल्हेरला जाणं लांबलं. ती घरात वावरत होती. त्यामुळे आम्हालाही

थोडा विरंगुळा वाटत होता. जमेल तेव्हा तिचा अभ्यास घेता-घेता माझाही तेवढाच वेळ जात होता.

इंग्लिश मलाच नीट येत नसल्यामुळे मी शिकवू शकत नव्हते; पण इतर सगळे विषय मी सगळ्याच मुलांना इथं असताना शिकवले होते, तशी तिलाही शिकवू लागले. तीही बाकी सगळं नीट बसून शिकायची; पण गणिताची तिला पराकोटीची नावड!

मी गणिताचा विषय काढला रे काढला की कांगावा करून मोठं आकांड-तांडव करायची. आवाज इतका मोठा काढायची, की बाहेरच्या अंगणात बसलेले मामा आत यायचे आणि मलाच रागावून तिला बाहेर घेऊन जायचे. मग काय विचारता! तिला कसवात हुंदडायला मोकळं रानच मिळायचं!

यांना जाऊन वर्ष झालं होतं. त्या दिवशीची गोष्ट.

अशीच गणिताचा अभ्यास टाळून शका कसवात फिरत होती. गडी-माणसांची काहीतरी कामं चालली होती. ही त्यांच्याबरोबर फिरत स्वतःची काहीतरी करमणूक करून घेत होती. मनात खोलवर मृत्यूचा सल असला तरी त्यावर पापुद्रा आला होता.

खेळता-खेळता ती मधूनच घरात येऊन 'कसं तरी होतंय' म्हणू लागली. मी हात लावून पाहिला. कपाळ थोडं गरम झालं होतं. म्हटलं, "झोप बघू, बरं वाटेल.''

त्यानंतर तिला सणकून ताप भरला. गावात डॉक्टर-वैद्याची सोय नसल्यामुळे गवती-चहा उकळून दिला.

या उपायांं तिचे सात-आठ दिवस बरे गेले. ताप तेवढ्यापुरता उतरायचा, पण घाम यायचा नाही. ताप कमी व्हायचा, पण पूर्णपणे जायचा नाही.

केतकीला शंकर वैद्य नावाचे म्हातारे गृहस्थ औषध द्यायचे. एकदा त्यांना बोलावून आणलं. त्यांनी तपासून सांगितलं, "साधाच ताप आहे. घाबरायचं कारण नाही.'' त्यांनी काढ्याबरोबर 'त्रिभुवन कीर्ती' च्या गोळ्या द्यायला सांगितलं. गवती-चहाच्या काढ्यात तुळस, बेलपत्र, प्राजक्ताचं पान, अडुळसा यांसारखी अकरा प्रकारची पानं घातलेली असत. त्या वेळी घरात अप्पाशास्त्री साठे नावाच्या वैद्यानं; लिहिलेलं एक पुस्तक होतं. त्यात दिलेले उपचार किरकोळ आजारावर करायची पद्धत होती.

तरीही शकाचा ताप पूर्णपणे उतरेना. दिवसेंदिवस ती तापानं थकत चालली होती. आम्हाला एक ठाऊक होतं, जो ताप घाम येऊन पूर्णपणे उतरत नाही, तो 'दोषी ताप.' त्या वेळी त्याचं टाईफाईड हे नावही आम्हाला माहीत नव्हतं. मला समजत होतं ते मी करत होते. दररोज तिचं अंग पुसून काढणं आणि दररोज पोट साफ होतं की नाही याकडे लक्ष देऊन गरजेप्रमाणे दिवसाआड पिचकारी देणं, एवढं

मी न चुकता करत होते.

शेवटी तिसाव्या दिवशी ताप उतरला. तिला घाम आलेला पाहिला आणि मनाशी म्हटलं, पोर वाचली!

पुढंही दहा दिवस ताप येत असला तरी त्यात पहिल्यासारखा जोर नव्हता. अशा प्रकारे तिनं चाळीस दिवस कुठल्याही सुयोग्य औषधोपचाराशिवाय दुखणं काढलं. या आजारानंतर तिला प्रचंड अशक्तपणा आला होता. तिला धड उभंही राहाता येत नव्हतं. तो अशक्तपणा भरून येण्यासाठी तिला शक्तिवर्धक औषधं द्यायला हवी होती.

मी हे आईंना म्हणायची, घरी आलेल्या नणंदांना म्हणायची; पण त्याकडे कुणीच लक्ष देत नव्हतं. एखादी सज्जनपणे म्हणायची, ''होईल बरी हळूहळू!'' पण तेवढंच. माझी कटकट फार वाढली तेव्हा आईंनी आपल्या बटव्यातील 'चोपचिनी' नावाची कसलीशी पूड दिली. त्यांनी सांगितल्याप्रमाणे सात-आठ दिवस दिली. उगाच थोडा उपयोग झाला की नाही कोण जाणे!

योग्य ती शक्तिवर्धक औषधं पोटात न गेल्यामुळे तिच्या शरीरातला अशक्तपणा ठाण मांडून राहिला. भूक मंदावली. ती सतत आजारलेली राहू लागली. मला तिची काळजी वाटू लागली. मी काही बोलू लागले की सगळ्याजणी कुठली-कुठली उदाहरणं देऊन म्हणत, ''होईल बरी! काही टॉनिकची गरज नाही. होतात मुलं तशीच बरी!''

मी तिला बळेच खाऊ-पिऊ घालत होते; कारण तेवढंच माझ्या हातात होतं. मामा-आई मुलाच्या दुःखात चूर आणि बहिणी भावाच्या दुःखात बुडालेल्या! माझी पोर मात्र योग्य उपचार न झाल्यामुळे सुकत चालली होती आणि मी ते समजून-उमजून उघड्या डोळ्यांनी केवळ पाहात होते.

एक दिवस तर तिनं फारच घाबरं केलं. अंधाऱ्या खोलीत ती झोपली होती. तिचे डोळे इतके विचित्र वाटले की क्षणभर मला वाटलं, ही जिवंत आहे की गेली?

याच अशक्तपणात जवळ-जवळ वर्ष गेलं आणि त्यातच तिला हळूहळू दम्याचा त्रास सुरू झाला.

त्यानंतरही कुणी तिचा आजार गंभीरपणे घेतला नाही. मला पैशाशिवाय करायची जी औषधं समजत होती ती मी करत होते. त्या आधी माझा कधीही देव-देवस्की आणि देवाला कळे लावण्यावर विश्वास नव्हता; पण त्यातलेही प्रकार मी कुणाच्या तरी सांगण्यावरून करू लागले. हे सगळे प्रकार समोरच्या गुरांच्या वाड्यात चालत. यानंतर तिला शिक्षणासाठी ग्वाल्हेरला, तिच्या डॉक्टर असलेल्या नमूआत्यांकडे पाठवायचं ठरलं होतं. त्याआधी तिला काही तरी करून गुण आला पाहिजे म्हणून माझी धडपड चालली होती.

हे सारं चाललं असता गावातलं दहशतीचं वातावरण तसंच होतं. कामाच्या निमित्तानं मामांना घराबाहेर पडावंच लागे. घर, शेती आणि खटले चालवायचे म्हटल्यावर केवळ घरात बसून राहाणं शक्यच नव्हतं.

त्यातच खुनाच्या खटल्याचा निकाल लागला आणि अकराही आरोपी निर्दोष सुटले. साहजिकच ते शेर झाले होते. त्यामुळे रात्री व अपरात्री घराजवळ आरडाओरडा करणं, दगड टाकणं, गूढ आवाजात हाका मारणं, हे प्रकार सुरू झाले होते. खुनी सुटल्यामुळे या साऱ्याला रात्रीच्या अंधारात अधिक भयानकता प्राप्त झाली होती.

असाच एक प्रसंग अजूनही आठवतो. रात्री बऱ्याच उशिरा मी संडासला निघाले होते. किर्रर्र झाडीतून वरच्या फांदीवरून कुणीतरी गूढ दबक्या आवाजात हाका मारू लागलं, ''वहिनी! वहिनी!''

मी तशीच आत गेले. पुन्हा हाका ऐकू आल्या. थोड्या वेळानं बाहेर आले. कंदील मोठा करून झपाझप घरी परतले. कुणी हाका मारल्या असतील ते समजलं नाही. तो भास नव्हता याही विषयी माझ्या मनात शंका नाही.

त्यातच कुणी-कुणी बातमी आणे, अमूक असं म्हणत होता, तमूक म्हणत होता 'अण्णा खोत करून टाकू! याद राखा म्हणावं!'

एका रात्री अशाच धास्तावलेल्या अवस्थेत सगळे उशिराच झोपले होते. नेहमीप्रमाणे मामा आपल्या जागी न झोपता बाहेरच्या खोलीत झोपले होते. नेहमीप्रमाणे वात बारीक करून कंदील जिन्यात ठेवला होता.

रात्री ठकूताईंना काही तरी खसफस ऐकू येऊन जाग आली. तो कूड कापल्याचा आवाज असल्याचं नंतर समजलं. त्या वेळी वाटलं, एखादा उंदीर काहीतरी कुरतडत असेल. त्यांनी तसेच झोपायचा प्रयत्न केला; पण झोप आली नाही. थोड्या वेळात त्यांना काड्याच्या पेटीतली काडी ओढल्याचा आवाज आला. ठकूताईंना कळेना. कंदील पेटलेला असताना पुन्हा कोण काडी ओढतंय?

त्या उठल्या आणि आवाज आलेल्या दिशेनं पाहिलं.

तिथं एक माणूस अंगभर कांबळं पांघरून काडी ओढून पाहात होता. त्या उजेडात बहुतेक त्याचा मामांचा शोध घेणं सुरू असावं.

ठकूताईंना त्या माणसाची ओळख पटली नाही तरी अपरात्री घरात नवखा माणूस बघून त्या ओरडल्या. तो माणूस सावध झाला. खोलीबाहेर धावत आला. माजघरातल्या जिन्यानं धडाधड वर धावला. छपरावरच्या पत्र्यावर धावल्याचे आवाज आले. अंगणात धपकन उडी मारल्याचा आणि पळत गेल्याचा आवाज मात्र जाग्या झालेल्या सगळ्यांनीच ऐकला!

या घटनेनंतर तर वातावरण इतकं भयग्रस्त झालं की रात्र-रात्र घरातल्या बायकांना झोप लागायची नाही. डोळा लागला तरी किंचित आवाजानं जाग येई.

लगेच घरदार जागं होऊन सावधपणे शोध घ्यायला सुरुवात करे. अनेकदा हा आवाज एखाद्या उंदीरमामानं कुरतडत केलेला असे. ते पाहून कधी हायसं वाटे कधी नकळत हसूही येई. या प्रकारात रात्रीची झोप नष्ट होऊन जाई.

मामांना मारायला आलेला माणूस जिन्यावरून आला होता. आधीच माडीवर वावर कमी होता, तो आणखी कमी झाला. सावधगिरीचा उपाय म्हणून आम्ही बायका जिन्यावर रिकाम्या पत्र्याच्या डब्यांची रांग लावून ठेवू लागलो.

एका मध्यरात्री ते डबे धाडधाड कोसळू लागले. सगळेजण दचकून जागे झाले. काय घडतंय ते कुणालाच कळेना. त्याच वेळी घरातील मांजरी आणि तिच्यापाठोपाठ एक बोका उडी मारून त्या डब्यांच्या ढिगाऱ्यामधून बाहेर आले आणि पळून गेले.

आम्ही सगळे एवढे हबकलो होतो की या प्रसंगावर नीट हसू फुटायचंही राहून गेलं.

घराबाहेर पडलेलं माणूस सांगितलेल्या वेळेला आलं नाही की सारं घरदार चिंता करत बसे. त्यात परगावाहून येणाऱ्या बसेस आणि बोटी उशिरा आल्या आणि त्या माणसाला घरी यायला वेळ लागला, तर तो माणूस समोर दिसेपर्यंत, घरातल्यांची भीतीनं गाळण उडायची.

या घटनेच्या जवळपास कोकणाच्या रत्नागिरी भागात हादरवून टाकणारी आणखी एक घटना घडली.

रत्नागिरीजवळच्या चाफेगाव या गावी जोशी आडनावाचं एक कुटुंब होतं. त्यांचीही भरपूर शेती होती. त्यांचं घर काही निर्जन भागात नव्हतं. घराजवळ चार-पाच राहाती घरं होती. ते घरातच एक दुकान चालवायचे. त्यामुळे दुकानात येणाऱ्यांचीही अंधार पडल्यानंतर वर्दळ असायची. घरापासून काही अंतरावर त्यांचा गवताचा राब होता. तिथं त्यांची दुभती जनावरं बांधलेली असायची. वृद्ध जोशी दररोज रात्री झोपायला तिथं जात आणि सकाळी ताजं दूध घेऊन घरी येत.

गावात जोशींच्या मालकीचं कळकाचं बेट होतं. त्या बेटावरून त्यांचे गावातल्या काही लोकांशी वाद होते. प्रकरण कोर्टात गेलं होतं. त्याचा निकाल जोशींच्या बाजूनं लागला होता. त्यामुळं विरोधी बाजूचे लोक भडकले. त्यातून जोशी कुटुंब निर्वंश करायचे असा कट शिजला. त्या घरांमधील काही मुलं मुंबईच्या कारखान्यांमध्ये कामं करत होती. तिकडेच सगळी तयारी करण्यात आली.

कोकणातली एक जुनी पद्धत आहे. रात्री बंदरावर होडीतून उतरल्यावर बंदरावरच्या वाण्याकडून कंदील मागून घेऊन चालू लागायचं. ठरल्याप्रमाणे विशिष्ट वेळी संध्याकाळी मुंबईहून माणसं येऊन बंदरावर उतरली. सवयीप्रमाणे वाण्याकडून कंदील घेऊन जोशींच्या घराकडे चालू लागली.

जोशींकडे नुकतीच रात्रीची जेवणं झाली होती आणि आजोबा नेहमीप्रमाणे झोपायला राबावरल्या वाड्यात निघून गेले होते. किशोर वयाच्या भावाबहिणींमध्ये काही तरी भांडण झालं आणि भाऊ जिन्याखाली रुसून बसला आणि तिथंच झोपी गेला. बहीण तान्ह्या भावाला पाळण्यात झोके देत-देत स्वत:च बसल्या जागी पेंगुळली.

दारावर थाप पडली. कोण म्हणून चौकशी करताच बाहेरच्या माणसानं दुकानात काही खरेदी करायची असल्याचं सांगितलं. दरवाजा थोडा किलकिला करताच सात-आठजण बळजबरीनं घरात घुसले.

प्रसंगाचं स्वरूप लक्षात येताच जोशींच्या घरच्यांनीही प्रतिकार केला असावा असं दिसतं. जोशींची बायको मुसळ घेऊन आली होती. त्यांच्या गड्यांनंही झगडा दिला असावा; पण तयारीनिशी आलेल्या एवढ्या माणसांसमोर त्यांचं काहीच चाललं नाही. भरपूर रक्त सांडून ही माणसं पुन्हा मुंबईला निघून गेली.

सकाळी जिन्याखाली झोपलेल्या मुलाला जाग आली. सगळा प्रकार बघून तो रडू लागला. त्याच वेळी आजोबाही दूध घेऊन आले. हत्त्या एवढ्या भीषण स्वरूपाची होती की सहा महिन्यांच्या बाळाच्या अंगावर वीस वार होते!

त्यानंतर पुढील तपास सुरू झाला. ज्येष्ठी नावाच्या पोलीस अधिकाऱ्यांनं तपास केल्याचं आठवतं. बंदरावरील वाण्याच्या दुकानातून घेतलेल्या कंदिलामुळे तपासाचे सगळे धागे जुळत गेले. सगळ्यांना मुंबईला जाऊन अटक करण्यात आली. खटला चालला आणि गुन्हेगारांना जन्मठेपेची शिक्षा झाली.

या आणि इतर घटनांचा परिणाम मनावर इतक्या खोलवर झाला आहे की बाहेर गेलेला माणूस सांगितलेल्या वेळी घरी आला नाही की आमची अस्वस्थता परकोटीला पोहोचते. आजकाल शहरांमध्ये राहाताना आमच्या या स्वभावाचा ताप आमच्या जवळपासच्या लोकांनाही होतो; पण इलाज नाही.

■

अशा वातावरणात मामांनी पुन्हा जमिनीच्या खटल्यांमध्ये लक्ष घालायला सुरुवात केली होती. मनाचा निश्चय दृढ होता; पण शरीर अनेकदा थकून जात होतं.

शिवाय वयोपरत्वे बुद्धीही अवसानघात करू लागली होती. पूर्वी खटल्यांचा तपशील आणि त्यातले बारकावे त्यांच्या जिभेच्या टोकावर नाचायचे. त्यामुळे निर्णय घेताना सोयीचं जायचं. आता तसं राहिलं नव्हतं. तपशीलासाठी पुन्हा-पुन्हा कागदपत्रं बघावी लागत होती. मी जवळपास असले की ते मला सांगत, "इंदे, तो अमूक खटल्यातला अमूक कागद दे बघू!''

मला त्यातलं काहीच कळायचं नाही. मग ते अधिक सोपं करून मला कळेल

अशा भाषेत सांगायचे, ''उजवीकडच्या कोपऱ्यात पिवळ्या रंगाचा आहे बघ. अमूक नाव आहे वर.''

मग ती तेवढा कागद नेऊन देई. कागद बघून झाल्यावर तो पुन्हा पूर्ववत ठेवायची जबाबदारीही माझ्यावरच असे.

शिमग्याचा प्रसंग घडला आणि एका अर्थी मामांनी साऱ्या गावाविरुद्ध आपला रोष व्यक्त केला. त्यामुळे त्या घटनेनंतर गावकऱ्यांपैकी कुणी साक्ष देण्यासाठी येईल, ही शक्यताच त्यांनी गृहीत धरली नव्हती. त्यामुळे ते घरातल्या जुन्या कागदपत्रांनाच आपले साक्षीदार मानायचे.

पण काही वेळा ते मलाही खटल्यांमधला तपशील सांगायचा प्रयत्न करत; पण माझ्या मनात त्या वेळी इतर असंख्य विचार घोळत असत. चारही मुलं लहान होती. त्यांच्या आत्यांनी शिक्षणाची जबाबदारी घेतली असली तरी त्यांचं कसं होईल, याची मनाला चिंता असे. मुलांपासून दूर असल्यामुळे आपण एकटे आहोत, आपल्याला कुणी नाही अशीही भावना मनाला ग्रासून टाके.

ही भावना व्हायला कारण म्हणजे घरातलं बदलत चाललेलं वातावरण.

यांच्या बहिणींचा आपल्या भावावर आणि आई-मामांवर जीव होता, यात शंका नाही. त्यांचं माझ्याबरोबरचं वागणं ठीक असायचं. कदाचित मी त्यांना त्यांच्या योग्यतेची न वाटल्यामुळे काही वेळा त्यांच्या वागण्यात अलिप्तता, काहीजणींच्या वागण्यात तुच्छता दिसून येई.

मला अनेकदा त्याचाही मन:स्ताप होई. कारण माझ्या सुशिक्षित माणसांकडून असलेल्या अपेक्षाच कदाचित अवाजवी असाव्यात.

हे गेल्यावर एक प्रसंग घडला. माझ्या नणंदांपैकी कुणी तरी काही कारणानं माझ्या माहेरी गेल्या होत्या. त्या घरीही जावई गेला आणि आपली मुलगी चार मुलांसह उघडी पडली, याचं दु:ख आणि चिंता होतीच.

बोलायच्या ओघात नणंदबाई आपला भाऊ गेल्यामुळे आपल्या आई-वडिलांना किती दु:ख झालं, हे खूप वेळ सांगत होत्या. त्यानंतर त्यांनी आपला लाडका भाऊ गेल्याचं आम्हा बहिणींना किती दु:ख झालं, हे सांगायला सुरुवात केली. त्याही विषयी त्या खूप बोलल्या; पण त्या भावाच्या बायकोमुलांचा विषयही काढेनात.

त्या वेळी माझ्या पाठचा भाऊही तसा लहानच होता. तो हे सारं ऐकत होता. आई मुकाट्यानं ऐकत होती. भावाला मात्र हे सहन न होऊन तो म्हणाला, ''तुम्हाला तुमचा भाऊ गेला म्हणून दु:ख झालेलं नाही! तुमचं महाबळेश्वर गेलंय ना? म्हणून दु:ख झालंय!''

त्याचं हे लागट बोलणं जिव्हारी लागण्यासारखंच होतं. कदाचित साऱ्या बहिणींपर्यंत हे गेलं असावं.

तरीही काही नणंदा मात्र माझ्याशी नेहमीच सहृदयतेनं वागत राहिल्या.

मुलांची शिक्षणं ग्वाल्हेरला सुरू होती. त्यामुळे ती एक काळजी नव्हती. शिवाय नमूताई डॉक्टर असल्यामुळे शकाच्या तब्येतीचीही काळजी नव्हती.

शका शिक्षणासाठी ग्वाल्हेरला जाण्याआधीची गोष्ट.

यांच्या मृत्यूची बातमी पसरल्यानंतर अनेक माणसं भेटायला येत होती. एकीकडे माझं मन दु:खानं बधीर झालं असलं तरी यानंतर आपलं कसं होणार, आपल्या मुलाबाळांचं कसं होणार, याची चिंता मनाला ग्रासून टाकत होती. लहान भावांची कितीही इच्छा असली तरी आपण पाचजणांची जबाबदारी त्याच्यावर टाकू शकत नाही, हे सत्यही समजत होतं.

अशा वेळी मला लक्ष्मीबाई नावाच्या माझ्या मामेसासूबाईंची आठवण झाली. त्या विधवा होत्या. मिडवाईफचं शिक्षण घेऊन त्या मुंबईला राहात होत्या. आणि स्वत:च्या बळावर संसार चालवत होत्या. मी मनाशी त्यांना पत्र लिहायचं ठरवत असतानाच त्यांचं दुखवट्याचं पत्र आलं. मुख्य म्हणजे त्या पत्रातून त्यांनी लवकरच सुट्टी घेऊन करंबवण्याला भेटीसाठी येत असल्याचं कळवलं होतं.

मी उत्सुकतेनं त्यांची वाट पाहू लागले. लिहिल्याप्रमाणे त्या आल्याही. त्यांच्याशी मी मोकळेपणानं खूप बोलले. दोघीही समदु:खी असल्यामुळे दोघींनाही एकमेकींच्या भावना नेमकेपणानं समजत होत्या.

एक दिवस त्या म्हणाल्या, ''इंदू, मी खूप विचार केला. मला वाटतं, तूही माझ्याप्रमाणे मिडवाईफचं शिक्षण घ्यावंस. म्हणजे तुला स्वत:च्या पायावर उभं राहाता येईल.''

शिक्षण घेणं आणि स्वत:च्या पायावर उभं राहाणं, या केवळ विचारानंही माझं मन तरारलं.

तरीही मी विचारलं, ''पण मला जमेल?''

''न जमायला काय झालं? तू सातवीपर्यंत शिकलीस ना? माझं तर तुझ्यापेक्षा कमी शिक्षण झालंय.''

त्यांनी पुढचाही विचार करून ठेवला होता. शिक्षणाच्या कालावधीत कुठं राहायचं, शकालाही कसं सोबत ठेवता येईल, याचा तपशील सांगत त्यांनी माझ्यासमोर आशादायक दृश्य उभं केलं. मलाही समाधान देणारं चित्र होतं ते! मामांच्यापुढे हा विषय काढायची जबाबदारीही मी त्यांच्यावरच टाकली. आपल्या मुलींच्या शिक्षणासाठी आणि त्यांना स्वत:च्या पायावर उभं करण्यासाठी समाजाचीही फिकीर न करणाऱ्या आई-मामांकडून याला विरोध व्हायची शक्यताच नाही, असं

वाटून मी पुढील विचार करण्यात रमून गेले.

संधी बघून त्यांनी मामांच्यापुढे हा विषय काढला.

मामांची यावरची प्रतिक्रिया माझ्या अपेक्षेपेक्षा फारच वेगळी होती!

ते म्हणाले, "हे पाहा, तुमची गोष्ट वेगळी होती. इंदीची वेगळी आहे. माझ्या नातवंडांसाठी इथं भरपूर शेतीवाडी आहे. शिवाय माझ्या वाघासारख्या मुली आहेत! त्या आपल्या भावाच्या कुटुंबाला उघडं पडू देणार नाहीत. इंदीला जेवू घातल्याशिवाय स्वत: जेवणार नाहीत माझ्या मुली!"

यावर लक्ष्मीमामी निरुत्तर झाल्या. त्यांची सुट्टी संपत आली होती आणि त्यांचा राहाण्यातला रसही निघून गेला होता. तरीही जाता-जाता त्या म्हणाल्या, "तुम्हाला आर्थिक गरज नसेल तर तिला तुम्ही परगावी ठेवू नका हवं तर! पण तिच्या हाती सूतिका-कामाची पेटी असेल तर ती इथंही मानानं राहू शकेल!"

हाही मुद्दा पटण्यासारखा होता; पण यालाही सगळ्यांनी विरोध केला. साऱ्या घराचा विरोध पत्करून असं काही तरी करण्याएवढं धैर्य त्या वेळी माझ्याकडेही नव्हतं.

मामांच्या स्वभावातला हा तिढाही मला कधीच उमगला नाही. मुलींना शिक्षण देताना त्यांनी समाजाची फिकीर केली नाही. तसेच मुलींना स्वत:च्या पायावर उभं करताना निर्माण होणारे कितीतरी तिढे सोडवतानाही मामा ताठपणे समाजाच्या विरोधात उभे राहात.

मग या प्रसंगी ते असे का वागले असतील? माझ्या मुलांसाठी शेतीवाडी असली तरी ती राखणं दिवसेंदिवस कसं कठीण होणार आहे हे त्यांना समजलं नसेल, असंही म्हणणं शक्य नाही.

वृद्धापकाळात सोसावा लागलेला पुत्रवियोगाचा आघात, सामोरं येणारं वार्धक्य यामुळे ते तसे वागले असतील काय? की एव्हाना त्यांनाही शिक्षणातला फोलपणा उमजला असेल?

माझ्या रोजच्या जीवनात फारसा फरक पडला नव्हता. उलट अनेक जबाबदाऱ्या वाढल्या होत्या. घरातील जी कामं हे करायचे, ती सगळी माझ्यावर येऊन पडली होती. त्यात नळ बदलणं, हँडल मारून डिझेलचा पाण्याचा पंप सुरू करणं, पंप बिघडला तर दुरुस्त करणं, शिलाई-मशीन दुरुस्त करणं, स्टोव्ह आणि पेट्रोमॅक्सची किरकोळ दुरुस्ती करणं, अशा अनेक कामांचा समावेश होता. म्हशींच्या अंगावरचे केस मशीननं भादरणं हेही त्यात असे. अर्थात त्यातली बहुतेक कामं यांनी मला शिकवली होतीच, बाकीची मी पाहून-पाहून आणि प्रयत्न करून शिकत गेले.

शका आणि प्रभाकर ग्वाल्हेरहून पहिल्यांदा सुट्टीसाठी करंबवण्याला आले.

दोघांचाही नूर वेगळाच होता. त्यातही प्रभाकर बरा होता. घरी आल्या-आल्या मी दोघांनाही जेवायला वाढलं.

प्रभाकर जेवला, पण शका जेवायला उठेना.

ती पहिल्यांदाच इतके दिवस घरापासून आणि माझ्यापासून दूर राहिली होती. तिच्या वागण्यात काही तरी फरक पडणं मलाही अपेक्षित होतं.

मी तिच्या जवळ बसले. तिच्या शाळेची, अभ्यासाची आणि मैत्रिणींची चौकशी केली. इकडचं-तिकडचं बोलणं झाल्यावर मी तिला पुन्हा जेवायला बोलावलं. ती अचानक तुसडेपणानं म्हणाली, ''तू मामांना छळतेस!''

ही प्रतिक्रिया मात्र मला अपेक्षित नव्हती.

संयम ढळू न देता मी म्हटलं, ''ते असू दे. तू एवढा मोठा प्रवास करून दमून आलीस. तुला भूक लागली आहे. चल, आधी चार घास जेवून घे बघू!''

ती मुकाट्यानं जेवायला उठली. तरीही दोन दिवस ती घुश्शातच होती. त्यानंतर एक दिवस माझ्यापाशी बसत म्हणाली, ''खरंच का गं तू मामांना छळतेस?''

''तूच पाहा!'' मी समजूतीनं म्हटलं.

सुट्टी संपवून गावाला निघण्याआधी मात्र एक दिवस माझ्या गळ्यात पडत म्हणाली, ''वहिनी, तू तर मामांचं सगळंच करतेस! त्यांची वेळच्या वेळी औषधं काढून देतेस. त्यांचे पाय चोळून देतेस.''

तिच्या मनात निर्माण केली गेलेली अढी अशा प्रकारे आपोआप सुटून गेली.

तिचं झोपाळ्यावर झोके घेत मोठ्यानं गाणं नेहमीप्रमाणे सुरु झालं.

मुलं ग्वाल्हेरला शिकत होती आणि सुट्टीला तेवढीच करंबवण्याला येत होती. तेवढाच काय तो मला त्यांचा सहवास मिळायचा.

लहानपणापासून शिक्षणाच्या निमित्तानं घराबाहेर राहावं लागल्याचे परिणाम चौघांवरही वेगवेगळे झाले. शिवाय प्रत्येकाचा पिंडही वेगवेगळा. त्यामुळे चौघांचेही स्वभाव वेगवेगळे घडत असल्याचा मी अनुभव घेत होते.

थोरली चतुरा पहिल्यापासूनच समजूतदार. परिस्थितीचं आकलन करून घेऊन त्यानुसार स्वतःच्या स्वभावाला मुरड घालणं, तिला पहिल्यापासून जमायचं. जिथं राहायची तिथं 'काकू' 'आत्या' म्हणत सगळ्यांशी जुळवून घ्यायची. शोभाचं तसं नव्हतं. प्रत्येक वेळी तिचं मन स्वतंत्रपणे तीव्र प्रतिक्रिया देत असल्यामुळे तिच्या मनात सतत प्रत्येक घटनेवर 'मग? हिनं असं का करावं? त्यानं असंच का म्हणावं? मी का गप्प बसावं?' यासारखे प्रश्न उद्भवत. तशी ती लहानपणापासून थोडी खमकीच. प्रभाकरविषयी खूप काही म्हणता येईल; पण ते इथं नको. एक मात्र खरं, त्यालाही नैसर्गिक बालपण मिळालं नाही. या तिघांच्या मानानं शकाला थोडं जास्तच घरी राहायला मिळालं. ते तिघं सातव्या वर्षी घराबाहेर पडले. शका मात्र

तब्बल नऊ वर्षांची होईपर्यंत घरात राहिली. संधी मिळताच आजही प्रभाकर हे बोलून दाखवतो! शकाची नाजूक प्रकृती हा एक सतत माझ्या काळजीचा विषय असायचा.

आपल्याला ज्यांनी शिक्षणासाठी आधार दिला, त्यांच्यामुळे आपलं शिक्षण होत आहे, याचं भान माझ्या चारही मुलांना सतत होतं. तिथं किरकोळ काही घटना घडल्या तर मुली सुट्टीमध्ये इथं येत, तेव्हा स्वत:चं मन मोकळं करत. प्रभाकरनं मात्र तसं फारसं केलं नाही, तरीही त्याची कुचंबणा माझ्या लक्षात येई. अशा वेळी परिस्थितीचं भान ठेवून मुलांशी कसं वागायचं हा एक अवघड प्रश्न माझ्यासमोर असे.

प्रभाकर अगदी लहान म्हणजे आठ वर्षांचा असताना घडलेली एक घटना आजही मला आठवते. तो नुकताच शिकायला घराबाहेर पडला होता.

माझ्यावर आरोप झाला. ''हा आत्तापासूनच चोऱ्या करायला लागलाय! मोठा झाल्यावर काय करणार आहे कोण जाणे! तू त्याची आई! म्हणून तुला हे सांगितलं!''

माझ्या पायांखालची जमीनच सरकली!

''काय झालं? काय केलं प्रभाकरनं?''

''काय केलं म्हणून काय विचारतेस? घरातला शिसाचा हत्ती चोरलाय यानं!''

मी संतापानं प्रभाकरवर उसळले. गोंधळून गेलेल्या प्रभाकरनं सांगितलं, ''हे सगळे बोरं खात होते. मला कुणी दिली नाहीत. म्हणून मी खेळण्यातला हत्ती दिला आणि बोरं आणून खाल्ली.''

या घटनेमुळे माझ्या मन:स्तापाला पारावारच राहिला नव्हता. माझ्या मनातल्या भावनांचा कल्लोळ समजून घेणारं तिथं कुणीच नव्हतं.

अखेर मी एकदा अप्पा जोशींपाशी बोलले. तेही आमच्या कुटुंबातलेच एक विद्वान गृहस्थ. ते खुर्चीवर बसून एक ग्रंथ वाचण्यात गढून गेले होते. त्यांना सगळी हकीकत सांगून विचारलं, ''खरंच का हो प्रभाकर मोठेपणी चोर होईल? घरातल्या वस्तू विकून खाईल?''

अप्पांनी हातातला ग्रंथ काढून ठेवून माझं बोलणं लक्ष देऊन ऐकून घेतलं. नंतर शांतपणे म्हणाले, ''मला वाटतं, असं काहीही घडणार नाही. लहान मुलाच्या मनात बोरं खायची इच्छा निर्माण होणं आणि ती अनिवार्य होणं यात काहीही अनैसर्गिक नाही. हे सगळे तुमच्या मनाचे खेळ आहेत. लहानपणी मीही दक्षिणेचे पैसे लपवून ठेवायचो आणि त्याचा खाऊ घेऊन खायचो. म्हणून की काही चोर किंवा दरोडेखोर झालोय असं तुम्हाला वाटतंय का?''

त्यांच्यासारख्या विद्वानाच्या तोंडून हे ऐकताना हसू आलं आणि मनही हलकं झालं. तरी दूर राहाणाऱ्या मुलाविषयी काही बरं-वाईट ऐकायला आलं की मन

काळजीनं भरून जाई.

पण कुठल्याही परिस्थितीत मी प्रभाकरला करंबवण्याला ठेवायला तयार नव्हते. घराबाहेर राहून शिक्षण घ्यायचं म्हणजे प्रत्येकाला कष्ट घेतल्याशिवाय गत्यंतर नाही, हे मलाही ठाऊक होतं.

हे गेल्यावर दोन-तीन वर्षं मी माझ्याच दुःखात चूर होते. माझं दुःख आणि मुलांची काळजी याशिवाय मनात दुसरं काहीच येत नव्हतं.

एका दुपारी कामं आटोपून मी स्वयंपाकघराच्या दारात पायरीवर बसले होते. सहजच वर नजर गेली.

मला समजेना, ही कलमं आहेत की रान आहे?

उठले आणि जवळ जाऊन पाहिलं. कलमांवर बांडगुळं वाढून झाड झाकल्यासारखी झाली होती. तशीत कसवात फिरून आणखी पाहू लागले, कीड पडल्यामुळे कितीतरी झाडांची नासाडी झाली होती. यांचं लाडकं पाच कलमांचं झाडही बांडगुळ्यांनी भरलं होतं.

ते पाहून मनातून कळ उठली. यांनी प्रत्येक कलम जागवण्यासाठी किती कष्ट घेतले होते, ते आठवलं. कलमं लहान असताना किती तरी वेळा गडी आले नाहीत म्हणून यांनी आणि मी त्यांना पाणी पाजून जगवलं होतं. लक्ष दिलं नाही तर कीड लागून कलमं वठून जातील आणि इथं बघता-बघता रान माजेल, हे स्पष्टपणे दिसत होतं.

त्यानंतर मात्र मी कधीच ही चूक केली नाही. वेळच्या वेळी कसवातून फिरून झाडांवर लक्ष ठेवायचं, कीड दिसली की औषध मारायचं, बांडगुळ दिसली की काढून टाकायची हे माझं नेहमीचं काम नव्हे, माझा विरंगुळाच होऊन गेला.

पुन्हा ते पाच कलमांचं झाड पाच प्रकारचे आंबे देऊ लागलं.

घरात बाकी देवाधर्माचं फारसं स्तोम नसलं तरी आईच्या काही व्रतांची उद्यापनं मात्र थाटात चालत. उद्यापनाच्या वेळी आई सगळे सौभाग्यालंकार घालून आणि रेशमी महावस्त्र नेसून पुण्याहवाचनासाठी तयार व्हायच्या. पूजेची सगळी तयारी आणि स्वयंपाक करणं माझ्याकडे असे. केतकी-बिवलीला आमंत्रणं जायची.

एकदा असाच एक उद्यापनाचा कार्यक्रम चालला होता. नेहमीप्रमाणे आई रेशमी लुगडं आणि दागिने घालून वावरत होत्या. कुणीतरी त्यांना काही विचारत होतं. त्यावर त्या सांगत होत्या, ''नर्मदेनं पैसे दिले म्हणून एवढा मोठा घाट घातला हो!''

तरीही बायका आपसात कुजबुजत होत्या, ''एवढा तरणाताठा मुलगा गेला तरी या बाईला एवढी हौसमौज कशी सुचते कोण जाणे!''

असल्या बोलण्याकडे मी कधीच लक्ष देत नसे. कारण सवाष्णीनं सौभाग्यालंकार घातले तर त्यात गैर काय आहे, अशीच भावना असायची; पण ठकूताई मात्र प्रचंड अस्वस्थ व्हायच्या. त्यांना पूर्ववत् ताळ्यावर यायला बरेच दिवस लागायचे.

स्वयंपाक करता-करता काही कामासाठी मी तुळशीच्या अंगणात गेले. बाहेर मामा-आई जोडीनं पुण्याहवाचनासाठी बसले होते. पाठोपाठ बजूवहिनी आल्या आणि म्हणाल्या, "जोडा अगदी सुरेख दिसतोय हो! पण तुला मात्र अगदी खुडून टाकलं बघ!"

मग मात्र मला डोळ्यातलं पाणी लपवताना पुरेवाट झाली.

या बजूवहिनींशी माझे पहिल्यापासूनच जवळचे स्नेहबंध जुळले होते. त्या आमच्या लांबच्या नात्यातल्या सोवळ्या बाई होत्या. विनापाश बालविधवा म्हटल्यावर अडीनडीला त्यांना बोलावून घेण्यात येई. आईशी त्यांच्या खूप गप्पा चालत.

त्यांना गाणी ऐकायला फार आवडे. माझ्याकडून त्या गाणी म्हणवून घेत. तशीच त्यांना गोष्टींची भारी आवड. मासिकांमध्ये छापून आलेल्या कथा ऐकायला त्यांना फार आवडायचं. मीही त्यांना दुपारी रिकाम्या वेळी वाचून दाखवत असे. त्या स्वभावानं इतक्या हळव्या होत्या की कथेतला एखादा भावनापूर्ण प्रसंग ऐकता-ऐकता त्यांचे डोळे पाण्यानं भरून जात. त्यांचा तो संवेदनशील स्वभाव अनेकदा माझ्याही डोळ्यांत पाणी उभं करत असे.

त्यांच्या आयुष्यात घडलेल्या काही प्रसंगांमुळे त्यांचा स्वभाव एवढा हळवा बनला होता.

त्या अगदी न कळत्या वयाच्या असताना त्यांचा नवरा गेला होता. त्यांना त्याचा चेहराही आठवत नव्हता. त्या काळच्या पद्धतीप्रमाणे त्यांना सोवळं करण्यात आलं. अशा सोवळ्या बालविधवांना त्या काळी घरच्याच माणसांकडून वाईट प्रकारे वापरलं जायचं.

बजूवहिनींच्या बाबतीतही हेच घडलं होतं. दिवस राहिले. पोट पाडण्यासाठी ठाऊक असलेले सगळे गावठी उपाय केले गेले. पण कशालाही दाद न देता तो चिवट गर्भ वाढत राहिला. असेच नऊ महिने भरले आणि कळा सुरू झाल्या.

गावातली सुईण आली. तिनं तिच्या पद्धतीनं अट घातली, "हे कुणाचं पाप? नाव सांगितलंस तरच सुटका करेन!"

कोंडीत सापडलेल्या बजूवहिनींना निरुपायानं सासऱ्याचं नाव सांगावं लागलं.

सुईणीनं सुटका केली. मुलगा झाला. रडलादेखील!

त्यानंतर अशा परिस्थितीत नेहमी जे केलं जायचं, तेच केलं. बाळाला बाजल्याच्या खुराखाली ठेवून बाळंतिणीला बाजल्यावर बसायला सांगितलं!

एकीकडे मामा खटले पाहात असले तरी स्वत:वर घरात शिरून झालेल्या खुनी हल्ल्यामुळे आणि चाफेगावमध्ये घडलेल्या हत्त्याकांडामुळे ते मनातून कुठं तरी हलले होते. त्यामुळे कधी-कधी करंबवण्यातलं घर एखाद्या संस्थेला देऊन आपला वृद्धापकाळ शहरात काढायचं त्यांच्या मनात येई. त्यासाठी उज्जैनीचं घर आणि अडीच एकर जागा होतीच.

पण इथलं सगळं कुठल्या संस्थेला द्यायचं, हे त्यांना समजत नव्हतं.

एकदा दादा दिवेकर त्यांना म्हणाले, ''गांधी स्मारक निधीला द्यायला काय हरकत आहे?''

मामांचे विचार गांधींच्या विचाराशी जुळणारे नव्हते. उलट स्वातंत्र्यवीर सावरकरांविषयी त्यांना आत्मीयता होती. ते बिवलीला राहत असताना सावरकर घरीही आले होते. त्या प्रसंगाविषयी बोलताना मामांचा आवाज अभिमानानं भारलेला असायचा. बिवलीच्या हरीभाऊ थत्तेचं नाव नाशिकच्या ब्रिटिश अधिकाऱ्याच्या खूनखटल्यात गोवलं होतं. त्याविषयीही मामा भरभरून बोलायचे.

पण दादा दिवेकरही आमच्या कुटुंबातले आणि आमच्या घराचे हितचिंतक असल्यामुळे मामांनी त्यावर विचार केला आणि म्हणाले, ''चांगल्या कामासाठी वास्तूचा उपयोग होणार असेल तर माझी काहीच हरकत नाही; पण मला या संस्थेची काहीच माहिती नाही. ते या घराचा कसा वापर करणार आहेत हे मला समजलं पाहिजे.''

दादांनी त्याप्रमाणे 'गांधीस्मारक निधी'च्या माणसांशी संपर्क साधला.

मामांनी दादांशी बोलताना आपली अट सांगितली होती. ''दोनशे एकर जमीन आहे. खटले चालले असले तरी सत्तावीस खंडी भात येतं. शिवाय घर, भोवतालच्या परसात झाडं वगैरे, जमिनींचे खटले संपवून संपूर्ण जमीन निर्वेध करायची जबाबदारी माझी. ते मी चिपळूणला राहूनही करू शकेन. माझी अट एकच आहे.''

''काय?''

''माझ्या मृत मुलाच्या पत्नीची आणि मुलांची संपूर्ण आर्थिक जबाबदारी संस्थेनं घेतली पाहिजे. कायमची नव्हे, मुलं स्वत:च्या पायावर उभी राहीपर्यंत.''

दादा काही क्षण विचार करून म्हणाले होते, ''बघतो प्रयत्न करून!''

पत्रव्यवहार आणि निरोपानिरोपी होऊन दिवस ठरला आणि कणकवलीचे अप्पासाहेब पटवर्धन मामांच्या भेटीसाठी आणि घर, शेतं बघण्यासाठी करंबवण्याला आले. सोबत बिडकर आणि सावंत नावाचे गृहस्थ होते. शिवाय त्यांच्याबरोबर त्यांचा एक चेलाही आला होता.

आल्या-आल्या फर्मान निघालं, ''आम्हाला हातसडीचेच तांदूळ लागतात

अणि गाईचंच दूध!''

मीही तत्परतेनं सांगितलं, ''आमच्याकडे सगळा तांदूळ हातसडीचाच असतो आणि दूधही गाईचंच असतं!''

सगळ्यांना चहा - अर्थातच गाईच्या दुधाचा - दिला. सगळ्यांबरोबर चेल्यालाही चहा दिला. तो 'नको' म्हणत त्या तिघांकडे पाहू लागला. त्यांच्यापैकी एकजण हसत म्हणाले, ''गुरूंचा संदेश असल्याशिवाय ते घेणार नाहीत!''

यातले कोण गुरू संदेश देणार हे आम्हाला समजेना.

मग त्यापैकी एकांनी, मुंजीत बाप मुलाला गायत्री मंत्र सांगताना जसा एका वस्त्राखाली असतो तसं आपल्या आणि चेल्याच्या डोक्यावरून वस्त्र घेतलं. त्यांनी जो द्यायचा तो संदेश दिल्यावर चेल्यानं सांगितलं, ''आता घेईन चहा!''

आम्हाला त्यांचं वागणं-बोलणं चमत्कारिकच वाटलं होतं. पुढं त्यांचा निरोप आला, ''आमची संस्था तुमचं कुटुंब चालवण्यासाठी नाही!''

या निरोपाचं आमच्या इथं कुणालाच वाईट वाटलं नाही.

माझा मूळचा स्वभाव फारसा बोलघेवडा नाही. त्यात सतत नात्याच्या धबडग्यात राहिल्यामुळे माणसाशी माणूस म्हणून वागायची सवय मागं पडली होती. सतत सून-वहिनी - सासुरवाशीण याच नात्यानं वावरावं लागत असल्यामुळे समोरची माणसं सासू-सासरे-नणंदा-सासरची माणसं आहेत, याचं भान ठेवूनच वागावं लागे. त्यामुळे समोरचं माणूस अजिबात न पटण्यासारखं बोलत असलं तरी मी ते मुकाट्यानं ऐकून घेत असे; पण कदाचित माझ्या चेहऱ्यावरून किंवा प्रतिक्रियेवरून हे समोरच्या माणसाच्या लक्षात येत असावं. त्यामुळे त्या माणसाचं माझ्याबरोबरचं वागणंही मला खटकण्यासारखंच असे.

मिडवाईफचं शिक्षण घेतलेल्या लक्ष्मीमामी घरी राहायला आल्या होत्या. त्या दिवशी सकाळपासूनच काही ना काही घटना घडत होत्या आणि मी अधिकाधिक कावल्यासारखी झाले होते.

लक्ष्मीमामी घडणारं सारं मुकाट्यानं पाहात होत्या.

आम्ही दोघीच असताना त्यांनी मोठ्या मायेनं मला विचारलं, ''तुला काही होतंय का?''

मी उसळून म्हटलं, ''मला ह्या बोलतात, त्या बोलतात. सगळे मलाच बोलतात! उलट उत्तर द्यायचं नाही म्हणून मी गप्प बसते; पण मला यांची सगळी बोलणी समजतात आणि उत्तरंही ठाऊक असतात!''

त्या शांतपणे म्हणाल्या, ''मग तू ते बोलून दाखवत जा ना! चुकूनही भाषा वाईट वापरायची नाही; पण आपली बाजू सौम्य पण ठाम शब्दात मांडत जा तू!''

खरोखरच मी त्यांच्या बोलण्याचा विचार करू लागले.

लगेच एक घटना घडली. सुट्टीला आलेली एक नणंद म्हणाली, ''आई-मामांचं दुःख मोठं! त्यांचा तरणाताठा मुलगा गेलाय! वहिनीचं काय! आपल्या मुलां-बाळांमध्ये ती आपलं नवरा गेल्याचं दुःख विसरून जाईल!''

हे गेल्यानंतर हेच वाक्य अनेक नणंदांनी उच्चारून माझ्या हृदयाला डागण्या दिल्या होत्या. मीही प्रत्येक वेळी कितीही मनःस्ताप झाला तरी मुकाट्यानं ऐकून घेतलं होतं.

त्या दिवशी मात्र मी हातातलं काम तिथंच ठेवून आईच्या समोर उभी राहिले आणि म्हटलं, ''या नेहमीच असं म्हणतात! तुम्हीच सांगा, दुःख असं तोलता येतं का हो?''

आश्चर्य म्हणजे यावर सगळे गप्प बसले. नंतर कुणी या संदर्भात माझ्यापुढे काही बोललं नाही. मला एक मार्गच सापडला. त्यानंतर मी स्वतःचे विचार न दडपता सौम्य पण स्पष्ट शब्दात सांगायला सुरुवात केली.

एकदा तर हे लक्षात येऊन मामाही म्हणाले, ''अरेच्चा! लोण्याला दात फुटलेले दिसतात!''

आणखी एकदा एका मुद्द्यावरून मी अशीच वाद घालू लागले. एक वन्संबाई म्हणाल्या, ''वहिनी, तुझ्या पदरात चार मुलं आहेत म्हणून तर त्यातल्या त्यात नरम वागतेस! ती नसती तर तुझे खरे दात दिसले असते!''

मीही म्हटलं, ''खरंय तुमचं! नाही तरी माझे दात थोडे वरच आहेत!''

याच लक्ष्मीमामींनी मलाही वागण्यातला अतिशय मोलाचा सल्ला दिला. आयुष्यभर तो मला उपयोगाला आला.

एकदा मला भल्या पहाटेच जाग आली. अजून बाहेर खूप अंधार होता. झोपायचा प्रयत्न केला तरी झोप येईना. तेव्हा विचार केला, जाग आलीच आहे तर मागच्या बाजूला पाटाचं पाणी नीट जातंय की नाही ते तर पाहून येऊ या.

मी उठले. शेजारीच लक्ष्मीमामी झोपल्या होत्या, त्यांनाही जाग आली.

''का गं? लवकर का उठलीस?''

''काही नाही. जाग आली, पाटाचं पाणी बघून येते. झोपा तुम्ही.''

''चल. मी येते सोबतीला.''

''नको. सवय आहे मला.''

तरीही त्या उठून बाहेर आल्या आणि मी येईपर्यंत तुळशीच्या अंगणात उभ्या राहिल्या.

दुसरे दिवशी दुपारी मला एकटीला गाठून त्या म्हणाल्या, ''इंदे, मला नाही तुझं वागणं पटलं!''

''काय चुकलं माझं? मला सवय आहे. मला नाही एकटीला अंधारात जायची भीती वाटत!''

''तरीही तुझं चुकलंच. प्रश्न तुला भीती वाटते की नाही किंवा तुला सोबतीची गरज आहे की नाही, हा नाहीच. माझं ऐक! रात्री-अपरात्री किंवा भल्या पहाटे उठून बाहेर जायचं असेल, अगदी संडासला जायचं असेल तरी कुणाला तरी सोबतीला उठवत जा.''

मी त्यांचं बोलणं ऐकत होते.

''नाही तर तुझी सासू किंवा इतर माणसं यातून वेगळा अर्थ काढू शकतात! समजलं? आपल्याला नीट राहायचं असेल तर केवळ नीट राहून चालणार नाही. ते इतरांनाही दाखवावं लागतं.''

त्या अनुभवी शब्दांनी मला पुढच्या आयुष्यात पदोपदी मार्गदर्शन केलं आहे.

मुलांचं शिक्षण चाललं होतं. अभ्यासात कमी-जास्त होऊन मार्क कमी पडले की मुलांना समजावून घेण्यापेक्षा हेटाळणी अधिक करण्यात येई. त्यामुळे अनेकदा मुलंही कानकोंडी होऊन जात.

प्रभाकर सुट्टीला आला की अशाच त्राग्यातून माझ्याशी वाद घाले, ''जन्म देण्याव्यतिरिक्त तू आमच्यासाठी केलंस तरी काय?''

मी त्याला समजावलं, ''अरे, शिक्षण घ्यायचं म्हणजे घराबाहेर राहायलाच हवं ना? आणि दुसरी गोष्ट लक्षात ठेव, इथं राहून मी त्यांच्या आई-वडिलांचं सगळं करतेय ना? म्हणून तुम्हाला तिथं ठेवून घेतलंय!''

त्याला हे त्या वेळी पटलं की नाही कोण जाणे!

प्रभाकरचा मॅट्रिकचा रिझल्ट जवळ आला होता. उन्हाळ्याच्या सुट्टीचे दिवस असल्यामुळे काही नणंदा करंबवण्यात होत्या. प्रभाकरही तिथंच होता.

वर्षभर दादा दिवेकरांनी त्याचा अभ्यास करवून घेतला होता. त्यामुळे नणंदा आपसात थट्टेने म्हणत होत्या, ''अरे वा! आज तर दादांचा रिझल्ट आहे!''

आधीच रिझल्टचा तणावामुळे वैतागलेला प्रभाकर या थट्टेमुळे कानकोंडा होत होता. मला त्याच्या मन:स्थितीची कल्पना होती. माझ्याही मनावर थोडं दडपण होतंच; पण ते न दाखवू देता मी माझी कामं करत होते. तोही अस्वस्थपणे घरभर वावरत होता.

मी वाड्यात म्हशीची धार काढत होते. त्या वेळी निकालाचं पत्र आलं. हातात पत्र घेऊन प्रभाकर मला शोधू लागला. धार काढतानाही माझं लक्ष बाहेरच होतं. मला पाहाताच तोही वाड्यात आला आणि पास झाल्याचं सांगितलं.

नाही म्हटलं तरी यांची आठवण येऊन माझ्या डोळ्यांत पाणी आलं. तेव्हा मात्र

तो एखाद्या मोठ्या कर्त्या माणसासारखा म्हणाला, ''अं हं! डोळ्यांत पाणी आणायचं नाही! मी रडतोय का?''

त्यानंतरही नणंदा 'एकदाचे दादा पास झाले म्हणायचे!' म्हणत थट्टा करत, टोमणे मारत राहिल्या.

पण आम्ही दोघांनी मात्र तिकडे पूर्णपणे दुर्लक्ष करून त्याच्या यशाचा आनंद अनुभवला.

मॅट्रिक झाल्यावर तो बी. फार्म. करण्यासाठी मध्यप्रदेशातल्या सागरला गेला. त्या वेळी तो एका वर्षी नापास झाला. यावर साऱ्या घरात तीव्र प्रतिक्रिया उमटल्या. सगळ्यांनी एकमतानं निर्णय घेतला, यानंतर याचं शिक्षण बंद करायचं आणि याला करंबवण्यातच ठेवायचं.

प्रभाकरच्या अपयशाचं मलाही वाईट वाटलं. मुलांचं शिक्षण आणि त्यांनी स्वावलंबी होणं याकडे डोळे लावून बसलेल्या मला या अपयशाचं वाईट वाटणं साहजिकच होतं; पण त्याहीपेक्षा मला क्लेश झाले ते त्याला इथं ठेवायच्या निर्णयानं.

त्याच्या आत्या वाद घालत होत्या, ''त्याला इथंच ठेवू या. म्हणजे कळेल त्याला इथून पैसा कसा येतो ते!''

''अहो, पण तो वर्षभर काय करणार?''

''जे मामा करतात, तेच तोही करेल.''

''हे पाहा, इथं मामा जे करतात ते आपल्या इच्छेनं करतात. इथं सगळ्या कामांसाठी माणसं आहेत. आवडतं म्हणून ते पहाटे उठून वाड्यात जातात, जनावरांचं खाणं-पिणं बघतात. त्याशिवाय इथं राबायला हा साडेतीन हाती देह आहे ना!'' अखेरचं वाक्य मी स्वतःला उद्देशून म्हटलं.

''अगं, पण जी कामं तू आणि मामा करता, तीच त्यानं केली म्हणून काय बिघडलं?''

''अहो, पण तो एकदा इथं रमला तर त्याचं पुन्हा शिक्षणात लक्ष लागेल काय? आणि अजूनही आपले खटले सुरूच आहेत. मग जुन्या घटना विसरून कसं चालेल? एकदा दुधानं तोंड पोळलंय. आपण ताकही फुंकूनच प्यावं हे बरं नाही का?''

अखेरपर्यंत मी माझा मुद्दा सोडला नाही. शेवटी प्रभाकर पुन्हा सागरला शिकायला गेला.

मामांचे खटले चालूच होते. तरी अलिकडे त्यांच्या बोलण्या-चालण्यामध्ये वय जाणवू लागलं होतं. पायी फिरण्यामुळे पाय दुखू लागत. त्यामुळे रात्री काशाच्या वाटीनं पाय बराच वेळ घासले की त्यांना बरं वाटे.

यांच्या खुनाच्या खटल्याच्या वेळी कुणीतरी मामांना सुचवलं होतं, "तुम्ही विधवा सुनेला फिर्यादी करा. म्हणजे जज्जवर वेगळा प्रभाव पडेल.''

यावर मामा म्हणाले होते, "मी जिवंत असताना इंदीला कोर्टाची पायरी चढू देणार नाही!'' पण हातून होईना तेव्हा मात्र ते हवालदिल होऊ लागले. त्यातच आईची प्रकृतीही वयोमानाप्रमाणे ढासळू लागली. त्यामुळेही ते अधिकच खचल्यासारखे दिसू लागले.

प्रकृतीत चढउतार सुरू झाले तेव्हा एक दिवस त्यांनी मला जवळ बोलावून म्हटलं, "इंदे, दोन खटले सुरू आहेत. काय करायचं? ते पुढं सुरू ठेवायचे की कसं?''

यावर मी काय उत्तर देणार?

केतकरांच्या घरी सून म्हणून येऊन तीस-बत्तीस वर्ष झाली असली तरी मला ना खोतीतलं काही कळत होतं, ना शेतीतलं. माझं सातवीपर्यंतचं कधी काळचं शिक्षण 'खटले चालू ठेवायचे की नाही?' या प्रश्नाचं ठाम उत्तर देण्याचा आत्मविश्वास कुठून देणार?

आतापर्यंतचं माझं इथलं जीवन स्वयंपाकपाणी, जेवणखाणं, गुरांचा चारापाणी, धार काढणं, पाहुणारावळा, आलागेला यांची उठबस करणं, घराला कुठं वाळवी लागली नाही ना हे पाहाणं, कसवातल्या कलमांकडे आणि इतर झाडांकडे लक्ष देणं, शिक्षणासाठी परगावी असलेल्या मुलांची चिंता करणं, वयात येत असलेल्या चतुरा-शोभाच्या लग्नाचा विचार करणं, शकाची प्रकृती आणि तिचा भविष्यकाळ याची काळजी करणं, यातच चाललं होतं. त्यातच आई-मामांच्या आजारपणामुळे चिंतेत भर पडली होती. या साऱ्या व्यापात मला खटल्यांचा विचार करायला सवडच नव्हती.

मामांच्या प्रश्नावर मला उत्तर सुचलं नाही. या खटल्यांपायी मी सौभाग्य गमावलं होतं. या खटल्यांपायी मी माझ्या मुलांना दूर ठेवलं होतं. मामांनी आपल्या मृत मुलाचा मान राखण्यासाठी खटले सुरू ठेवले होते. त्याचबरोबर मी गेली काही वर्ष पाहात होते, हे खटले चालवल्याशिवाय इथं राहाणं शक्य नाही.

काय उत्तर देणार मी?

काहीही न बोलता मी त्यांना कपात औषध ओतून दिलं.

आई-मामांची आजारपणं चालली होती. दिवसातल्या कामांमध्ये त्यांचं औषधपाणी आणि पथ्यपाणी सांभाळण्याच्या कामांची भर पडली होती. त्यामुळे दिवसभरात मी थकून जात होते.

अशा वेळी माझी कुल्र्याची बहीण आली होती.

दिवसभर काम करता-करता तिच्याशी खूप गप्पा मारल्या. फार दिवसांनी ती भेटली होती, त्यामुळे गप्पाही खूप साचल्या होत्या. तीही खूषीत होती.

दिवस मावळू लागला तशी ती कावरीबावरी होऊ लागली, पण ते तितकंसं माझ्या लक्षात आलं नाही.

दिवसभराची कामं संपत आली. रात्रीचा स्वयंपाक-जेवणं आटोपली. वाड्यात जाऊन गुरांचा चारापाणी बघून आले. विरजणं लावली. झाकपाक करून उरलेलं दूध आणि भात कालवून मांजरीच्या बशीत घातला. मामा-आईची औषधं दिली. मामांचे तळपाय काशाच्या वाटीनं घासून दिले.

माजघरात आम्हा दोघींची अंथरुणं टाकली होती. बहीण पडल्या-पडल्या कंदिलाच्या उजेडात माझ्या सगळ्या हालचाली पाहात होती. मी थकून अंथरुणावर पडत तिला म्हटलं, ‘‘आता झोप तू. प्रवासानं दमली असशील. पुन्हा उद्या गप्पा मारू.’’

तिनं विचारलं, ‘‘इंदे, तुला भीती नाही वाटत?’’

संदर्भ न समजून मी विचारलं, ‘‘कसली भीती? कंदिलाच्या उजेडात वावरायची सवय आहे मला!’’

‘‘ते खरंय गं! पण -’’

‘‘वाघरं वाड्यापर्यंत येतात; पण दारं मोडून घरात शिरत नाहीत. त्यामुळे घाबरायचं कारण नाही.’’

‘‘ते तर झालंच, पण.....’’

जांभई देत मी म्हटलं, ‘‘अधुनमधून घरात साप-विंचू निघतात खरे! त्यासाठी आपण जपून राहायचं. कुठंही पटकन हात ठेवायचा नाही, अडगळ साठवून ठेवायची नाही, एवढं करून निघालेच तर काठीनं किंवा चपलेनं विंचवाला मारायचं. सापासाठी कांभेरू आणि काठी आहेच -’’

बहुतेक ती आणखी घाबरली असावी; पण तिची भीती याहूनही वेगळीच होती.

ती म्हणाली, ‘‘तसं नव्हे गं, इंदे! घरात तुझे सासू-सासरे इतके वयस्कर आणि आजारी. रात्री-अपरात्री त्यांचं काही बरं-वाईट झालं तर?’’

‘‘त्याचा आत्ताच कशाला विचार करायचा ? त्या वेळी जे होईल ते होईल!’’

‘‘तसं नव्हे गं -’’

आता मात्र मी वैतागलेच. झोप अनावर होऊन डोळे मिटत असताना ती भेदरलेल्या आवाजात म्हणाली, ‘‘मेलेल्या माणसावरून मांजर ओलांडून गेलं म्हणजे प्रेत उठून बसतं म्हणे!’’

एकीकडे अनावर झोप आणि दुसरीकडे तिचं बोलणं ऐकून येणारं हसू आवरत मी उठून बसले आणि तिला समजावलं, ‘‘आता आलं लक्षात! तुझं बोलणं मी

लक्षात ठेवेन. तसं काही घडलं तर आधी मांजरीला पकडून टोपलीखाली झाकून ठेवेन आणि नंतर पुढचा विचार करेन! मग तर झालं ना? झोप आता!''

मी हसत-हसत झोपी गेले. दुसरे दिवशी पहाटे उठून मला पुन्हा कामाला लागायचं होतं; पण तिला मात्र रात्रभर झोप लागली नाही.

पंचाहत्तरीच्या आईची प्रकृतीही दिवसेंदिवस ढासळत चालली होती. औषधं-काढे चालले होते. बरेच महिने कडवट औषधं घ्यावी लागल्यामुळे त्या कंटाळल्या होत्या. बहुतेक वेळा दिलेलं औषध मुकाट्यानं गिळायच्या. काही वेळा मात्र खूपच तक्रार करायच्या. त्या वेळी त्यांचं मन वळवून औषध देणं मोठं जिकिरीचं काम असे.

त्यांच्या आजारपणात त्यांच्या मुलींपैकी काहीजणी कायमच घरी असत. घरातली माणसं वाढल्यामुळे माझं स्वयंपाकघरातलं कामही वाढतं असे.

त्या दिवशी दुपारचं जेवण आणि झाकपाक आवरून मी मधल्या खोलीत आले. आईना भेटायला आलेल्या त्यांच्या मुली कवड्यांचा खेळ खेळण्यात रंगून गेल्या होत्या. त्यांच्याकडे चौकशी केली तर आईना कुणी काढा दिला नव्हता. मी काढ्याचा कप घेऊन त्यांच्या खोलीत गेले. आईना औषध नको होतं. त्यांची समजूत काढत म्हटलं, ''आज एक दिवस एवढा काढा घ्या.'' उद्या वैद्य येणार आहेत. त्यांना सांगू या, एवढा कडू काढा देऊ नका म्हणून!''

त्यांनी मनाविरुद्ध काढा घेतला; पण ठसका लागला त्यांचा जीव घाबरा झाला. मुली खेळ टाकून आत धावल्या. त्याच रात्री आई वारल्या.

आई वारल्या. तेव्हा मामा अंगणात बसले होते. स्वतःच्या भावना आवरत ते आत आले आणि सांगितलं, ''इंदे, तिला घोंगडीवर ठेव. अंगठे बांधा, म्हणजे नंतर अवघड होणार नाही. तिचा चेहरा स्वच्छ पुसा आणि नीट कुंकू लावा बघू!''

त्यानंतर त्यांनी मला पुन्हा बोलावून विचारलं, ''घरात कोरा राजापुरी पंचा आहे?''

आश्चर्य वाटलं तरी न दाखवता मी गाठोड्यातला नवा पंचा काढून दिला. त्या पंचाची त्यांनी मला खोळ शिवायला सांगितली. वरच्या बाजूला रुंद नेफा ठेवून त्यातून नाडी घालायला लावली. आईचा देह त्या खोळीत घालून नीट गळ्यापाशी नाडीनं बांधायला लावला. आपल्या पत्नीचा देह कणभरही दिसू नये म्हणून मामांनी ती योजना केली होती.

मामांच्या इच्छेप्रमाणे मी खोळ शिवून दिली तरी माझ्या मनाला हे सगळं कुठं तरी खटकत होतं. मी मुलींना म्हणत होते, ''तुमची आई सवाष्ण गेली. तुम्ही तिला न्हाऊ घाला, ओटी भरा, हिरवं लुगडं नेसवा, केसांत वेणी माळा आणि निरोप द्या.''

पण त्या आधुनिक विचारांच्या मुलींना माझ्या पारंपरिक विचारांपेक्षा वडिलांचंच पटणं स्वाभाविक होतं.

घराच्या मागच्या बाजूला पन्ह्याच्या पलीकडे वरच्या बाजूला अग्नी द्यायची व्यवस्था केली होती. न राहावून मी गड्याकडून साडी आणि ओटीचं सामान पाठवून दिलं आणि स्वतःचं समाधान करून घेतलं.

अखेर आईंना अग्नी मात्र पांढऱ्या खोळीतच दिला गेला.

राख सावडायचा दिवस होता. मी मुद्दाम नाना थत्तेला निरोप पाठवून मामांच्या सोबतीसाठी बोलावून घेतलं होतं. नानानं यांच्या वेळीही शोध घेताना बरीच धावपळ केली होती. त्याला दारूचं व्यसन होतं, तरी आमच्या घराला चिकटला तो चिकटलाच. आताच्या प्रसंगी कुणी तरी मामांच्या सोबत असणं आवश्यक होतं. निरोप मिळताच तोही धावत आला होता.

आई गेल्यामुळे मुलींना अपरिमित दुःख झालं होतं. ती त्यांची जन्मदात्री होती, त्याचबरोबर त्यांच्यासाठी शिक्षणाचे, पर्यायानं आधुनिक जीवनाचे दरवाजे खुले करणारी होती. अशा आईच्या मृत्यूचं दुःख होणं स्वाभाविक होतं.

तिसरे दिवशी राख सावडायला मुलीही पुढं झाल्या. नाना थत्ते त्यांना काही म्हणण्याआधी त्यांनी चितेच्या राखेत कसाही हात फिरवल्यामुळे सगळी हाडं इकडं-तिकडं होऊन गेली.

मुलींनी राखेत हात घालून शोध घेतला तेव्हा त्यांना आईच्या तुटलेल्या बांगड्या, वेढणी, मंगळसूत्राचे मणी आणि पोलक्याच्या बटणाचे तुकडे मिळाले. आईच्या मृत्यूमुळे हळव्या झालेल्या आणि वहिनीच्या बांगड्या या सिनेमामुळे प्रभावित झालेल्या या मुली या वस्तू, त्यातही बांगडीचे तुकडे पाहून भावनाशील झाल्या. त्यांनी सगळ्या वस्तू एका डब्यात भरल्या आणि डबा घेऊन त्या घरी आल्या.

मला बांगडीला चिकटलेला हाडाचा तुकडा दिसत होता. मी तो काढून टाकायला सांगितला; पण तिकडं कुणीच लक्ष दिलं नाही. त्यांनी तो डबा देव्हाऱ्याशेजारी ठेवून दिला.

इकडे नाना थत्ते 'त्यांनी सगळं कालवून टाकलं - सगळा घोटाळा केला!' म्हणत निघून गेला.

त्यानंतर तो डबा सतत देवघराशेजारी दिसू लागला आणि प्रत्येक वेळी तो माझ्या नजरेला खुपू लागला.

मला सारं वातावरण अशुद्ध आणि अपवित्र असल्यासारखं वाटू लागलं. सुतक संपून घर शुद्ध केलं तरी अमंगल वातावरण तसंच आजुबाजूला रेंगाळतंय अशी

भावना झाली. सगळी एवढी शिकलेली माणसं! पण असा अभद्रपणा का करताहेत? भावना प्रबळ झाली की सारासार विचार करायची शक्ती नष्ट होते म्हणतात, तेच खरं आहे की काय कोण जाणे!

घरात सुतकाच्या दिवसांत घरच्या देवांची पूजा करायला एक ब्राह्मण लावला होता. त्याच्याकडून ही बातमी केतकी-बिवलीपर्यंत पसरली होती. नंतरही किती तरी दिवस तो एक चर्चेचा विषय झाला होता.

तरुण मुलाच्या माघारी मामांनी उभारी धरली होती; पण आईच्या मृत्यूनंतर ब्याऐंशी वर्षांचे मामा पुरते थकून गेले. त्यांनी हाय खाल्ली. अलिकडे त्यांचं हिंडणं-फिरणंही अगदी कमी झालं होतं. काही वेळा ते एकटेच कितीतरी वेळ बसून असत. मध्येच उसासा टाकून म्हणत, ''लुच्ची! मला फसवून निघून गेली!''

आईच्या माघारी त्यांच्या आजारानंही जोर धरला. नाना प्रकारची औषधं सुरू असली तरी गुण येत नव्हता. मुली भेटायला यायच्या. उज्जैनीचे अप्पाही आले होते.

एकदा मुलींपैकी कुणी तरी म्हटलं, ''अप्पा, मामांच्या पायांना तेल चोळून दे ना!''

अप्पा तत्परतेनं पुढं झाले. पण मामाच म्हणाले, ''नको, इंदी देईल चोळून.''

''वहिनी कामात आहे. कधी तिची कामं संपणार आणि कधी ती चोळून देणार! तिला कामांपुढे फुरसत असेल तर ना!''

''असू दे! काम संपल्यावर ती चोळून देईल. पायांवरून तिचा हात फिरल्याशिवाय मला झोप येणार नाही!''

एक दिवस त्यांना खूप त्रास होत होता. मला म्हणाले, ''इंदे, पाण्यानं थबथबलेला टॉवेल डोक्यावर ठेव बघू!''

मला काय करावं ते सुचेना. त्यांना काही तरी आग-आग होत असावी. पण आजारी माणसाच्या डोक्यावर ओला टॉवेल कसा ठेवायचा? आणखी काही होऊन बसलं तर काय करायचं?

मी गड्याकडून बाहेरून केळीचं पान आणून घेतलं आणि त्यांच्या डोक्यावर ठेवलं. त्यांना खूप बरं वाटलं. त्यांच्या डोळ्यांतून पाणी ओघळलं आणि तोंडून आशीर्वाद.

महिना-दीड महिना गेला तरी मामांच्या आजाराला उतार नव्हता. मला मात्र सारखं वाटायचं, देवघरापाशी ती हाडं ठेवणं अशुभ आहे. त्यामुळे मामांचं आजारपण आटोक्यात येत नाही.

एकदा बिवलीच्या सावित्रीबाईंना मी हे सांगितलं. त्या आमच्या जवळच्या

नात्यातल्याच होत्या. त्यांनाही माझं म्हणणं पटलं. मध्येच केव्हा तरी सहज आल्यासारखं करून त्यांनी हीच गोष्ट ठकूताई आणि इतर बहिणींसमोर मांडली.

बहिणी आपला मुद्दा पूर्णपणे सोडायला तयार नव्हत्या. शेवटी तडजोड होऊन डबा संपूर्ण घराबाहेर नव्हे, कुडाच्या-कांडपांच्या अंगणात खड्डा खणून पुरायचा असं ठरलं.

खड्डा खणायला सुरुवात झाली आणि मामांना जास्त झालं. त्यांचा जीव घाबरा झाला. थोड्याच वेळात ते मरण पावले.

त्यांच्या मुली एकमुखानं म्हणाल्या, ''आमची आई त्यांना सांभाळत होती! तिला बाहेर काढायला निघालात म्हणून मामा गेले!''

काय खरं आणि काय खोटं कोण जाणे, यांच्या माघारी ज्यांनी मला पिताच्या वत्सलतेनं आधार दिला होता, तो कोलमडला हे मात्र खरं!

आईच्या माघारी मामांनी जेमतेम दोन महिने काढले असतील. एका उत्तम सह-जीवनाचा अस्त झाला.

मामा वारले. त्यांचा देह अंत्यदर्शनासाठी ठेवला होता. बातमी पंचक्रोशीत पसरली आणि दर्शनाला माणसांचे लोंढे येऊ लागले.

पण घरालगतच्या बौद्ध वस्तीतलं कुणीच फिरकलं नाही.

माझं तिकडे बारीक लक्ष होतं. शेवटी त्या वस्तीवरचा एक माणूस दिसला. मी लगेच त्याला गाठून सांगितलं, ''अरे, बाकीच्यांनाही सांग हो! आणि कृष्णा पाटील आला नाही तो!''

''तो कामासाठी बाहेरगावी गेलाय.''

''त्यालाही निरोप पाठव.''

बौद्ध वस्तीवरची माणसं रुसली होती, त्यामागं एक कारण होतं. त्यांच्यापैकी एकजण आजारी मामांना भेटायला आला, तेव्हा नणंदांपैकी कुणीतरी 'तुमच्यापायी मामांचा देह झिजलाय -' वगैरे बोलून त्यांना दुखावलं होतं. म्हणून मी त्यांच्याविषयी विशेष सावधगिरीनं चौकशी करत होते.

थोड्या वेळानं बौद्धवाडीतील इतर माणसं आणि कृष्णा पाटील दर्शनाला आले. परिस्थितीचं औचित्य न ओळखता एका नणंदेनं त्यांच्यावर 'तुमच्यामुळे मामा गेले! आणि आता आलेत मोठे दर्शन घ्यायला!' असं म्हणून आगपाखड केली. ती माणसं दर्शन घेऊन काही न बोलता निघून गेली.

अशा प्रकारे गावातलं वातावरण बिघडवल्यानंतर त्यांनी दुसरा बॉंबगोळा टाकला.

त्यांनी घरातली रोख रक्कम दान करून टाकली. जाताना त्या ठकूताईंना सोबत घेऊन जायचं ठरवू लागल्या. मी ठकूताईंना राहायला सांगितलं तेव्हा त्यांनी

स्पष्टपणे नकार दिला. शिवाय त्यानंतर माझी मुलं ही केवळ माझीच जबाबदारी आहे, हेही सांगितलं.

"अहो, पण मी एकटी काय करू?"

"ते तुझं तू पाहा. एवढ्या जमिनी आहेत. त्यांचं काहीही कर; पण यानंतर तुझ्या मुलांचं शिक्षण आणि त्यांची लग्नं हे तुझं तू बघायचं!"

माझी मुलं ही माझी जबाबदारी असल्याचं मीही जाणून होते. एका प्रसंगी मी प्रभाकरला म्हटलं होतं, "अरे, मी इथं आहे, आई-मामांचं बघते म्हणून त्या तुम्हाला सांभाळता!"

त्या वेळी माझ्या तोंडून तिडिकीसरशी बाहेर पडलेले शब्द इतके खरे होतील, याची मला काय कल्पना?

"अहो, पण कसं जमेल ते?"

"कुळांकडून खंड वसूल कर. मामांनी कर्जाऊ दिलेले पाच हजार रुपये वसूल कर. हवं तर शेत विक. त्यातून तुझा आणि मुलांचा अन्नखर्च भागव, शिक्षण कर, लग्नं कर!"

नणंदांनी जे एका वाक्यात सुचवलं ते प्रत्यक्षात आणणं सोपं नव्हतं.

घरी कुळांचं येणं-जाणं असायचं. एकीकडे खटले सुरू असले तरी कुळांच्या अडीनडीला मापटी-दोन मापटी धान्य देणं, कुणी आजारी असेल तर तोंडाला चव येण्यासाठी लोणचं किंवा एखादं तोंडीलावणं देणं, यासाठी ती माणसं स्वयंपाकघराच्या दाराशी माझ्याकडेच यायची. घरात काही अवघड काम असेल तर मीही जाणाऱ्या-येणाऱ्यांबरोबर निरोप पाठवून त्यांच्यापैकी एखाद्याला बोलावून घ्यायची. काम झालं की त्याच्या बायको-मुलांची आणि घरातल्या म्हाताऱ्या-म्हातारीची चौकशी करायची आणि उरलं-सुरलं त्याच्या हाती द्यायची. एवढं माझ्या दिनक्रमात बसलं होतं.

शेतांविषयी मला ठाऊक असलं तरी प्रत्यक्षात त्या जमिनी कुठं-कुठं आहेत हे मला ठाऊक नव्हतं. कर्जाऊ दिलेले पैसे वसूल करण्यासाठी माणूसबळ हवं, तेही माझ्याकडे नव्हतं.

मी म्हटलं, "मला यातलं काहीही ठाऊक नाही. मी कधी मधल्या खोलीबाहेरही फारशी आलेली नाही. मामांचे व्यवहार मला ठाऊक नाहीत. कसं जमेल मला हे?"

नणंदांनी टोमणा मारला, "घरात ज्ञानाचा सागर होता तेव्हा तुम्ही झोपा काढल्या! मशीनवर कपडे शिवत वेळ काढलात! भोगा आता कर्माची फळं!"

थोडक्यात, आई-मामा गेले आणि मला 'आकाश कोसळणं' म्हणजे काय, याचा पुन्हा एकदा अनुभव आला.

आई-मामांचा सहवास मला खूप वर्षं सतत लाभला. त्यांचं सहजीवन मी फार जवळून पाहिलं. त्यांचा परस्परांवर पराकोटीचा जीव होता आणि आपल्या मुलां-

मुलींवरही तितकाच जीव होता. समाजाची फिकीर न करता त्यांनी मुलींना शिक्षण दिलं. त्यासाठी द्यावी लागणारी सगळी किंमत दिली. आजुबाजूची काही भोचक माणसं मामांना मुलींच्या संदर्भात मुद्दाम वेडेवाकडे प्रश्न विचारत. मामाही त्यांना तशीच ठणकावून उत्तर देत. आपल्या मुलीबरोबर त्यांनी नात्यातल्या आणखीही काही मुलींच्याही शिक्षणाची सोय केली होती.

मुलींना शिक्षण देऊन आर्थिकदृष्ट्या स्वत:च्या पायावर उभं केल्यावर जे जे घडणं अपेक्षित आहे, त्या सगळ्या घटनांना ते सामोरे गेले आणि त्यांचा स्वीकार केला.

मुलींच्या मित्रमंडळींना घरात मानानं वागवलं जाई. त्यांच्यापैकी काहीजणं तर आमच्या कुटुंबाचे भाग आणि हितचिंतकही झाले होते; पण जीवनाचे निर्णय पुरेशा गांभीर्यानं न घेतल्यामुळे काहीजणींच्या जीवनात वादळे आली; पण मामा-आईनी त्याचाही प्रमाणाबाहेर बाऊ केला नाही.

ठकूताईसारखी संसाराची अपेक्षा असलेली त्यांची मुलगी मात्र त्यांचं सहजीवन बघून तळमळायची. तिचा अनेकदा अगदी तळतळाट व्हायचा.

बारा मुलांची माता असलेल्या आईना माझ्यासारखं आणखी एक मूल पदराखाली घेता आलं नाही. आमच्या लग्नाच्या वेळी त्यांचा योग्य तो मानपान आणि हौसमौज न झाल्याचं मला अप्पांच्या लग्नाच्या वेळी लक्षात आलं. माझ्या आईला यांचा जो सुशिक्षितपणा आणि सुधारलेपणा वाटला होता, तो यांचा मानभावीपणा होता. अर्थात त्या वेळी हे समजलं असतं तरी काही विशेष करणं तिच्या हातातही नव्हतंच म्हणा!

प्रभाकरच्या वेळी बाळंतपणासाठी निघताना मी नमस्कारासाठी वाकले तेव्हा आईनी मला जवळ घेऊन तोंडभर आशीर्वाद दिला होता. तो स्पर्श मी कधीही विसरणार नाही! तो खरा माऊलीचा स्पर्श! त्या महामातेच्या वात्सल्यापैकी एवढा एकच थेंब माझ्या पदरी पडला. त्याक्षणी वाटलं, ही तर माझी इथली आई! पण तेवढंच!

काही वेळा मला वाटतं, एवढ्या मुलांचं करता-करता दमछाक होऊन त्यांची सगळी ममता आटून गेली होती की काय कोण जाणे! कारण, माझं जाऊ द्या, किती केलं तरी मी सून होते; पण नातवंडांचं करतानाही कधी ती माया दिसली नाही. दुपारचं खाणं खाताना त्यांनी कधी आपल्यातला घास नातवंडांच्या हातावर ठेवला नाही. त्यामुळे शकाची कितीतरी वर्ष अशीच समजूत होती की खाऊ हा मोठ्या माणसांसाठीच असतो! लहान मुलांसाठी नव्हे!

चुकून कधी तरी मुलींनी आणलेली द्राक्षं खाता-खाता त्यांना नातीची आठवण यायची, नाही असं नाही. मग त्या हाक मारायच्या, "इंदे –"

हातातलं काम टाकून त्या असतील त्या खोलीत त्यांच्या पुढ्यात जाऊन उभी राहिले की सांगायच्या, ''चतीला बोलाव गं!'' चती म्हणजे थोरली चतुरा. मी चतुरेला हाक मारली की या तिच्या हातावर चार-दोन द्राक्षं ठेवायच्या.

तान्ह्या नातवंडांना त्यांनी कधी न्हाऊ घातलं नाही. उलट म्हणायच्या, ''आईनं मुलांना पायांवर घेऊन न्हाऊ घालावं. तेवढेच पाय शेकून निघतात!''

बारा मुलांना जन्म देऊन मोठं करताना, तेही करंबवण्यासारख्या कुग्रामात, त्यांनी काहीच कष्ट केले नसतील, असं म्हणायचं धैर्य मी कशी करू? पण माझ्या लग्नानंतर मी त्यांना नेहमी निवांतच पाहिलं आहे. साऱ्या घरचे केरवारे मीच करत असे. कारण सोवळं-ओवळं; पण मी परगावी गेले किंवा माझी तीन दिवसांची अडचण असेल तर मात्र गड्यानं केर काढलेला त्यांना चालत असे. स्वयंपाकही माझाच असे. ठकूताईची थोडीफार मदत असे.

त्यांच्या सोवळ्या-ओवळ्याच्या कल्पनाही काही स्पष्ट नसायच्या. निर्लेप आणि निरशन हे दोन शब्द मला फारच छळायचे. निर्लेप म्हणजे धान्य भाजून केलेले खाद्यपदार्थ. हे पदार्थ खरकटे मानले जायचे नाहीत; पण ते उपवासालाही चालायचे नाहीत. निरशन मात्र उपवासाला चालायचं. हे शब्द वापरून आई मला काही करायला सांगायच्या आणि मला मात्र हे उमजायचं नाही!

तेच 'वळचण' या शब्दाचंही होतं. त्या मला ''अमूक वस्तू वळचणीला खोचून ठेवलेली आहे, घेऊन ये.'' असं सांगायच्या. वळचण म्हणजे काय हे ठाऊक नसल्यामुळे माझा गोंधळ उडायचा.

लग्नानंतर सुरुवातीला माझी भारी पंचाईत व्हायची. माहेरी निघाले की सासरचा मोठेपणा मिरवण्यासाठी मी सगळे दागिने न्यावेत असा या आईचा आग्रह असे. तिकडं गेल्यावर ती आई दागिने बघून हबकून जायची आणि म्हणायची, ''इथं येताना तू अजिबात दागिने आणू नकोस बाई! नसता जिवाला घोर! यातला एखादा हरवला तर भरून द्यायची आमची ताकद नाही.''

त्या आईला असल्या मोठेपणाचा अजिबात मोह नव्हता. ती म्हणायची, ''चोरी आणि शिंदळकी सोडून सचोटीनं कुठलाही व्यवसाय करून पोट भरावं माणसानं!''

आईच्या मनात माया-ममता नव्हती असं मला म्हणायचं नाही; पण नातवंडांशी वागताना-बोलताना ते कधीच व्यक्त होत नव्हतं.

पण मामाचं तसं नव्हतं. त्यांच्या हृदयात ठसठसणारी ती वेदना सतत जाणवायची. त्यांच्या 'निवेदन' आणि 'उत्तर-निवेदन' या पुस्तिकांमध्ये त्यांच्या हृदयाची भळभळती जखम दिसणं स्वाभाविकच आहे, त्याचबरोबर त्यांचं आपल्या मुलावरचं प्रेम किती डोळस होतं, तेही समजतं.

कधीकधी ते मनात उसळणाऱ्या दुःखाला आवर घालण्यासाठी म्हणायचे,

''इंदे, आपण खुन्यांचे आभार मानायला पाहिजेत! खरं की नाही?''

''असं का म्हणता, मामा?''

''समज, त्यांनी अण्णांच रक्तानं माखलेलं छिन्न-विच्छिन्न शरीर अंगणात आणून टाकलं असतं तर आपलं काय झालं असतं? आपण या घरात राहू तरी शकलो असतो काय?

त्यांच्या या विचार करायच्या पद्धतीचा परिणाम माझ्यावरही झाला. फार आठवणी येऊन दुःख अनावर होऊ लागलं की मी स्वतःची समजूत काढे, ते आषाढी एकादशीला घराबाहेर पडलेत. त्या दिवशीचं ते पाठमोरं दर्शन अखेरचं झालं. म्हणजे ते थेट वैकुंठालाच गेले असतील. हा माझा भाव-कल्लोळ माझ्या परीनं मी त्या वेळी असा मांडला होता -

मज सोडुनिया कसे गेला एकादशीला
पांडुरंगाने तुम्हा नेले पंढरीला ।।धृ.।।
माझ्या जन्माचे जोडीदार वारकरी झाले
स्मृती ठेवोनि पांडुरंगी विलीन झाले
देवा सद्गति तू देई त्यांच्या रे आत्म्याला
पांडुरंगाने तुम्हा नेले पंढरीला ।।

मामांचं संतापलेलं रूपही मी क्वचित बघितलं आहे. त्यातली एक आठवण, म्हटलं तर थोडी गमतीचीच आहे.

मामांना मारायला घरात मारेकरी शिरला होता. त्यानंतर घरात दहशत पसरली होती. त्यामुळे आम्ही सगळ्या बायकांनी त्यांची रात्री झोपायची जागा बदलली होती आणि त्यांचं अंथरूण कागदपत्रं असलेल्या खोलीत घालायला सुरुवात केली होती. तेवढ्यानंही आमचं समाधान न झाल्यामुळे आम्ही खोलीला बाहेरून गुपचूप कुलूप लावलं होतं.

रात्री मामांना जाग आली. त्यांना संडासला जायचं होतं. दार बाहेरून बंद. त्यांनी हाका मारायला सुरुवात केली. आम्ही सगळ्या जाग्या झालो. गडबडीत लवकर चावी सापडेना. अखेर एकदाची चावी सापडली. मामा आधी संडासला जाऊन आले आणि नंतर आम्हा सगळ्यांवर एवढे भडकले की काही विचारू नका! 'मला कोंडून घालता?' म्हणून किती तरी वेळ आरडाओरडा करत राहिले.

आडव्या बांध्याचे, काहीसे स्थूल मामा दिसायला अतिशय देखणे होते. त्यांच्या गुलाबी गोऱ्या रंगापुढे यांचा शुभ्र गोरा रंग फिकाच म्हटला पाहिजे. चिपळूणहून किंवा शेतावरून फिरून आले की त्यांच्या कानांच्या पाळ्या जास्वंदीसारख्या होऊन

जात. शोभा लहान असताना त्यांच्या अंगावर खूप दंगामस्ती करायची. त्या वेळचा तिचा अत्यंत आवडता खेळ म्हणजे मामांच्या कानाची पाळी घट्ट धरायची आणि सोडून द्यायची. ती पुन्हा लालचुटूक झाली की शोभा आनंदानं टाळ्या पिटायची.

मामा घरात आखूड राजापुरी पंचा वापरायचे. बाहेर जाताना मात्र स्वच्छ धोतर-कोट-टोपी असा वेष असे. त्या वेळच्या पद्धतीप्रमाणे त्यांनी शेंडी राखली होती. वेणी घालून गाठ मारणं, हा शकाचा आवडता खेळ होता. शिवाय ती त्यांना बजावायची, ''हे काय हो, मामा? वेणीच येत नाही याची! पुढच्या खेपेला शेंडी आणखी लांब ठेवा!''

साऱ्या मुलांमध्ये सुधाताईंनी मामांचा रंग आणि रूप घेतलं. मामांच्या हनुवटीवरची मधोमध असलेली, चांगली तूर डाळ बसेल अशी खळी शोभामध्ये जशीच्या तशी आली आहे.

एकूण काय, आई-मामा गेले आणि नणंदांचं येणं-जाणं कमी झालं. करंबवण्यात आता मी खऱ्या अर्थानं एकटी झाले. माझ्यासोबत होते कोण? कसवातली झाडं, वाड्यातल्या म्हशी आणि घरातली मांजरी!

शेवटच्या आजारपणात मामांनी विचारलं होतं, ''खटले चालवायचे का?''

यावर मी काहीही उत्तर देऊ शकले नव्हते. मामा गेल्यावर घरात होती-नव्हती ती सगळी कागदपत्रं नीट गोळा करून एका ट्रंकेत भरून ठेवली आणि स्वस्थ बसून राहिले.

मामा वारल्यानंतर नणंदांनी घरातली किरकोळ रक्कम दान करून टाकली, गावातल्या माणसांना वेडंवाकडं बोलून घरापासून तोडलं आणि निघून गेल्या. ठकूताईंना मी सोबतीला राहाण्यासाठी सांगितलं; पण त्यांनी स्वच्छपणे नाही म्हणून सांगितलं. नंतरही त्या कधीतरी यायच्या, थोडे दिवस राहायच्या; पण 'करमत नाही, इथं रोज पेपर नसतो' म्हणून सांगत निघून जायच्या.

साठ साली मामा गेले. चतुरा दहावी झाली होती. शिक्षण थांबवून तिला करंबवण्याला आणली होती. शोभा होमसायन्स बी. एस्सी.च्या शेवटच्या वर्षात शिकत होती. त्या वर्षाची जबाबदारी तिच्या आत्यांनी घेतली होती. प्रभाकर सागरला बी. फार्म. करत होता.

आता चतुरेच्या लग्नाचं बघायचं होतं. पाठोपाठ शोभा होतीच. शकाचं सगळंच शिक्षण व्हायचं होतं. घरचा आधार नसताना हॉस्टेलमध्ये ठेवून शिकवायची म्हणजे पैसा हवा. शिवाय तिच्या तब्येतीची काळजी. इतके दिवस ती तिच्या डॉक्टर

आत्याकडे राहात असल्यामुळे ती चिंता नव्हती.

घरात नऊ खंडी भात होतं आणि बँकेत दोन हजार रुपये. यानंतर खंड वसूल करून मामांनी कर्जाऊ दिलेले पैसे वसूल करून मला सगळ्या जबाबदऱ्या पार पाडायच्या होत्या! मुलींच्या लग्नांसाठी विकायला जमिनी होत्या, पण खटले चाललेल्या!

खटल्याची कागदपत्रं ट्रंकेत भरून मी स्वस्थ बसले.

अशी स्वस्थ बसले की आयुष्याचे प्रश्न समोर येत.

अनेकदा जुन्या आठवणीही वर यायच्या. त्यातली एक आठवण लग्नाआधीची मालाडची होती.

आम्ही लहान असताना आमच्या घरी खण विकणाऱ्या आजी यायच्या. सगळे त्यांना 'खणवाल्या आजी' म्हणायचे म्हणून आम्हीही तेच म्हणायचो. आता आठवून पाहिलं की लक्षात येतं त्या काही एवढ्या म्हाताऱ्या नव्हत्या. पन्नाशीच्या आत-बाहेर असतील. मुलांनी आजी म्हणायला हरकत नाही; पण त्यांना मोठेही आजीच म्हणायचे. त्यांच्या अंगावरचं लाल अलवण पाहून त्यांना कदाचित सगळेच आजी म्हणत असावेत.

या आजी दोन्ही खांद्यांवर कापडांच्या झोळ्या अडकवत आणि घरोघर फिरून त्यांची विक्री करत. त्यांच्या गाठोड्यात निवडक साड्याही असायच्या. खरेदी-विक्रीसाठी त्या पार बनारसपर्यंतही फिरायच्या.

प्रवासात उतरण्यासाठी त्यांनी काही घरं हेरून ठेवली होती. आपला शिधा नेऊन त्या सोवळ्यानं स्वत:पुरतं अन्न शिजवून घ्यायच्या आणि पुढं चालू लागायच्या.

अशा प्रकारे खण आणि लुगडी विकून त्या आजींनी स्वत:चं घर बांधलं होतं! शिवाय त्यांच्या पदरात दोन पोरके पुतणे होते, त्यांची लग्नं लावून देऊन मार्गी लावलं होतं!

हे करण्यासाठी आजींनी प्रचंड कष्ट उपसले होते; पण त्यांच्या चेहऱ्यावरची प्रसन्नता कधी ढळली नाही. त्यांना ओळखणाऱ्या प्रत्येकाला त्या प्रसन्नतेचं कौतुक वाटे.

'चोरी आणि शिंदळकी सोडून माणसानं काहीही करून पोट भरावं' असं म्हणणाऱ्या माझ्या आईला तर या आजींचं कमालीचं कौतुक होतं.

या आजींची आठवण येताच वाटे, काहीही पाठबळ नसताना खणवाल्या आजी आपल्या पुतण्यांसाठी एवढं करू शकतात. मला का जमणार नाही? माझी परिस्थिती काही तेवढी वाईट नाही.

मामांच्या वेळी अडीचशे एकर जमीन मालकीची होती. सत्तेचाळीस-अठ्ठेचाळीस साली संरक्षित कुळकायदा आला आणि वातावरण बदललं. हे आणि मामा कायद्याची कास धरून झगडत होते. मीही तेच करावं असं मामा सुचवत होते.

पण मला ते जमेल काय, हा खरा प्रश्न होता. त्याचबरोबर दुसरा उपाय नाही हेही दिसत होतं. कारण एखादी नोकरी करण्यासारखं माझं शिक्षण नव्हतं आणि वयही नव्हतं. माहेरची बाजूही एवढी बळकट नव्हती की मी चार मुलांसह त्यांच्यावर विसंबावं. भाऊ नुकतेच स्थिरावत होते. त्यांचेही संसार बहरत होते.

आणखी एक उपाय होता, तो म्हणजे एखाद्या नातेवाईकाला मुकाट्यानं शरण जाऊन त्या घरी मिंधं होऊन राहायचं.

मी यापैकी कुठल्या मार्गानं वाटचाल करणार आहे, हे मलाच ठाऊक नव्हतं.

ठकूताई अजूनही करंबवण्याला होत्या. त्या कायमच्या पुण्याला बहिणीकडे निघून जाण्याआधीची गोष्ट. मामा वारल्यानंतर त्या सुमारे दीड वर्ष तिथं होत्या.

घरात सोबतीला कुणीतरी हवं होतं. मामांच्या काळात या घरात अनेकांचा वापर असल्यामुळे घर एवढं अवाढव्य वाटत नव्हतं. दोघीच राहाण्याच्या दृष्टीनं ते फारच मोठं वाटू लागलं. त्यामुळे घरातल्या काही खोल्या वेगळ्या काढून कुणाला तरी भाड्यानं द्यायचं ठरवलं.

त्या वेळी गावाच्या शाळेत वैशंपायन नावाचे मास्तर बदलून आले होते. त्यांना जागेची गरज होती म्हणून घरातील नाममात्र चार आणे भाड्यानं जागा द्यायचं ठरलं. त्यांच्यासोबत त्यांची बायको आणि एक मूल होतं. सगळीच माणसं सज्जन आणि शेजारधर्माला योग्य अशीच होती. आम्हांला त्यांची चांगली सोबत होती. ठकूताईंचंही त्या वहिनींशी छान जमायचं.

इथं राहायला आल्यावर त्या वहिनींना दुसऱ्यांदा दिवस राहिले. मला छान वाटलं. घरात केलेली एखादी भाजी मी त्यांना 'तेवढाच चवीत बदल' म्हणून वाटीभर नेऊन द्यायची. त्याही सुखावायच्या.

पण त्यांना दिवस राहिले आणि ठकूताई बिथरल्या! त्या या कुटुंबाशी काही तरी खुसपट काढून भांडू लागल्या, सतत कटकट करू लागल्या. त्या वहिनी बाळंतपणानंतर लहान मुलाला घेऊन आल्यावर तर ठकूताईंची कटकट फारच वाढली. त्या विनाकारण लागट बोलून त्या कुटुंबाला दुखवू लागल्या.

शेवटी बिचारे मास्तर वैतागून गेले. एकदा ते मला म्हणाले, ''वहिनी, असली बोलणी ऐकून घेत इथं राहाणं अशक्य आहे. तुम्ही स्पष्टपणे सांगा. बिवलीला आम्हाला घर मिळतंय आम्ही तिथं राहायला जाऊ.''

मी त्यांना समजावलं. ठकूताईनाही परिस्थितीची जाणीव करून देण्याचा प्रयत्न केला; पण पालथ्या घड्यावर पाणी! त्या आणखी चेकाळल्या. ताल धरून मुद्दाम म्हणू लागल्या, ''घटका गेली, पळे गेली, राम का रे म्हणा ना! तुम्ही का रे जाईना!''

हे पलीकडे ऐकायला जाईल म्हणून मी त्यांना आवरायला गेले तर त्या तेवढ्याच मोठ्यानं म्हणू लागल्या, ''का? तुला का एवढा राग येतोय? तुला पाहिजे काय तो मास्तर?''

यावर काय बोलणार? सगळाच प्रकार कुणाही सभ्य माणसाला उद्वेग आणणाराच होता. अखेर वैशंपायन मास्तर आपल्या बायको-मुलांसह दुसरं घर धरून निघून गेले.

ठकूताईही शहरात निघून गेल्या आणि माझ्यावर एकटीनं राहायची वेळ आली. लगोलग मुलांची सुट्टी आली. चारही मुलं घरी आली होती. कदाचित प्रथमच घरात मी आणि माझी चार मुलं एवढेच होतो.

थोरला प्रभाकर कॉलेजमध्ये शिकत होता. चतुरा शिक्षण संपवून आली होती. शोभा कॉलेजमध्ये आणि शका शाळेत असेल.

रात्रीची वेळ होती. मी चुलीवर गरम गरम दशम्या करत होते आणि चौघेही मुलं गोल बसून जेवत होती.

जेवता जेवता एका अगदी क्षुल्लक गोष्टीवरून वाद सुरू झाला. शोभा आणि प्रभाकर यांच्यामध्ये. वाद हळूहळू एवढा वाढला की त्याला कडाक्याच्या भांडणाचं स्वरूप प्राप्त झालं. मी दोघांनाही आवरायचा प्रयत्न केला, पण दोघंही आवरेनात.

मी चुलीतली लाकडं बाहेर ओढून त्यावर पाणी शिंपडलं, हात धुतले आणि तडक निघून खाऊच्या खोलीत जाऊन दार लावून बसले. वाटलं, कुणाचाही आधार नाही, या वाढत्या वयाच्या मुलांना कशी सांभाळू?

मी निघून जाताच त्या दोघांचं भांडण क्षणार्धात थांबलं, चारही मुलं कावरीबावरी होऊन मला शोधू लागली.

आवाज बंद होताच मी हिशोबाची वही काढून बसले.

मुलांना मी कुठं गेले तेच समजलं नव्हतं. ती मला घरभर हाका मारत शोधू लागली. काहीतरी शंका येऊन कंदील घेऊन विहिरीतही डोकावून आली! अखेर खोलीतून बाहेर पडणारी उजेडाची तिरीप त्यांना दिसली. दार लोटून त्यांनी मी तिथं असल्याची खात्री करून घेतली.

त्यानंतर मात्र कुणीही मला मन:स्ताप होईल, अशी भांडणं केली नाहीत.

ठकूताई निघून गेल्यावर मी सोबतीसाठी कुणातरी गरजू बायकांना घरात ठेवून घेऊ लागले.

या प्रकारे येणाऱ्या बायका चारचौघींसारख्या सुखासमाधानाच्या संसारातल्या नसायच्या. त्यामुळे त्यांचं वागणंही अनेकदा विक्षिप्तासारखंच असायचं.

अशाच एक बाई सोबतीसाठी होत्या. त्यांना स्वच्छतेचं अती वेड. प्रत्येक वस्तू त्या अनेकदा धुवायच्या. धुवून झाल्यावर पुसायच्या. त्याचबरोबर दुसरं म्हणजे त्या घरालगत अंगणातच लघवीला बसायच्या. त्यामुळे वाऱ्याच्या झुळुकीसरशी ती दुर्गंधी घरात शिरून गलिच्छ वाटायचं. संडासाचा वापर करायलाही त्या अनेकदा टाळाटाळ करायच्या. स्वत:चे हातपाय इतक्या वेळा धुवायच्या की समोरच्या माणसाला विचित्र वाटावं. इतर कुणी इकडंतिकडं हात लावून मलीन करेल, अशी त्यांना सतत शंका वाटायची. अनेकदा त्या मलाही त्या बाबतीत सूचना करायच्या. स्वत:च्या संदर्भात मात्र त्या स्वच्छतेचे प्राथमिक नियमही पाळायच्या नाहीत.

हे अती झालं तेव्हा मी त्यांना जायला सांगितलं.

सोबतीसाठी राहायला येणाऱ्या त्या बायकांमध्ये अनेक नमुने पुढच्या काळातही बघायला मिळाले.

अशाच एक बाई माझ्याकडे राहिल्या होत्या. त्या डोक्यानं थोड्या मंद होत्या. त्यामुळे त्यांची जबाबदारी जवळपासच्या सगळ्या नातेवाईकांनी टाळली होती. बाई दुर्दैवी होती. त्यांचं एक लग्न होऊनही नवऱ्यानंही त्यांना टाकली होती.

त्या मला ताई म्हणायच्या. मीही त्यांना ताई म्हणू लागले.

त्यांच्या मनात पुन्हा लग्न करायची इच्छा होती. थोडे दिवस गेल्यावर त्या एक दिवस मला म्हणाल्या, ‘‘ताई, माझ्यासाठी नवरा बघा ना!’’

मला त्यांचं स्पष्ट बोलणं ऐकून आश्चर्य वाटलं. मी त्यांना विचारलं, ‘‘तुमचं वय काय?’’

‘‘अट्ठेचाळीस.’’ त्यांनी सांगितलं.

‘‘म्हणजे तुम्हाला नवरा पन्नास-बावन्न वर्षांचा शोधावा लागेल. नाही का?’’

‘‘नाही!’’ त्या थोड्या गडबडलेल्या दिसल्या.

मी पुढं म्हटलं, ‘‘नाही कसं? तुमच्याहून चार वर्षांनी मोठा तरी हवाच ना! बावन्न वर्षांच्या माणसाशी लग्न करून तुम्ही काय करणार आहे? त्याच्या नाकातला शेंबूड पूस, त्याची आजारपणं काढा, त्याच्या मुलांचं बघा हेच ना? यासाठी का तुम्हाला लग्न करायचंय?’’

हे मात्र त्यांना पटलं. त्यानंतर पुन्हा कधी त्यांनी तो विषय काढला नाही. कधीतरी त्यांच्या मनाची अस्वस्थता व्यक्त होत असे; पण त्यात शारीरीक सुखाची अपेक्षा नव्हती, भविष्यकाळाची चिंताच जास्त असायची.

नंतर माझ्या लक्षात आलं, ताईंनी माझ्याआधी आणखीही कुणापुढे इतक्याच सरळ आणि स्पष्ट शब्दांत लग्नाची इच्छा बोलून दाखवली होती; पण त्या सगळ्यांनी त्यावरून त्यांची थट्टाच केली होती. कुणीच गंभीरपणे ऐकून घेतलं नव्हतं.

या बायकांपैकी काही बऱ्या होत्या. एक इतक्या खादाड होत्या की त्यांना काहीतरी आजार आहे की काय असं वाटावं. एखाद्या शेतावर राबणाऱ्या गड्याचा आहार असावा असा त्यांचा आहार असे. दुसऱ्या बाईकडे भेटायला येणारी मंडळी इतकी विचित्र असत की भीतीच वाटे.

या सर्वांमध्ये जोगळेकर नावाच्या एक बाई मात्र अशा भेटल्या की यापुढे एकटी राहाणं परवडलं, पण सोबत नको असं म्हणायची वेळ आली.

आमच्या पंचक्रोशीबाहेरच्या एका खेड्यातल्या सावकाराची ही बायको. सावकार स्वत: स्त्रियांच्या बाबतीत वागायला ढिलाच होता, हे सगळ्यांना ठाऊक होतं. त्याची ही बायको. नवऱ्यानं तिला सोडली होती.

एकदा मी अंगणात काहीतरी करत होते तेव्हा ही बाई आली. अंगावर लाल साडी, लाल पोलकं, लाल चपलादेखील! हातात छत्री घेऊन तिनं सांगितलं, ''मला तुमच्या ओळखीच्या अमूक अमूक बाईंनी पाठवलंय. तुम्हाला सोबतीसाठी कुणीतरी हवंय ना? म्हणून मी आले.''

राहाणं-नेसणं-बोलणं सगळंच टापटिपीचं. बाई दिसायला आकर्षक. मी तिला राहायला परवानगी दिली.

एक दिवस ही बाई आजारी पडली. तिची सगळी लक्षणं पाहाता मी घाबरून गेले. हिला हृदयाचं काही दुखणं उद्भवलं की काय असं वाटून मी लगोलग केतकीला निरोप धाडला आणि आमच्या बर्वे डॉक्टरांना बोलावून घेतलं.

डॉक्टर आले. बाईंना तपासलं. चौकशी केली. बाईंनी हृदयाचं दुखणं असावं अशी बतावणी केली. डॉक्टरांनी औषधं दिली, विश्रांती घ्यायला सांगितली आणि निघून गेले.

ते गेल्यावर ही म्हणाली, ''हा कसला डॉक्टर? यानं काय गुण येणार म्हणा!''

''अहो, चांगले आहेत ते. या भागातले धन्वंतरीच म्हणा!''

''असतील! पण काय त्यांचं रूप! काय त्यांच्या मिशा! असल्या डॉक्टरचं औषध घेऊन कसला गुण येतोय?''

मला हे विचित्र वाटलं. डॉक्टरांच्या रूपाचा पेशंटला गुण यायला काय संबंध?

ती पुढं म्हणाली, ''त्यापेक्षा चिपळूणच्या अमूक डॉक्टरच्या औषधानं मला गुण येईल!''

तिनं ज्याचं नाव घेतलं त्यानं नव्यानंच चिपळूणला दवाखाना थाटला होता. मुख्य म्हणजे तो डॉक्टर तरुण, देखणा आणि उत्तम पोषाख करणारा होता!

पुढं माझ्या लक्षात येऊ लागलं, या बाईबरोबर माझीही बदनामी होऊ लागली आहे. त्यात एक दिवस माझ्या ओळखीच्या चिपळूणमधल्या बाईंनी सांगितलं,

"वहिनी, ती बाई बदफैली आहे म्हणून तिच्या नवऱ्यानं तिला टाकली आहे.''

"मी तर ऐकते, तो बदफैली आहे म्हणून!''

"तेही खरंच आहे. पण हिचीही वागणूक चांगली नाही. अहो, ही बया रस्त्यानं जाताना एखादा माणूस आवडला की त्याचा हात धरते आणि रात्री घरी बोलावते!''

हे ऐकल्यावर मात्र मी तिची हकालपट्टी केली आणि यानंतर एकटी राहावं लागलं तरी चालेल, पण सोबतीला बाई ठेवायची नाही असं ठरवलं.

त्याऐवजी मी रात्री झोपायला घरकामाच्या बायकांपैकी कुणाला तरी गरजेनुसार बोलवायला लागले. अनेकदा एकटीच राहू लागले.

मामा-आई गेल्यानंतर गावच्या माणसांनी वेगळीच आवई उठवायला सुरुवात केली.

एक दिवस एकजण सांगत आला, "वैनीनूं, पऱ्ह्यापाशी बांधावर लोकांना काय तरी दिसतंय म्हणे!''

"काय रे?''

"पांढरं काहीतरी! तो अमका सांगत होता, पांढऱ्या धोप फडक्यात गुंडाळलेली खोतीण दिसते रात्रीची!''

कोकणात भुतांच्या कथांना तोटाच नसतो. माझ्या लग्नाआधी मी त्या ऐकल्या होत्या, घाबरलेही होते. लग्नाच्या वेळी काकूंनंही घाबरवलं होतं. रात्री डोंगरात फिरणारे दिवे दिसले की सुरुवातीला ती भुतंच वाटायची. नंतर समजलं, तीही रानात रात्री फिरणारी माणसंच आहेत.

या संदर्भात माझा स्वत:चाही एक अनुभव होता.

हे नाहीसे झाल्यानंतर कुल्र्याच्या एका गृहस्थांनी फ्लॅचेटवर यांना बोलावलं होतं. त्यानंतर खटला सुरू असताना मला स्वप्न पडलं. हे स्वप्नात मला एका माणसाकडे बोट दाखवत होते. पुढे तोच इसम माफीचा साक्षीदार झाला.

पण पुढं मला वेगळाच अनुभव आला.

कधी कधी एकटेपण तीव्रपणे जाणवे. मन मोकळं करायला सोबत कुणीच नसे. त्या वेळी अपरात्री मी दार उघडून घराबाहेर येऊन उभी राहात असे आणि समोरच्या किर्रर्र अंधारात मोठ्यानं म्हणत असे, "तुम्ही इथं कुठं असाल तर माझ्यासमोर या! माझ्याशी गप्पा मारा. मलाही तुम्हाला बरंच काही सांगायचं आहे!''

पण कुणीही समोर यायचं नाही.

मी सांगायची, "मी घाबरेन असं तुम्हाला वाटतंय का? मी घाबरणार नाही याची खात्री बाळगा पण भेटायला या!''

याचाही काही उपयोग व्हायचा नाही. असं मी एकदाच नव्हे अनेकदा केलं,

तेव्हा माझा माणूस मेल्यानंतर भूत होतं यावरचा विश्वास निघून गेला.

अशा वेळी मी पन्ह्याजवळच्या बांधावर बसणाऱ्या पांढऱ्या खोळीतल्या खोतीणीला कशाला घाबरू? मीही म्हणायला लागले, "असेल रे बाबा असेल! एवढे सगळे गावकरी उगाच खोटं कशाला बोलतील? आईना सुनेची काळजी असेलच की! आपल्या सुनेचं सगळं नीट चाललंय की नाही ते बघत असतील त्या!''

त्यानंतर मात्र लोकांना पन्ह्यावर खोतीण दिसणं कमी झालं!

पण गावच्या लोकांचे शांतपणे घाबरवायचे प्रकार मात्र सतत चालत. रात्री गाढ झोपेत असताना बाहेरून कुणीतरी चपलांचे आवाज करत जात. काही वेळा पावलांचे आवाज घराभोवती फिरत असत. मीही जागी होऊन पावलांच्या आवाजावरून बाहेरचा माणूस कुठं असेल, आता तो थांबलाय, आता पुन्हा चालू लागलाय, असा कानोसा घेत असे. मग हळूहळू पावलांचे आवाज दूर जात.

असा प्रसंग घडला की सुरुवातीला माझी बोबडी वळायची. त्यानंतर रात्र रात्र झोप यायची नाही. नंतर थोडीफार सवय झाली. पावलांचे आवाज दूर गेले की मी कूस पालटून झोपी जायची.

एकदा फणस उतरवायला आले होते. निरोप पाठवून गड्याला बोलावून घेतलं होतं. सकाळी न्हाणं झालं होतं. केसाचा साधा अंबाडा गुंडाळून मी गड्याबरोबर फणस काढायला निघाले.

झाडाखाली उभं राहून फणसांचं निरीक्षण केलं आणि मोठे कुठले फणस काढायचं तेही दाखवलं. शिवाय एखादा भाजीसाठी आहे काय हे पाहात असतानाच असंख्य माशा घोंघावत असल्याचा आवाज ऐकू आला. गडीही मोठ्यानं ओरडला, "वैनी, पळा पळा! आग्या मोहोळ उठलंय!''

फणस काढताना एका फणसालगतच्या तुणसडीच्या माश्यांच्या मोहोळाला कशाचा तरी धक्का लागून माशा उठल्या होत्या.

कसलाही विचार न करता मी धावत सुटले. माशांचा लहानसा ढग माझ्यावर चाल करून आला. पळता पळता लक्षात आलं, आपण कितीही पळालो तरी त्या आपल्याला गाठणार. मी चटकन खाली बसले. हिसडा देऊन अंबाडा सोडला आणि केसांनी शक्य तेवढं अंग झाकून, गुडघ्यात मान घालून बसले.

माशा घोंघावत आल्या. केसांभोवती फिरल्या. एकदोन केसांत अडकल्या. बाकीच्या तेवढ्याच वेगात निघून गेल्या.

अशा प्रकारे मधमाशांच्या हल्ल्यातून मी वाचले; पण अनेक ठिकाणी त्यांनी दंश केलाच. तिथं रुतून बसलेल्या सतरा काटे काढून टाकले तरी रात्रभर आग होत

राहिली. जिभेला कोरड पडली. पुढे सहा महिने किरकोळ तक्रारी सुरूच होत्या.

एकदा असाच विषाराचाही त्रास झाला होता.

त्या दिवशी अननसांची पाहाणी करायला कासवात फिरत होते. अननसाची झाडं काटेरी असतात. माझ्या पायाला त्या काट्यांमुळे खरचटल्यासारखं झालं. झाडाझुडपात वावरताना ही अगदीच किरकोळ गोष्ट. त्यामुळे तिकडे फारसं लक्ष दिलं नाही.

दुसरे दिवशी संपूर्ण पाय सुजला. अगदी हलवता न येण्याइतका सुजला. असं का व्हावं ते समजेना.

नंतर लक्षात आलं, बाहेर फिरणारे नागसाप वावरत असताना मध्ये मध्ये अशीच कशावर तरी गरळ ओकतात. बहुतेक अननसाच्या झाडावर सापानं गरळ ओकली असावी. जखम होताच ते विष शरीरात गेलं असावं. ही गोष्ट योग्य वेळी लक्षात न आल्यामुळे थोडं फार शरीरातही विष भिनलं.

पाय सुजलेला असताना नेहमीप्रमाणे नाना थत्ते घरी आले होते. हे विषाराचं प्रकरण असावं, हे एका वैदूच्या लक्षात आलं. त्यानं दिलेल्या मुळ्या नाना थत्तेंनी उगाळून दिल्या आणि त्याचे लेप लावले. सूज उतरेपर्यंत ते बिबलीहून येऊन मुळ्या उगाळून देण्याचं काम इमानेइतबारे करायचे. उपचार केल्यामुळे दुखणं विकोपाला गेलं नाही; पण त्या घटनेनंतर माझ्या प्रकृतीच्या तक्रारी, त्यातही मुळातला पित्ताचा त्रास वाढला अशी माझी भावना आहे.

आमच्या वाड्याच्या जवळपास वाघाची पावलं दिसण्याचा प्रकार अधुनमधून घडायचा. त्यानंतर बाहेर वावरणारी माणसं थोडे दिवस सावध असायची. वाघ कूड आणि दार मोडून घरात शिरत नसल्यामुळे असं काही घडलं तरी मी फारशी घाबरत नसे. गुरा-वासरांच्या बाबतीत अधिक सावध होत असे, एवढेच.

पण एकदा तिन्हीसांजेला म्हशींची धार काढायला म्हणून समोरच्या वाड्यात गेले होते. सोबत आनंदीची मुलगी होती. आनंदी म्हणजे मला घरकामात मदत करणारी आणि सोबतीसाठी आपल्या मुली पाठवून मदत करणारी. तिची मुलगीही आठदहा वर्षाचीच होती. धार काढायला उशीर झाल्यामुळे मी कंदील धरायला तिला बरोबर घेऊन गेले होते.

धार काढत असताना म्हैस अस्वस्थ झाल्याचं लक्षात आलं. ही का अशी करतेय म्हणत मी उठून बाहेर पाहिलं. बाहेरच्या बाजूला कुंपणाच्या वरच्या बाजूला दोन डोळे चमकले. पाठोपाठ घाण वासही आला.

म्हटलं, स्वारी बसलेली दिसतेय! लक्ष देऊन पाहिलं, खरोखरच बिबट्या

आरामात बसला होता. राजेश्रींचं पोट भरलेलं असावं त्यामुळे शांतपणे बसून होते.

माझी मात्र चांगलीच गाळण उडाली. शिवाय सोबत लहान पोर होती. मी सावकाश उठले आणि कंदील घेऊन हळूहळू निघाले. आनंदीची मुलगी 'एवढ्यात संपलं दूध काढायचं?' म्हणून विचारत होती. तिचा हात धरून बाहेर आले. वाड्याचं दार बंद करून घाईघाईनं स्वयंपाकघरच्या दारातून आत शिरून दार लावलं.

आनंदीची मुलगी विचारू लागली, ''काय झालं, वहिनी?''

तिला सांगितलं, त्यानंतर तिची गाळण उडाली, माझ्या मात्र जिवात जीव आला!

असे अनुभव येत असताना मध्येच कधीतरी नाना थत्ते यायचे. त्यांना दारूची सवय होती. आमच्या कुटुंबाचे ते चांगले स्नेही. तेवढी दारू सोडली तर माणूस वाईट नव्हता.

पण त्यांची घरी यायची वेळ तिन्ही संध्याकाळची. अंधार पडत असताना यायचे आणि कुठल्या तरी मागच्या दाराशी असतानाच विचित्र आवाजात 'वहिनी-वहिनी' हाका मारायचे.

सुरुवातीला मला त्या हाका ऐकल्या की छातीत धडधडायचं; पण नंतर सवय झाली.

बरं, गृहस्थ येऊन चार बऱ्या गोष्टी करून जाईल म्हणता? नाव नको! गावात कुठं काय झालं याच्या घाबरवणाऱ्या गोष्टी सांगायचे. 'वहिनी, खालच्या वस्तीत अमका म्हणत होता बामणिणीचे दात पाडेन! किंवा अण्णा खोत करून टाकू म्हणावं!' असलं काहीतरी सांगून त्यांच्या मते ते आम्हाला सावध करत असले तरी सुरुवातीला माझी गाळण उडायची.

नंतर मला सवय झाली तरी घरी आलेले पाहुणे मात्र त्यांच्या विचित्र आवाजांच्या हाकांमुळे हमखास घाबरायचे.

मामा नुकतेच वारले होते. ठकूताई अजून इथंच होत्या. चतुराचं शिक्षण संपल्यामुळे तीही इथंच आली होती.

मामांच्या हयातीत कसवालगतच्या एका जमिनीचा विक्रीचा व्यवहार ठरला होता; पण अजून पुरा झाला नव्हता. व्यवहार पुरा झाल्यानंतर त्या जागेवरच्या सागवान वरचा हक्क जाईल, हे मला माहीत होतं.

मी घरात काम करत होते. ठकूताईही काहीतरी करत होत्या. चतुरा माडीवर होती. एकाएकी चतुरा सांगत आली, ''अगं, वहिनी! तो सागवान कापतोय!''

मला काय करावं ते कळेना. चतुरेचा आवाज ऐकून ठकूताईही तिथं आल्या.

त्या म्हणाल्या, ''अगं, वहिनी, गप्प का बसतेस?''

''मग काय करू?''

''अशी गप्प बसू नकोस. हरकत कर चल.''

''तुम्हीही चला'' म्हणत मी त्यांच्याबरोबर बाहेर आले. आमच्या ज्याच्याशी व्यवहार होणार होता तो सोबत माणसं घेऊन सागवानाचं झाड तोडायला आला होता.

मी तावातावानं पुढं झाले. ठकूताई मागंच थांबल्या. पुढं होऊन मी उसन्या आवेशानं म्हटलं, ''झाड का रे तोडतोस?''

तो शांतपणे म्हणाला, ''वहिनी, घरासाठी नेतोय!''

''तुला नेता येणार नाही. घरासाठी दुसरी लाकडं घे हवी तर, साग कशाला हवाय?'' मी अशी बरीच बडबड केली.

समोर बुंध्याचं भलं मोठं खोड होतं. फांद्यांची इतर लाकडंही आजुबाजूला पडली होती.

मला आणखीही हुषारी सुचली. चतुरेकडून टेप आणि खडू मागवून मी नाटक करायला सुरुवात केली. लाकडाची लांबी-रुंदी-घेर वगैरे मोजून कागदावर टिपून घेतलं. त्यानंतर त्या लाकडांवरही खडूनं नोंद करू लागले. मधला ओंडका तर इतका रुंद होता की सहज होडी पडू शकेल! अशी काहीतरी आकडेमोड करून 'झाड अमूक इतक्या उंचीचं होतं' अशीही नोंद केली.

आपण एवढा सगळा पंचनाम्याचा फार्स केल्यावर त्यातलं एकही लाकूड जागचं हालणार नाही, या विश्वासानं आम्ही घरी आलो आणि निर्धास्त झालो.

पण मी केलेल्या खडूच्या खुणांना दाद न देता एकेक लाकूड लंपास होत राहिलं. शेवटी तो भला मोठा ओंडका तेवढा तिथं राहिला!

पुढं एकदोन दिवस गेले असतील. चतुरेचं माडीवर काहीतरी चाललं होतं. अचानक आम्ही सगळे दचकलो. बऱ्याच जणांनी एकाच वेळी केलेल्या ओरड्याचा तो परिणाम होता. एखादी अतिशय जड वस्तू उचलताना एकत्रितपणे सगळे ओरडतात, त्याचा तो आवाज होता.

हा कसला आवाज विचार करत असतानाच चतुरा ओरडली, ''वहिनी! तुझं सागवान नेलं गं!''

खरोखरच त्या कुळानं बरीच माणसं बोलावून दिवसाढवळ्या आमच्या डोळ्यांदेखत सागवान उचलून नेण्याचं काम चाललवलं. मी तशीच धावत वर गेले जवळजवळ चाळीसपंचेचाळीस माणसांनी तो भला मोठा ओंडका उचलला होता. मी पुढं होऊन त्या ओंडक्याला हात लावून म्हटलं, ''हा न्यायला माझी कायदेशीर हरकत आहे! मला याची मापं घेऊ द्या.''

त्यांनी ओंडका खाली ठेवला. चतुरेकडून मी टेप मागवला आणि ओंडक्याचीही

मापं घेऊन नोंदी केल्या.

तरीही मी तो सागवानाचा ओंडका राखू शकले नाही.

पुढं करायची ती वसूली केली तरी या प्रसंगातून मी आयुष्याचे काही धडे शिकले. कुणी चिथवलं म्हणून पुढं व्हायचं नाही - भावनेच्या भरात कुठलंही पाऊल उचलायचं नाही. इथं राहायचं असेल तर सर्वप्रथम आपल्या मर्यादा ओळखून राहिलं पाहिजे. त्यामुळेच 'मी पुढे कधीही मी तुम्हाला हे नेऊ देणार नाही.' यासारखं विधान केलं नाही.

सगळ्यात महत्त्वाचं म्हणजे इथली माणसं केवळ खडूनं लिखापढी केली म्हणून घाबरून मागं सरण्यासारखी नाहीत! त्याचबरोबर प्रकरण तडीस नेण्यापर्यंत पेलणार नसेल तर योग्य वेळी माघार घेऊन मानानं तडजोड करून मोकळं व्हायचं!

या सगळ्या पुढच्या गोष्टी. पण पहिली नोटीस आली तेव्हा मी चांगलीच गांगरले होते.

■

मामा नुकतेच गेले होते. दुखवट्याचे दिवस संपले होते. घरी आलेली सगळी माणसं आपापल्या गावी निघून गेली होती.

खटल्यांचं काय करायचं हा तिढा काही सुटत नव्हता. त्याचबरोबर आहे त्या परिस्थितीत मुलांची शिक्षणं, लग्नं आणि जीवन-चरितार्थ चालवायचा असेल तर हातात असलेली शेती हा एकच उपाय आहे, हेही समजत होतं.

पण शेती करायची म्हणजे इथं राहायला पाहिजे. इथली माणसं ओळखून त्यांच्याशी जुळवून घेत आणि प्रसंगी टक्कर देत राहायला पाहिजे.

जुळवून घ्यायचा प्रश्न नव्हता. ते मी लग्न झाल्यापासून करतच होते. त्या वेळी आमच्या घरची पद्धत अशी होती की दाराशी आलेल्या कुळापुढे चहाचा कप ठेवायचा आणि त्याला 'चहाची सवय कशी वाईट, चहाचे किती दुष्परिणाम आहेत, ह्यावर तासभर व्याख्यान घ्यायचं आणि 'चहा पी' म्हणून सांगायचं. त्यानंतर चहा पिताना काय चव राहाणार?

मला मात्र हे पटायचं नाही. मला वाटायचं तुम्हाला चहा घ्यायचा नसेल तर देऊ नका; पण त्याला इतकं हीन पातळीवर आणून त्यानंतर चहा घ्यायचं नाटक करू नका. त्यामुळे मी माझी त्यांच्याबरोबरची वागणूक सरळ ठेवली होती.

प्रसंगी टक्कर देऊन राहाणं हे मला जमेल काय हा खरा प्रश्न होता.

मी एकदा अशाच मन:स्थितीत बसली असता तलाठ्याचा शिपाई आला आणि म्हणाला, ''हं नोटीस घ्या!''

मी घाबरून म्हटलं, ''कसली नोटीस?''

त्यानं हातात दिलेल्या नोटीशीवरून खुलासा झाला. त्याला मामांनी चालवलेल्या केसचा संदर्भ होता.

मामांनी बांद्रे नावाच्या माणसाविरुद्ध खटला भरून त्याच्या ताब्यात असलेल्या जमिनीवर कोर्टामार्फत कागदोपत्री कब्जा मिळवला होता. प्रत्यक्ष ताबा घेण्याआधीच मामांचा आजार वाढला आणि ते वारले. दुखवट्याचे दिवस संपण्याआधीच बांद्रेनं पुन्हा डोकं वर काढलं होतं.

घरातल्या वादविवादाची धूळ नुकतीच बसत होती. ठकूताई बहिणींबरोबर निघून गेल्या होत्या. घरात मी एकटीच होते.

नोटीस वाचून मी शिपायाला म्हटलं, ''अरे, असं कसं? ती आमची जमीन आहे. मामांनी तिच्यावर कायद्यानं कब्जा मिळवलाय!''

शिपाई शांतपणे म्हणाला, ''हे मला सांगून काय उपयोग? तुम्हाला जे सांगायचंय ते तिकडं सांगा! आधी ही नोटीस घ्या आणि मला मोकळं करा बघू!''

''नको - नको! मी नाही घ्यायची नोटीस!'' मी घाबरून म्हटलं.

''तुम्ही नको म्हणालात तर मी ती दारावर चिकटवून जाईल. माझं ऐका, नोटीस घ्या.''

घाबरतच मी ती नोटीस घेतली. आता हिचं काय करायचं? थोडा वेळ स्वस्थ बसले. विचार केला आणि चिपळूणला निघाले.

मामांचे बरेच खटले साने वकिलांकडे असतात हे माहीत होतं. त्यामुळे हातात छत्री आणि कापडी पिशवी घेतली आणि त्यांना जाऊन भेटले. त्यांनी नोटीस पाहिली आणि मान वर करून मला विचारलं, ''तुमच्याकडे ऑथॉरिटी आहे काय?''

''म्हणजे काय?''

''अनुमती पत्र. मामांच्या साऱ्या वारसांनी तुम्हाला तसे अधिकार दिले आहेत काय?''

''हो तर! सगळ्यांनी सांगितलंय, यानंतर सगळं तूच बघायचं म्हणून!''

''तोंडी नव्हे. लेखी! काहीही करण्याआधी तुमच्या हातात लेखी अधिकारपत्र हवं. तुम्ही आधी त्याची व्यवस्था करा. तोपर्यंत मी हे थोपवून धरतो.''

मी सारं समजावून घ्यायला सुरुवात केली. मामांच्या माघारी वारस कोण?

वकिलांनी समजावून सांगितलं, ''सत्तावन्नच्या कायद्याप्रमाणे मुलीही वडिलोपार्जित संपत्तीच्या वारस ठरतात म्हणजे मामांचे वारस दहा मुली आणि दोन मुलगे.

त्यातल्या मयत मुलाच्या हिश्शात मी आणि माझी मुलं.

मी मुखत्यारपत्रासाठी तलाठ्यांकडे अर्ज केला. तलाठी म्हणाले, "वहिनी, मामांच्या माघारी तुम्ही एकंदर सोळा वारस आहात! साधा सातबाराचा उतारा मागायला अर्ज करायचा झाला तरी सोळा जणांच्या सह्या असल्याशिवाय मी तुम्हाला देऊ शकणार नाही!"

मला सगळं प्रकरण कठीणच दिसू लागलं.

तलाठी पुढं विचारू लागले, "यानंतर सगळं तुम्हीच बघणार ना? इथंच राहाणार ना?"

"हो!" नकळत मी ठामपणे म्हणाले. मामांच्या प्रश्नाचं खरं उत्तर आता कुठं माझ्या मनानं दिलं होतं. "सगळे नोकरीधंद्यानिमित्त बाहेरगावीच राहतात."

"तर मग असं करा, एकत्र कुटुंबप्रमुख म्हणून तुम्ही तुमचं नाव लावून घ्या. जमिनींवर मालकी मात्र ज्याची त्याचीच राहील. जमिनी विकायचा अधिकार प्रत्येकाला राहील."

तलाठ्यांच्या सूचनेनुसार मी तसा अर्ज केला. तहसीलदारांनी माझी विनंती मान्य केली. इतर पंधराजणांना नोटीशी पाठवण्यात आल्या. त्यांच्यापैकी कुणीही आक्षेप घेतले नाही.

मीच आणखी थोडा विचार करून माझ्या आणि ठकूताईंच्या नावे मुखत्यारपत्र घेतलं; पण ठकूताईंनी लक्ष न घातल्यामुळे पुढच्या काळात सगळीच जबाबदारी माझ्यावर आली. ती पुढची गोष्ट.

माझ्या नावे मुखत्यारपत्र घेतल्यावर मी पुन्हा साने वकिलांकडे येऊन विचारलं, "आता काय करायचं?"

"जमीन-विक्री मामलेदारांपुढे उत्तर द्यायचं."

"साहेबांपुढे? काय बोलायचं? कसं बोलायचं? मला तर काहीच समजत नाही!" माझी गाळण उडाली.

"त्यात काहीही कठीण नाही. तुम्हाला बांद्रेच्या केसची माहिती आहे ना?"

"हो ना! अहो, मामांनी कायदेशीरपणे-" मी उत्तेजित होऊन सगळं सांगितलं.

"आता तुम्ही मला जे सांगितलंत, तेच मामलेदार साहेबांच्या समोर सांगायचं."

तरीही मला आत्मविश्वास वाटेना. त्यांनी सांगितलं, "खरोखरच यात काहीही कठीण नाही. आपण असं करू या, मी आधी दोन केसेस चालवतो. त्याही तुमच्यासारख्याच आहेत. म्हणजे सत्तर बी खालच्या. कूळ म्हणून नाव दाखल करायच्या. त्यानंतर मी तुमची केस घेईन."

मी त्यांच्याबरोबर गेले. पहिल्या दोन केसेसमधली प्रश्नोत्तरे लक्ष देऊन ऐकली.

फारसं कठीण वाटलं नाही. आपण घरी बोलता बोलता आपला मुद्दा पटवून देतो, तसंच तिथं चाललं होतं. भीती वाटण्यासारखं किंवा दडपण आणण्यासारखं तिथं काहीच नव्हतं. तिथं कुणीच गुन्हेगार नव्हतं. दोन्ही पक्षांनी आपापल्या बाजू मांडल्या, एवढंच.

नंतर साने वकिलांनी जवळ येऊन विचारलं, ''जमेल ना?''

''हो, जमेल!'' मी आत्मविश्वासानं सांगितलं.

त्यानंतर मामलेदार साहेबांनी विचारलं तेव्हा माझी बाजू जशी साने वकिलांना सांगितली होती, तशीच साहेबांना सांगितली.

निकाल आमच्या बाजूनं लागला.

या केसमुळे माझ्या मनावरचं दडपण कमी झालं. मला दुसरीही एक केस आठवू लागली.

मी आपण होऊन साने वकिलांना म्हटलं, ''आमच्या खाजणाच्या जमिनीत तेरा जणांनी आपली नावं कूळ म्हणू लावली आहेत. आपण त्याचं काही करू शकतो का?''

कोकणात खाडीलगतची भरतीच्या वेळी खाऱ्या पाण्यात बुडते ती खाजणाची जमीन.

वकिलांनी विचारलं, ''सात-बाराचा उतारा आहे?''

मला लगेच उत्तर देता आलं नाही. त्यांनी आणखीही काही कागदपत्रांची चौकशी केली. मी घरी येऊन सगळे कागद शोधले आणि त्यांना सांगितलं, ''आहेत.''

''ठीक आहे, करू शकू.''

दावा लावला. या तेरा जणांची नावं चुकीची लावली आहेत, ती कमी करावीत एवढाच माझा मुद्दा होता. इथं फक्त वहिवाटीचा प्रश्न नव्हता. त्या तेराजणांनी अनेक खटपटी-लटपटी करून आपली नावं सातबाराच्या उताऱ्यातही घुसवली होती. ती खोडण्यासाठी जमीनविक्री मामलेदारांसमोर जावं लागणार होतं.

साने वकिलांनी पुन्हा विचारलं, ''झेपेल ना? तेराजण येणार आहेत!''

''केस अशाच प्रकारची आहे ना?''

''होय.''

''मग मी घाबरणार नाही. मी, माझ्या यजमानांनी किंवा माझ्या सासऱ्यांनी त्यांना जमिनी दिलेल्या नाहीत. तलाठ्यानं काहीतरी गोंधळ केलाय.''

माझा अर्ज साहेबांपुढे आला. अर्जावर खटला चालण्याची तारीख लागली. नोटीस येताच मी ठरलेल्या वेळी कचेरीत हजर झाले. एकेक आत येऊ लागला. तेराही जण हजर झाले. सगळं ऑफिस भरून गेलं.

तिथंही साने वकिलांनी मला एकीकडे घेऊन विचारलं, ''या तेराही जणांना तुम्ही ओळखता ना?''

''हो, ओळखते, पण ते सगळे आपापलं नाव सांगतील ना?''

''होय.''

तेराही जणांनी आपापली नावं सांगून हजेरी दिली. नंतर साहेबांनी मला प्रश्न विचारायला सुरुवात केली. मी माझी बाजू मांडली. साहेबांनी विचारलं, ''तुम्ही म्हणता याला पुरावा काय?''

साने वकिलांच्या सुचनेनुसार मी सातबाराचा उतारा आणि इतर कागदपत्रं सादर केले. नंतर म्हटलं, ''कूळ म्हणजे कोण? जो वहिवाट ठेवून उत्पन्न काढतो आणि जमीनमालकाला खंड देऊन पावती घेऊन जातो तो. या तेराजणांनी कधीही खंड देऊन पावती नेलेली नाही. त्याहून महत्त्वाचं म्हणजे जमीन खाजणाची आहे. त्यात कसलंच उत्पन्न येत नाही. त्यामुळे इथं कूळकायदा लावण्याचा प्रश्न आलाच कुठं?''

माझा युक्तिवाद साहेबांना पटलेला दिसला. मी वळून साने वकिलांकडे पाहिलं. त्यांनीही समाधानानं मान हलवली. त्या तेराजणांची नावं कमी करण्यात आली.

या दोन खटल्यांमुळे माझा आत्मविश्वास वाढला. साने वकिलांनी तो पद्धतशीरपणे वाढवला.

हे दोन माझ्या आयुष्यातील अगदी पहिले खटले. या खटल्यांनी माझा आत्मविश्वास जसा वाढला, तसाच माझा गावातला दबदबा वाढला असावा, असं वाटतं.

इथं या खटल्यांविषयी मी अगदी थोडक्यात सांगितलं आहे. प्रत्यक्षात खटल्यांची कामं अशी तडकाफडकी होत नसतात, हे सगळ्यानांच ठाऊक असलेलं सत्य आहे.

माझे वकील चिपळूणला राहायचे. त्या वेळी फोन किंवा इतर कुठलीही निरोपाची साधनं नसत. त्यामुळे बारीकसारीक कामांसाठी करंबवण्याहून चिपळूणला जावं लागे आणि अनेकदा फेऱ्या फुकटही जायच्या.

करंबवण्याहून बायकांनी चिपळूणला जायचं म्हणजे पायी जाणं शक्य नव्हतं. घरापासून बंदरापर्यंत दोन-अडीच किलोमीटर पायी जायचं, तिथून लाँचनं गोवळकोटला जायचं. लाँचच्या वेळा भरती-ओहोटीनुसार प्रत्येक दिवशी बदलत असल्यामुळे काम असेल त्याच्या आदल्या दिवशी करंबवण्याहून निघावं लागे. गोवळकोटहून चिपळूणला पायी कामाच्या जागी जावं लागे.

रात्री घराबाहेर राहायचं म्हणजे घरात कुणाला तरी राखणीला ठेवून जावं लागे.

त्याचबरोबर चिपळूणलाही मुक्काम करायचा प्रश्न असे. त्या वेळी सुमतीबाई बर्व्यांच्या घरी माझा मुक्काम असायचा. माझं जाणं इतक्या वरचेवर असे की मी तिथं माझं एक लुगडं कायमचं ठेवून दिलं होतं.

सुमतीबाई आणि मधुकाका बर्वेंचं हे घर म्हणजे माझं फार मोठं विश्रांतीस्थान होतं, आजही आहे. मधुकाका तिथल्या शाळेत फारसी भाषा शिकवायचे. हमीद दलवाईही यांचे विद्यार्थी होते. आमच्या घरी वरचेवर येणाऱ्या बजूवहिनींचे हे नातेवाईक. बजूवहिनी मला नेहमी म्हणायच्या, ''अगो, आमच्या सुमतीशी ओळख करून घे हो! अगदी तुझ्यासारखी आहे ती!'' खरोखरच आम्हा दोघींचा स्वभाव जुळला. सुमतीताई सतत समितीच्या कार्यात गढलेल्या असल्या तरी इतरांना शक्य तितकी मदत करणं या दोघांच्या स्वभावाचा एक भागच बनून गेला होता.

अनेकदा डॉ. आबाकाका जोशांच्या घरानंही मला आधार दिला आहे. आबाकाकांचा मुलगा डॉ. सुरेश आणि त्याची पत्नी शैला या दोघांचाही मला नेहमीच आधार वाटत आला आहे.

एकेक खटला वर्षानुवर्षे चालायचा. खटल्याच्या प्रत्येक दिवशी काही रोमांचक घडत नसल्यामुळे खटला सुरू करताना असलेली मन:स्थिती त्यानंतर टिकायचीच असंही नाही. तरीही खटल्यातील मुद्दे लढवावे लागत.

शिवाय ज्यांच्याशी खटला सुरू असे, त्यांचं एरवी घरी येणंजाणं असे. अडीनडीला 'वैनी, चार मापटी तांदूळ द्या.' म्हणायला येत, घरात कुणी आजारी असेल तर रुचीपालटासारखी तोंडीलावणं मागायला येत. खटल्याचा आवेश विसरून मला त्यांना मदत करावीच लागे.

त्यांच्याशी बाकी गप्पा व्यवस्थित मारायच्या; पण खटल्याच्या संदर्भात काहीच कबूल करायचं नाही, याचं भान मला ठेवावं लागे; कारण ही मंडळी एकीकडे परिस्थितीने नाडलेली असली तरी काही बाबतीत भलतीच बिलंदर असल्याचा अनुभव मला पदोपदी येत होता.

अनेकदा अनेक वस्त्यांवर माझ्या संदर्भात 'बामणिणीचे दात पाडू', 'अण्णा खोत करू म्हणावं', 'काय समजते ही खोतीण!' या प्रकारचे उद्‌गार निघाल्याचं कानावर येई.

सुरुवातीला हे ऐकून मी घाबरून जाई. सावधगिरी म्हणून काही पावलंही उचलत असे; पण कालांतरानं मलाही काही गोष्टी उमजू लागल्या. खुनाच्या आरोपात अटक करण्यात आलेले अकराही आरोपी आर्थिकदृष्ट्या सामान्य परिस्थितीतले होते. दीड-दोन वर्ष ते पोलिसांच्या ताब्यात होते. शिवाय कोर्टाचा खर्च आणि घर चालवण्यात या साऱ्या वस्त्याही थकून गेल्या होत्या. खटले चालवण्यासाठी त्या

वस्त्यांमधून वर्गणी काढली जात होती. आजच्या भाषेत खंडणीच ती! त्यामुळे त्या वस्तीवरची इतर माणसंही जिकीरीला गेली होती.

बदललेल्या वातावरणाशी जुळवून घेताना माझे काही नणंदांशी वाद विवाद झडायचे.

असाच एकदा वादविवाद चालला होता. एक नणंदबाई काहीतरी सूचक टोचून बोलल्या.

मी म्हटलं, ''काही काळजी करू नका! तशीच वेळ आली तर घराजवळच विहीर आहे. तिच्यात उडी मारेन!''

माझा उद्वेग समजावून न घेता त्या म्हणाल्या, ''पण वहिनी, तुला तर पोहायला येतं ना? मग?''

मी म्हटलं, ''पोहायला येत नाही. त्यातूनही चुकून तरंगेन अशी तुम्हाला काळजी वाटत असेल तर गळ्यात दगड बांधून उडी मारेन!''

पण हे म्हणताना त्या क्रूर बोलण्यानं मन पिळवटून गेलं.

यासारखे प्रसंग घरगुती पातळीवर होत राहायचे. त्या वेळी मन कडवट व्हायचं. कधी दु:खानं भरून यायचं. कधी सगळ्याचाच राग यायचा. त्याची प्रतिक्रियाही वागण्यातून व्यक्त व्हायची. या साऱ्यातून मन:स्तापाचे प्रसंगही वेळोवेळी यायचे.

एकदा अपरिहार्यपणे वकिलांच्या घरची पायरी चढावी लागली होती. कारण ते माझ्या हातात नव्हतं. त्यानंतर एकातून एक असे खटले निघू लागले. अनेकदा मलाही काहीतरी कारवाई करणं आवश्यक व्हायचं. त्यामुळे खटल्यांची संख्या आणि क्लिष्टता वाढत चालली होती. त्याचबरोबर माझं कायद्याचं ज्ञानही आपोआपच वाढत चाललं होतं.

मी खटल्यांमध्ये रस घ्यायला आणखी एक कारण माझ्या डोळ्यांसमोर होतं. तापूताई याही मूळच्या करंबवणयाच्याच. बालविधवा. त्यांच्या मालकीची काही जमीन इथं होती; पण बाई अशिक्षित. त्यांच्या कुळांनी त्यांच्या सगळ्या जमिनी काढून घेतल्या. तापूताई बिचाऱ्या गप्प राहिल्या. परिणामी, त्यांची अगदी अन्नान्नदशा झाली होती. त्यांचं दोन वेळचं अन्नही त्यांना इतरांच्या मेहरबानीनं मिळे.

त्यांची आठवण झाली की मला माझ्या आईनं जे थोडंफार शिक्षण दिलं होतं, त्याविषयी कृतज्ञता वाटून येई. जर मी शिकले नसते तर माझीही 'तापूताई' व्हायला वेळ लागला नसता.

आमचे काही नातेवाईक अगदी सुरुवातीपासून 'अण्णा खोतांची मस्ती उतरवतो,

त्यांना रेशन आणायला लावतो.' अशी वल्गना करायचे. तेही माझ्या कानांवर आलं
होतं. माझा आत्माभिमान डिवचला गेला होता. मी मनातल्या मनात ठरवलं होतं,
हे होऊ द्यायचं नाही.

माझा अभिमान कुरवाळण्याची चैन मला परवडत होती. त्याला अतिशय
महत्त्वाचं कारण म्हणजे मामांचा आणि यांचा व्यवस्थितपणा.

सुरुवातीला मला आमच्या जमिनी कुठं कुठं आहेत, त्यांच्या चतुःसीमा काय
आहेत, तिथं कोण कूळ आहे यातलं काहीही ठाऊक नव्हतं. अशा वेळी मला
मामांचं रजिस्टर उपयोगी पडलं.

मामांनी स्वतःच्या सोयीसाठी एक लांब वही तयार करून ठेवली होती. त्यात
स्वतःला ठाऊक असलेला केतकर घराण्याचा इतिहास त्यांनी लिहिला होता.
त्यानंतर आमच्या नावावर असलेल्या जमिनींपैकी प्रत्येकीची तपशीलानं माहिती
लिहिली होती; त्याचबरोबर कुळांचं नावही. मुख्य म्हणजे त्यात त्यांनी जमिनींचे जुने
नंबर आणि नव्या मोजणीनंतर दिले गेलेले नवे नंबर यांचीही नोंद केलेली आहे.
नंतरच्या काळात झालेल्या बदलानुसार मीही त्यावर तिसऱ्या नंबरची नोंद करू
लागले. त्यामुळे मला प्रत्यक्ष जमिनी डोळ्यांनी न पाहतादेखील त्यांची माहिती
झाली.

यांना पहिल्यापासूनच स्मरणवही लिहायची सवय होती. त्याचे गठ्ठे त्यांनी
स्वतः आणि त्यानंतर मामांनी जपून ठेवले होते. त्यात प्रत्येक खटल्याची पार्श्वभूमी
आणि त्या त्या वेळची परिस्थिती याविषयी लिहून ठेवलेले होते. त्या तपशीलाचीही
मला मदत होत होती.

या स्मरणवह्या वाचत बसणं हा माझा त्यानंतरच्या जीवनात फार मोठा विरंगुळा
होता. सुरुवातीला त्या वाचताना मी भावनांमध्ये बुडून जात असे. कालांतरानं मी
त्यांच्याकडे चिकित्सक दृष्टीनं पाहू लागले.

अनेकदा अलिप्ततेनं आणि चिकित्सकपणे मी त्यांची पारायणे केली. काही
ठिकाणी खूप बारकाईनं विचार केला. पुन्हा पुन्हा वाचत राहिले. त्यानंतर माझं एक
मत झालं, या दोघांनी कुणावरही कायदा हातात घेऊन अन्याय केलेला नाही. शेती
हा त्यांचा एकमेव व्यवसाय होता. तो राखण्यासाठी ते कायदेशीर मार्गानं लढले.
त्यांनी हा लढा दिला नसता तर कोकणातल्या अनेक खोतांप्रमाणे आणि जमीन-
मालकांप्रमाणे त्यांनाही गाव सोडून बाहेर पडावं लागलं असतं आणि पोट भरण्यासाठी
इतर मार्ग अवलंबावे लागले असते.

मी जेव्हा एकटी शेती बघू लागले, तेव्हाही त्यात या अर्थानं काहीच बदल
झाला नव्हता. त्यामुळे या गावात माननं राहायचं असेल तर मलाही त्या दोघांप्रमाणे

कायद्याची लढाई लढतच राहावं लागणार होतं.

माझी इच्छा असो वा नसो, मामांच्या काळापासून चालत आलेले खटले मला चालवावे लागले. एकातून दुसरा, दुसऱ्यातून तिसरा असं काही तरी निघत गेलं. त्यातल्या काही केसेस तहसीलदारांपुढे, काही प्रांतसाहेबांपुढे चालत. काही खटले टेनन्सीचे, काही दिवाणी तर काही फौजदारीही असत.

मधूनच अनेकदा गावातलं वातावरण तंग व्हायचं आणि अप्रत्यक्षरित्या माझ्या कानावर येतील, अशा प्रकारे खुनाच्या धमक्या पाठवल्या जात.

अगदी पहिल्यांदा अशी धमकी कानांवर आली तेव्हा मी सावध झाले. घरात एका खुनाची घटना घडली होती, शिवाय मामांना मारायला पत्र्यावरून एक माणूस चढून आला होता. त्यामुळे मला असल्या धमक्यांकडे कानाडोळा करणं परवडणारं नव्हतं.

अशाच एका प्रसंगी मी चिपळूणच्या बर्वेंकडे विषय काढला, म्हटलं, ''काय करावं कळत नाही, एकदा वाटतं या संदर्भात पोलिसांना सांगावं काय?''

मधुकाकांही विचारात पडले. थोड्या वेळानं ते म्हणाले, ''तेच योग्य ठरेल. खान नावाचे नवे पोलीस अधिकारी आले आहेत.''

''मलाही ते ठाऊक आहे. पण मुसलमान माणूस!''

''तो काही प्रश्न यायचा नाही. मी आधी त्यांच्याशी भेटून बोलतो. नंतर तुम्ही भेटा.''

त्याप्रमाणे त्यांनी खानसाहेबांना भेटून सांगितलं, ''माझ्या मानलेल्या बहिणीचं तुमच्याकडे काम आहे. अर्ज द्यायचा आहे.''

इन्स्पेक्टर खानसाहेब म्हणाले, ''तुमची बहीण? मग आजचं काम संपलं की मीच तुमच्या घरी येईन. पोलीस स्टेशन ही काही सभ्य बायकांनी येण्याची जागा नव्हे!''

ते बर्व्यांच्या घरी आले. अर्ज देताना माझ्या भावना अनावर होऊन डोळ्यांत पाणी आलं. ते पाहून खानसाहेब म्हणाले,

''आता ते डोळे पुसा. यानंतर आम्ही तुमच्या पाठीशी आहोत. तुम्ही काहीही काळजी करू नका.''

खानसाहेब शब्दाला जगले. ते स्वत: असेपर्यंत त्यांनी मला मदत केली.

खानसाहेबांची बदली होऊन तिथं कुणी हिंदूराव पाटील नावाचे इन्स्पेक्टर येणार असं समजलं. मला पुन्हा काळजी वाटू लागली. मी मधूकाकांबरोबर त्यांना भेटायला गेले. हिंदूराव पाटील स्वत:ची मोटारसायकल पुसत होते.

त्यांनी मला ओळखलं आणि सांगितलं, ''शेखसाहेबांनी तुमच्या नावापुढे खूण

करून ठेवली आहे. आमचं तुमच्याकडे लक्ष राहील; पण एक आहे. मला तुमच्या गावी येऊन इतर गावकऱ्यांना भेटावं लागेल. तुम्हाला भीती नाही ना वाटणार?''

''अवश्य या. ते बरंच होईल. आणि भीती कसली? मी आपणहोऊन तक्रार घेऊन तुमच्याकडे आलेय ना!''

ते प्रसन्न मुद्रेनं म्हणाले, ''हे चांगलं आहे! नाही तर काही माणसं आधी तक्रार करतात. आम्ही त्यानुसार आमच्या पद्धतीनं पुढं निघालो की माघार घेतात. आमची पंचाईत करतात!''

त्याप्रमाणे ते गावात चौकशीला आले. लाड्या पवारनं आपल्या मिल्ट्रीत नोकरी करणाऱ्या मुलाला मुद्दाम युनिफॉर्म घालून पुढं आणलं होतं. तोही रुबाबात आला आणि सलाम ठोकून उभा राहिला.

हिंदूरावांनी एकदा त्याच्याकडे नीट पाहिलं आणि बजावलं, ''तुला नीट नोकरी करायची आहे ना? मग मुकाट्यानं बैस! उगाच गावच्या राजकारणात शिरू नकोस. फुकट नोकरी गमावून बसशील!''

त्या सैनिकाचा रुबाब झर्रकन उतरला.

थोडक्यात सांगायचं तर हिंदूराव पाटलांची कामाची पद्धत माझ्या कामाच्या पद्धतीशी जुळली. बदली होऊन जाताना तेही पुढच्या इन्स्पेक्टरला सांगून गेले. पुढे ती पद्धतच झाली.

पोलिसांकडे अर्ज देताना मला न चुकता पतीच्या खुनाचा आणि सासऱ्यांच्या मारेकऱ्याचा उल्लेख करावाच लागायचा. मला अनेकदा ते नको वाटे; पण पोलीसच तो मुद्दा सुचवत आणि म्हणत, ''तो मुद्दा असेल तर आम्हालाही ॲक्शन घ्यायला सोपी जाते.''

खानसाहेब म्हणाले होते, पोलीस स्टेशन ही सभ्य बायकांनी येण्याची जागा नव्हे; पण मला आयुष्यात अनेकदा पोलीस स्टेशनवर जायची वेळ आली. त्या अनुभवावरून मला वाटतं, खानसाहेबांचं म्हणणं पूर्णपणे खरं नाही. मला पोलीस खात्यानं नेहमीच चांगला अनुभव दिला आहे.

माझ्या कोर्टकचेरीच्या आणि पोलीस स्टेशनच्या चकरा होत. कचेऱ्यांमध्ये आणि कोर्टातही मला व्यवस्थित वागणूक मिळत होती. तिथल्या लोकांना एक स्त्री येते याचं कौतुकही असायचं. त्या वेळी बायका असल्या कामासाठी फारशा येत नसल्यामुळे ते आदरानं माझ्याशी वागत. वाईट वागणूक अशी फार, म्हणजे फारच कमी वेळा मिळाली.

तरीही माझे हे फेरे पाहून काहीजणांना बरं वाटत नसे. एकदा कुणी तरी साने

वकिलांना - पुढे मी त्यांना सानेदादा म्हणू लागले - म्हणालं, ''ही कसली बाई म्हणायची! हिचे यजमान कोर्टकचेरी करता करता गेले! तरी ही बाई शहाणपणा शिकत नाही. हातात छत्री आणि पिशवी घेऊन सारखे खेटे घालते!''

यावर सानेदादांनी परस्पर उत्तर दिलं, ''ती नाही, तिचं नशीब तिला खेटे घालायला लावतंय!''

खरं होतं ते. एखादा आपलं नाव बळेच कूळ म्हणून लावे आणि जमिनीवर हक्क बजावू पाहे. कुणी जमीन आपल्या वहिवाटीखाली आहे असं दाखवून जमीन गिळंकृत करू पाहे. एखादं कूळ निपुत्रिक मरण पावलं तर खोत-निसबत कायद्याखाली जमीन पुन्हा जमीनमालकाकडे येते, तिकडे लक्ष ठेवून जमिनीचा ताबा घेऊन दुसरं कूळ नेमावं लागे. अशा अनेक कारणांसाठी खटले चालत. एकेक खटला अनेक वर्षे चालत.

त्यातला एक खटला असा होता.

एकदा अशीच घराभोवती कसवात फिरत होते. मध्येच लक्ष गेलं आणि आणखी व्यवस्थित पाहिलं. कुणीतरी कसवाला लागून असलेल्या झाडावरचा फणस चोरून नेला होता. ही तर इथली नेहमीच घडणारी घटना. मीही नेहमीप्रमाणे ''कुणी नेलाय फणस? काय माणसं आहेत!'' वगैरे बडबड करत ते पाहात असताना पलीकडच्या वाटेनं चाललेल्या पांडुरंग शिगवणनं जाता जाता सहज विचारलं, ''काय बगताय, वैनी?''

मीही मनातली मळमळ व्यक्त करत म्हटलं, ''अरे, बघ ना! कुणीतरी फणस काढून नेलाय!''

जाता जाता तोही म्हणाला, ''काय बुवा माणसं ही! आपलं नाही ते कशाला घ्यायचं?''

हे मला खटकलं. तोच धागा पकडून मी संभाषण वाढवलं, ''अरे, पांडू! तुलाही मी हेच सांगते ना? समजुतीनं प्रश्न मिटवला तर दोघांचाही फायदा आहे. समजुतीनं घेण्यात खरं तर माझं नुकसानच आहे, तरीही तुला सांगतेय. अरे, माणसाला एवढं चिडवू नये रे!''

यावर तो म्हणाला, ''वैनी, तुम्ही म्हणता ते पटतंय बघा! पण यायला वेळच नाही!'' आणि निघून गेला.

हा पांडुरंग शिगवण अतिशय गोडबोल्या आणि अत्यंत बनेल माणूस! वरल्या तळाकडच्या जमिनीवर त्याचा ताबा होता.

एकोणपन्नास सालची गोष्ट. ठरल्याप्रमाणे पांडू आपल्या वडिलांसह - सोनूसह खंड भरण्यासाठी भात घेऊन आला होता. तो खंड सत्तेचाळीस-अठ्ठेचाळीस सालचा

की अट्ठेचाळीस-एकोणपन्नास सालचा यावरून हे, मामा आणि सोनू यांच्यामध्ये वाद झाला. सोनूनं कांडपाच्या अंगणाच्या फलाटावर भाताचे गोण आणून लावले होते. मोजायचं तेवढं शिल्लक राहिलं होतं. वाद सुरू झाल्यावर सोनू उठला आणि फलाटावरच्या भाताच्या गोणया घेऊन निघून गेला. त्याच सुमारास संरक्षित कूळकायदा आला आणि सोनूनं खंड देणं बंद केलं.

मामांनी त्या जमिनीचा ताबा मिळावा म्हणून त्याच्यावर खटला भरला. त्यानं तीन-तीन वर्ष खंड न भरल्यामुळे मामांचा मार्ग फारसा कठीण नव्हता. त्यातच खोत-निसबत कायदा आला. त्यामुळे तर सोनूच्या नावाचा प्रश्न उपस्थित होऊन जमिनीवर मामांचा रीतसरच हक्क आला. जमीन आमच्या वहिवाटीला लागली. आणखीही किरकोळ अडचणी आल्या. त्यावर मात करत मामांनी त्या जमिनीवर हक्क मिळवला.

पण पांडूनं आपली तिथली वहिवाट सोडली नाही. उलट ट्रॉब्युनलकडे अपील केलं. अपील नामंजूर करण्यात आलं. तोही कागद मामांच्या हाती होता. तरीही त्यानं वहिवाट सोडली नाही.

मामांचं आजारपण वाढलं, तसं पांडूचं अधिकच फावलं. मामांनी तडजोडीसाठी निरोप पाठवलं. अनेकदा निरोप पाठवूनही तो आला नाही. उलट निरोप पाठवला, ''तुम्ही स्वत: नांगर धरायला या. म्हणजे मी बाजूला होईन.''

शेवटी नाईलाज झाला तेव्हा मामांनी त्याच्यावर फौजदारी केली. तिथं त्याला पंधरा दिवस सक्त मजुरी भोगावी लागली.

सुटून आल्यावर महाशयांची पुन्हा वहिवाट सुरूच!

मामा वारल्यावर मी खटले बघू लागले, त्या वेळी मीही त्याला अनेकदा निरोप पाठवले, ''अरे, एकदा येऊन जा! त्या जमिनीचं एकदाचं मिटवून टाकू.''

यावरही तो म्हणायचा, ''नाय बा! इथं वेळ कुणाला आहे?''

हाच पांडुरंग शिगवण फणसाच्या संदर्भात म्हणत होता, जे आपलं नाही ते कशाला घ्यायचं?

अखेर वैतागून मी वकिलांना म्हटलं, ''अगदी डोकं पिकवलंय यानं! काय करायचं याचं?''

''हक्क शाबिती आणि नुकसानभरपाई!'' वकिलांनी सल्ला दिला. त्याचबरोबर एक शंका उपस्थित केली, ''मागचा निकाल लागून किती वर्ष झाली? बारा वर्ष होऊन गेली असतील तर सगळंच नियमबाह्य होईल.''

घरी परतले. सगळे जुने कागद काढून पाहिले. सुदैवानं बारा वर्ष भरली नव्हती. मधल्या अवधीत शोभा आणि चतुरेची लग्नं झाली होती आणि मला शोभाच्या

बाळंतपणासाठी पुण्याला जायचं होतं. अखेर दावा लावला आणि पुण्याला गेले. तारीख लागली तेव्हा वकिलांना कळवलं, "जमणार नाही, शोभाचे दिवस भरत आलेत." पुढची तारीख लागली तेव्हा मात्र पुण्याहून परस्पर चिपळूणला कोर्टात हजर झाले.

मी गावात नसल्याचं ठाऊक असल्यामुळे पांडुरंग खुषीत कोर्टात शिरला. एकतर्फी निकाल होईल अशी त्याला आशा होती. मला पाहाताच त्याचा चेहरा उतरला. तसाच माझ्याजवळ येऊन म्हणाला, "वयनीनूं, आलात कधी? माझं काम होतं तुमच्याकडे!"

"काय काम रे? आता केस चालेल आणि होईल तुझं काम!"

"तसं नाय, वयनी! तुमी मोप निरोप धाडले; पण मलाच नाय येळ झाला. आपल्याला केस चालवायची नाय!"

"तुला नसेल रे, पण मला चालवायची आहे!"

"माझा एक विचार होता, आपण समजुतीनं घ्यावं. बाहेरच मिटवावं."

"खरं सांगू का? आता वेळ गेली आहे. साडेअकरा वर्ष थांबले मी. आता सगळं तुझ्या आणि माझ्या वकिलांच्या हातात गेलंय. त्यांचा समेट झाला तरच काहीतरी मार्ग निघू शकेल; पण मला मिटवायचं नाही. तेवढ्यासाठी मुद्दाम पुण्याहून आलेय मी!"

"तुम्ही तुमच्या वकिलांना सांगा ना!"

"नाही. मी तर पुण्याहून खटला चालवायलाच आलेय. तारीख घ्यायला नव्हे. तुझ्या वकिलांना सांग काही जमलं तर करायला!"

त्यानं आणि त्याच्या वकिलांनं खटपट करून पुढची तारीख मिळवली. मधल्या अवधीत तो सानेदादांना भेटला, मला भेटला, अखेर तडजोड करायची ठरली.

तडजोडीच्या दिवशी मी एकटीच निघाले. कृष्णा हा गावचा पोलीसपाटील. तो माझ्याबरोबर यायला तयार होता; पण मीच म्हटलं, "तुला तरी कशाला उगाच फेऱ्या."

सानेदादांनी सुरुवात केली, "उगाच कशाला तडजोडीला तयार होता? निकाल लागू दे. कदाचित तुम्हाला जमीन फुकटच मिळून जाईल!"

पण एव्हाना पांडूला परिस्थितीची कल्पना आली होती.

सानेदादांनी प्रस्ताव मांडला, "तुमच्या ताब्यात असलेली सगळी जमीन घेता का? दहा एकर जमीन दहा हजारात देतो."

"नको. खटला चाललाय तेवढीच घेतो. सगळी झेपणार नाही."

"सहा हजार पडतील."

तो आणि त्याच्यासोबत आलेला धाकट्या सन्नाक बाहेर जाऊन आपसात बोलून आले. आत येऊन पांडू म्हणाला, ''पंधराशे देईन.''

तडजोड मोडली.

ठरलेल्या तारखेला केस उभी राहिली. खरं सांगायचं तर पांडूच्या वकिलानं त्याच्या अज्ञानाचा फायदा घेतला होता. पांडूकडे असलेल्या कुठल्याशा कागदाला 'महत्त्वाचा कागद' म्हणत त्याला अज्ञानात ठेवलं होतं. त्यामुळेच तो तडजोडीच्या वेळी मस्तीत वावरला होता.

केस उभी राहिली. त्याचा वकील बरीच नाटकं करत होता. उगाच कुणाला तरी खुणाव, कुणाच्या कानात कुजबुज कर, तिसऱ्याला बोलावून घे- थोडक्यात केस बाईंच्या विरोधात जाणार अशी खात्री असल्यासारखं वातावरण तयार करत होता; पण मला संपूर्ण खटला ठाऊक असल्यामुळे मी त्याची   नाटकं बघत बसले होते. माझ्या जबानीच्या वेळीही स्पष्ट शब्दांत माझी बाजू मांडली.

पांडू पुन्हापुन्हा वहिवाटीविषयी सांगू लागला तेव्हा सानेदादांनी त्याला जामलं, ''ती दांडगाईची वहिवाट आहे. त्यासाठी तू शिक्षाही भोगून आला आहेस. त्या बाईमाणूस असल्याचा तू गैरफायदा घेतला आहेस!''

अखेर ताबा मिळाला. जप्ती नेऊन ताबा घ्यावा लागला.

तीन वर्षांची नुकसानभरपाईही बरीच होती. कमी करण्यासाठी पांडूनं कृष्णाला मध्ये घातलं.

कृष्णा हा गावचा पोलीसपाटील. मी त्याला तो अगदी लहान पोर असल्यापासून ओळखते. ज्याच्यावर शंभर टक्के विसंबून राहावं असा तो माझा उजवा हात. त्यामुळे त्याच्या मध्यस्थीनं सूट मिळेल असा पांडूला विश्वास होता.

कृष्णाही अतिशय कनवाळू. अनेकांना मदत करण्यासाठी तो नेहमीच पुढं असायचा. त्याच्या शब्दाखातर मीही अनेकांना मदत करायची. अर्थात त्यांच्या गरजाही किरकोळ पैसे किंवा धान्य अशाच प्रकारच्या असायच्या.

पण या वेळी मी कृष्णाला म्हटलं, ''अरे, मी फक्त तीन वर्षांची नुकसानभरपाई मागतेय. हा इतकी वर्षं भात खातोय! त्याला सगळी भरपाई घ्यायला सांग. तिथं देईन हवी तितकी सूट!''

कृष्णालाही सगळी केस ठाऊक असल्यामुळे तोही निरुपायानं हसू लागला. मी पांडूलाही म्हटलं, ''अरे, सगळे खोत दुष्ट नसतात. मामा तुला सांगत होते, मी सांगत होते. तेव्हाच समझोत्याला आला असतास तर जमीन तुलाच राहिली नसती काय?''

याच पांडुरंगानं अंतुलेंच्या राज्यात पुन्हा रंग दाखवायला सुरुवात केली. अंतुलेंनी घोषणा केली होती, ज्यांच्या पूर्ण हक्काच्या जमिनी खोतांकडे गेल्या

आहेत, त्यांनी दाद मागावी.

पांडुरंगनं पुन्हा केस केली. मला नोटीस आली. मी वैतागले. त्या वेळी गांधी नावाचे मामलेदार होते. त्यांना भेटून म्हटलं, ''या जमिनीपायी काय काय केलंय ठाऊक आहे ना? आणखी किती वर्ष चालणार हे?''

''सगळे कागद आणलेत ना?''

''होय. पण किती वर्ष हे कागद सांभाळू? यानंतर पुन्हा नोटीस आली तर वेगळ्या मार्गानं बघावं लागेल!''

म्हणाले इतकंच. प्रत्यक्षात काय करू शकणार होते मी?

अखेर, यांच्या हयातीत सुरू झालेलं प्रकरण अंतुलेंच्या राज्यानंतरही तीन वर्ष चाललं. अखेर निकाल माझ्या बाजूनं लागला. मी ढोलकऱ्याला निरोप पाठवला. त्या जमिनीवर प्रत्यक्ष गेले आणि गावकऱ्यांना समजावं म्हणून ढोल वाजवून जमिनीचा प्रत्यक्ष ताबा घेतला.

यानंतरही बारीकसारीक बाबतीत हा पांडू तापदायक व्हायचा. नंतरच्या काळात मात्र त्याची काही अडचणींच्या प्रसंगी मदत मिळवण्यात मला यश मिळालं.

अशा प्रकारे एकेक खटला वर्षानुवर्षे चालायचा, आजही चालतो. त्याच वेळी माझ्या आयुष्यात इतरही घटना घडत होत्या. एकीकडे मुलांच्या जबाबदाऱ्याही पार पाडल्या जात होत्या.

आई आजारी असताना खेडचे एक लांबचे दीर त्यांना बघायला आले होते. त्या वेळी चतुरा घरातच वावरत होती. दिरांनी तिच्यासाठी आपल्या गावचं एक ठिकाण सुचवलं. ठिकाण उत्तम होतं. घरची शेतीवाडी होती. मुलगा ॲग्रिकल्चरचा बी. एस्सी. होता.

यावर तिथं असलेली एक नणंद पटकन म्हणाली, ''बघा हं! वहिनीला कोकणातला जावई पसंत पडेल की नाही ते!''

त्याआधी कधी जावई कसा हवा यावर स्पष्टपणे बोलण्याचा प्रसंग आला नसला तरी त्यांना माझे विचार समजले होते. कोकणातल्या खडतर जीवनाचा आणि माणसांचा अनुभव मी घेत होते. त्यामुळे ठिकाण उत्तम आहे हे पटलं असलं तरी मी नुसतंच 'हं हं' केलं. त्यांनी स्पष्ट शब्दात विचारलं तेव्हा म्हटलं, ''एवढ्यात काही तिच्या लग्नाचा विचार नाही. नंतर पाहाता येईल.''

मामांच्या मृत्यूनंतर मात्र मी चतुरेचं लग्न करायचं ठरवलं. नणंदांनाही सांगून ठेवलं.

रत्नागिरीच्या मालतीबाई जोशींच्या नात्यातला एक मुलगा लग्नाचा असल्याचं समजलं. चतुरा त्या घरी पसंत पडेल असा त्यांना विश्वासही वाटला. हे कुटुंब

बडोद्याला होतं. मुलाला 'बँक ऑफ बडोदा'मध्ये नोकरी होती. मालतीबाईंकडून चतुरेची पत्रिका पाठवून दिली; पण त्यांच्याकडून काहीच समजलं नाही.

नंतर समजलं, जोशांनी मुलीची आणि तिच्या घराण्याची चौकशी केली. कुणीतरी त्यांना सांगितलं, "मुलीला वडील नाहीत. तिचं माधारपण कोण करणार? अर्थातच हे त्यांना पटलं नाही. त्यांनी आणखी चौकशी केली तेव्हा त्यांना कुणीतरी सांगितलं. "मुलीच्या आत्यांची काही चांगली ख्याती नाही. त्यात ही मुलगी तर त्यांच्या घरीच वाढलीय म्हणता!''

पण त्यांचा विश्वास असलेल्या एका बाईंनी त्यांना पत्र लिहून कळवलं, ''माझं ऐकाल तर या मुलीला हातची जाऊ देऊ नका. मी या मुलीला जवळून पाहिली आहे. ती तुमच्या घरचं सोनं करेल!''

यावर त्यांनी विश्वास ठेवला आणि पुढच्या गोष्टी सुरू झाल्या. लग्न ठरवायचं, मुलगी दाखवायची, मुलगा बघायचा ह्याची जबाबदारी मी नणंदांवरच सोपवली. त्या चतुरेला बडोद्याला घेऊन गेल्या आणि लग्न ठरवून आल्या. लग्न बडोद्यालाच करायचं ठरलं. कारण पाहुणे तिथले. आपण चार हजार रुपये द्यायचे, लग्न तेच करून घेतील असं त्या ठरवून आल्या.

सगळं ठरलं. मी मुलाला पाहिलं नव्हतं. त्यामुळे एकीकडे उत्सुकता होती. लग्न ठरवून चतुरा घरी आली तेव्हा मी तिला विचारलं, "कसा आहे गं मुलगा?''

ती काही बोलली नाही.

"का? तुला आवडला नाही?''

"तू तरी किती बघशील, वहिनी? जमणार आहे का तुला?''

"जमेल ना! तुला आवडला नसेल तर तसं स्पष्ट सांग. आपण नको म्हणून सांगू.''

यावर मात्र ती म्हणाली, "तसं काही करू नकोस!''

लग्न ठरलं तेव्हा बँकेत चार हजार रुपये होते. त्यात मला चारही मुलांच्या सगळ्या जबाबदाच्या पार पाडायच्या होत्या! शिवाय तिन्ही मुलींच्या नावानं ठेवलेलं पाच पाच तोळे सोनं होतं.

लग्न ठरल्यावर माझ्या नणंदा आमच्या ओळखीच्या आणि नात्यातल्या माणसांकडे जाऊन सांगू लागल्या, ''अण्णाच्या मुलीचं लग्न ठरलंय. आम्ही वर्गणी काढून ते करणार आहे.''

हे चतुरेच्या कानांवर येताच तिला रडूच फुटलं. ती घरी येऊन विचारू लागली, ''वहिनी, माझ्या लग्नासाठी वर्गणी काढावी लागेल का गं? अण्णांचं काहीच नाही का?''

तिचं बोलणं मला जिव्हारी लागलं. तिची समजूत काढत मी तिला म्हटलं,

"तू काळजी करू नकोस. मी आहे ना? मी पाहीन सारं!"

सगळी तयारी करून घेऊन मी मोठमोठ्या सतरा बोज्यांबरोबर मुंबईला गेले. तिथून इतर नणंदांबरोबर बडोद्याला जायचं ठरलं होतं.

वऱ्हाड निघायच्या आदले दिवशीची गोष्ट.

"हे बघ वहिनी, चतुरेच्या घरी तिची आजेसासू आहे. ती जुन्यातली बाई आहे. लग्नघरात तू कपाळाला कुंकू लावायचं नाहीस."

"का?"

"का म्हणजे? आपला अण्णा कुठं आहे? आपल्या मुलीला तेवढ्यावरून सासरी त्रास व्हायला नको!"

मी त्यांचं सगळं ऐकून घेतलं आणि सांगितलं, "ठीक आहे, लीलाताई पागे लग्नाच्या मध्यस्थ आहेत ना? त्यांना विचारेन. त्या सांगतील तशी वागेन."

लीलाताईंना सारं सांगून विचारलं, त्यांची पहिली प्रतिक्रिया आश्चर्याची होती. त्या म्हणाल्या, "असं म्हणाल्या त्या? तुम्ही तसं काही करू नका बरं का! नीट कुंकू लावून मंडपात वावरा. ती माणसं तशी नाहीत."

ठरल्याप्रमाणे आमचं वऱ्हाड बडोद्याला निघालं. मी कपाळावर कुंकू लावूनच होते. त्या मंडळींनाही त्याचं काही वाटलेलं दिसलं नाही.

सीमांत पूजेची तयारी चालली होती. मी गॅलरीतून पाहात होते. नवऱ्यामुलाला पाहाण्याची खूप उत्सुकता होती. खाली लग्नाचं उत्साहाचं वातावरण होतं. बरीच माणसं जमली होती. अनेक तरुण मुलंही होती. त्यातला नवरा-मुलगा कोण असेल ते समजत नव्हतं.

तोच कुणीतरी घाईघाईनं आलं आणि एका तरुणाला मुंडावळ्या बांधू लागलं. तोच नवरा-मुलगा होता.

नवऱ्यामुलाला पाहून मला धक्काच बसला. मुलाची नोकरी चांगली होती. घरदार होतं, माणसं उत्तम होती; पण मुलगा बारीक होता. बारीक म्हणजे अतिशय बारीक. मला तर वाटलं, याला एखादा रोग तर नसेल ना?

न राहावून मी शेजारी उभ्या असलेल्या ताईंना म्हटलं, "किती हो बारीक आहे मुलगा!"

त्या लगोलग सुधाताईंना हाक मारू लागल्या. त्यांना आवरत मी म्हटलं, "आता हे वाढवायला नको. मला काही लग्न मोडायचं नाही; पण तुम्ही सगळ्यांनी मुलगा पाहिला होता ना?"

जोशांकडच्यांनी लग्न फारच छान आयोजित केलं होतं. जणू काही आम्हीच मुलाकडचे पाहुणे होतो! पण लग्नघरात माझं मन अस्वस्थ होतं. मुलीचं लग्न, माझ्या

जबाबदारीनं करायचं पहिलं कार्य या गोष्टी तर होत्याच.

मला एवढं वाईट वाटलं, कारण त्याक्षणी मला कितीतरी गोष्टी आठवल्या. माझे वडील भर तारुण्यात गेले आणि माझ्या आईला पुढचं खूप मोठं आयुष्य एकटीला काढावं लागलं. हे असेच तरुणपणी गेले आणि मला एकटीला मुलाबाळांचं करत राहावं लागलं. आता माझ्या मुलीवर तर अशी वेळ येणार नाही ना!

पण सुदैवानं माझी ती भीती संपूर्णपणे काल्पनिक ठरली. चतुरेचे यजमान चंदूभाऊ यांची प्रकृती लग्नानंतर झपाट्यानं सुधारत गेली. आता ते दोघं आपल्या नातवंडांमध्ये चांगलेच रमले आहेत.

पुढं शोभाचं लग्न ठरवताना मात्र काही बाबतीत मी सावध झाले होते. तरी लग्न जमवताना मला इतरांबरोबर तिच्या आत्यांची मदत घेणं भाग होतं.

शोभा उज्जैनीला असताना अधुनमधून इंदूरला आत्याकडे जायची. आत्याकडे टिल्लू नावाचा एक तरुण यायचा. तो शोभाच्या आतेभावाचा मित्र होता. शोभाशी तो अधुनमधून गप्पाही मारायचा. एक दिवस आत्यानं विचारलं, ''काय गं शोभी, कसा वाटला?''

''मला काय वाटायचं त्यात? चांगला आहे की!''

''तसं नव्हे! नवरा म्हणून आवडेल की?''

''मी त्या दृष्टीनं पाहिलं नाही.''

दोन दिवसांनी तो आला तेव्हा आतेनं त्या दोघांना बळेच फिरायला पाठवलं आणि आल्यावर पुन्हा तोच प्रश्न विचारला.

या वेळी मात्र शोभा म्हणाली, ''बरा आहे.''

''तुला कबूल आहे का?''

''मला कबूल असून कसं चालेल? वहिनीला नको का विचारायला?''

हे तिच्या परीक्षेच्या आधी घडलं होतं. परीक्षा संपल्यावर ती गावी निघून येणार होती. त्यानंतर पुन्हा जायचा विचार नव्हता. त्यामुळे तिनं एक दिवस टिल्लूना स्पष्टच विचारलं, ''गावी गेल्यावर आई माझ्या लग्नाच्या खटपटीला लागेल. तिला काय सांगायचं?''

''तुला इथं नाही का राहाता येणार?''

''नाही. तुमचं नक्की असेल तर सांगा. मी आईला सांगेन. ती पुढचं बघून घेईल.''

ते महाशय विचारात पडले आणि म्हणाले, ''तू माझ्या भरंवशावर राहू नकोस. तू इथंच राहिली असतीस तर सहवास वाढला असता. त्यातून प्रेम वाढलं असतं!''

''काही तरी बोलू नका. तुम्हाला मी पसंत असेन तर तसं सांगा. नाही तर नाही म्हणा!''

थोडीशी वादावादी होऊन ती गावी परतली. घडलं ते सगळं तिनं मला सविस्तरपणे सांगितलं. ते ऐकून मी विचारात पडले. काय करावं ते कळेना. शेवटी तिलाच विचारलं, ''तुला आवडलाय का तो? आपण हवं तर असं करू, मी त्याच्या आईवडिलांकडे तुझी पत्रिका रीतसर पाठवून देते.''

ती फणकाऱ्यानं म्हणाली, ''काही नको! त्याची गरज नाही. माझा जीव काही त्याच्यापायी झुरणीला लागणार नाही!''

''मग दुसरीकडे मुलगा पाहू ना?''

''चालेल!''

त्यानंतर काही दिवस शोभा करंबवण्यातच होती.

एका अपरात्री आम्ही दोघीच घरात असताना बाहेरून कुणाचा तरी आवाज ऐकू आला. दोघीही जाग्या झालो. कुणीतरी दबक्या आवाजात शोभाला हाका मारत होतं.

असल्या प्रकारांची सवय असल्यामुळे मला त्याची भीती वाटली नाही; पण शहराची सवय झालेली शोभा मात्र थोडी घाबरली. तिची भीती घालवण्यासाठी मी म्हटलं, ''अगं, हा टिल्लूचा तर आवाज नव्हे? आला की काय हा इथं?''

शोभालाही हसू आलं. तीही हसत म्हणाली, ''खरं की काय?''

दोघींची यावर घटकाभर करमणूक झाली.

शोभाच्या लग्नासाठीही आत्यांना सांगून ठेवलं होतं; पण त्याचबरोबर बजावलं होतं, ''मुलगा पसंत करताना शेवटचा निर्णय माझा राहील. उगाच तुम्हाला तरी नंतर कशाला वाईटपणा?''

दत्तप्रसन्न काटदरेंनी या लग्नात लक्ष घातलं. प्रभाकरपंत जोशांकडून त्यांना काळेंचं ठिकाण कळालं. मुलगा दातांचा डॉक्टर आणि घरदार उत्तम! मला तपशील समजताच मी म्हटलं, ''एवढं श्रीमंत ठिकाण मला झेपणार नाही. त्यांच्या थोरल्या सुनेच्या लग्नात माहेरून एवढ्याल्या चांदीच्या समया आल्या आहेत म्हणतात! मला तर एवढंसं निरांजनही परवडणार नाही.''

''अहो, तुमचा खर्च न होता मुलीला श्रीमंत ठिकाण मिळालं तर तुमची काय हरकत आहे?''

''माझी काही हरकत नाही; पण एक सांगते. तिचा तिथं अपमान होता कामा नये. कारण ती मुकाट्यानं ऐकून गप्प बसणाऱ्यांपैकी नाही. काहीतरी फाडकन उलटून बोलेल!''

''तसं काहीही होणार नाही. माणसं फार चांगली आहेत ती!''

पुढच्या काळात आम्हालाही त्याचा प्रत्यय आला.

लग्न ठरल्याचं समाधान एकीकडे होतं, त्याचबरोबर आत कुठेतरी काळजीही होती. चतुरेच्या लग्नाआधी कुणीतरी पाहुण्यांना भेटून लग्नात विघ्न आणायचा प्रयत्न केला होता. गिरगावातल्या काळेंच्या घरीही त्याच प्रकारचा हितशत्रू पोहोचला तर?

बराच उलटसुलट विचार करून पाहिला. अखेर एक दिवस सरळ उठून काळेंच्या घरी गेले आणि इंदूताईंना म्हटलं, ''तुम्ही आमच्या शोभाला पसंत केली आहे. तुम्हाला साखरपुडा करायचा आहे का? प्रत्येकाची हौस असते म्हणून विचारलं.''

त्या साहजिकच म्हणाल्या, ''म्हणजे काय! साखरपुडा करायलाच हवा!''

खरं तर मी साखरपुड्यासारख्या अनावश्यक अवडंबराच्या अगदी विरोधात होते, आजही आहे. पुढे प्रभाकरच्या लग्नाच्या वेळी मी तो प्रकार टाळलाही; पण शोभाच्या लग्नाच्या वेळी ते आवश्यक होतं.

नंतर समजलं, माझी भीती निराधार नव्हती. असेच एकजण भाऊसाहेब काळ्यांना भेटले आणि सांगितलं, ''केतकर सिस्टर्स म्हणून ज्या प्रसिद्ध बहिणी आहेत, त्यांची ही भाची! मुख्य म्हणजे ही त्यांच्याकडेच वाढली आहे. त्यामुळे विचार करा. जर मुलीला तेच वळण असेल तर ते तुम्हाला मानवणार नाही!''

भाऊसाहेबांनी सांगितलं, ''हे पाहा, लग्न ठरलंय, साखरपुडाही झालाय. ती जशी आहे तसा आम्ही तिचा स्वीकार करणार आहोत. त्यामुळे पुन्हा विचार करायचा प्रश्नच नाही.''

''हुंडा नाही घेतला तुम्ही?''

''नाही. अहो, लाखमोलाच्या सुनाच घरात आणल्यात ना!''

भाऊसाहेबांच्या या उत्तरावर विचारणारा गप्पच झाला असणार.''

मात्र लग्नानंतर एकदाच इंदूताई म्हणजे शोभाच्या सासूबाईंनी त्याच संदर्भात विचारलं, ''तुम्हाला दीर किती?''

''एक.''

''मग हे अमूक काका कोण?''

''यांचे मित्र आहेत ते म्हणून मुली त्यांना काका म्हणतात.''

काळे मंडळी खरोखरच समंजस! त्यांनीही त्यानंतर कधीच तो विषय काढला नाही.

शोभाच्या लग्नाचं देवक प्रभाकरनं ठेवलं होतं. त्या वेळी त्याचं लग्न झालं नव्हतं. कनवटीला सुपारी लावून पुण्याहवाचनाला बसलेली त्याची छोटी मूर्ती आजही माझ्या डोळ्यांसमोर आहे. आता शोभाला नातवंडं झाली तरी ते दृश्य मी विसरू शकत नाही.

चतुरा-शोभाची लग्नं झाल्यामुळे मी एकीकडे थोडी निवांत असले तरी शकाची काळजी होतीच.

लहानपणीच्या मोठ्या आजारातून ती बरी झाली असली तरी अशक्तपणा भरून यायला बराच वेळ लागला होता. त्या वेळी शिरलेला दमा वरचेवर डोकं वर काढायचा. शिकायला ती नमूताईकडे - तिच्या डॉक्टर आत्याकडे - असल्यामुळे चिंता नसे. ती सुट्टीला घरी आली तरी अधुनमधून तो त्रास उद्भवायचा. तिला धाप लागली की सुचेल ते उपचार करत राहायची मी. उपडी निजवायची, उताणी झोपवायची, वाकून बसवायची - अक्षरश: सुचेल ते करत रात्र काढायची. कुणी सांगायचं, वॉटरबरीज कंपाऊंड द्या; पण हातात पैसे नसल्यामुळे तेही जमायचं नाही.

सततच्या आजारानं तिचा स्वभावही मनस्वी झाला होता. बिनपैशाचे उपचार करताना मी म्हणायची, ''एवढं घे. गुण आला नाही तरी अपायही होणार नाही.'' माझ्या वाक्याची तर तिला एवढी तिडीक बसली आहे की ते ऐकताच ती वैतागते. अशा प्रकारचे सुचलेल्या उपचाराचे काही अपायही तिनं भोगले आहेत. काही का असेना, कारणं काही का असेना, योग्य वेळी योग्य ते उपचार तिच्यावर न करू शकल्याबद्दल मला नेहमीच अपराध्यासारखं वाटत आलं आहे.

शकासाठी मी अनेक देवांना नवस बोलले, अगदी भुताखेताचेही उपाय करून पाहिले. कोकणात आल्यानंतर लवकरच मला भुताची भीती वाटेनाशी झाली. यांच्या मृत्यूनंतर अनेकदा आवाहन करून ते आले नाहीत, तेव्हा माझा भुताच्या अस्तित्वावरही विश्वास राहिला नव्हता; पण शकाला बरं वाटावं म्हणून मी माझ्या वैयक्तिक श्रद्धा-अश्रद्धा बाजूला सारल्या आणि त्याही मार्गानं प्रयत्न करत राहिले.

एका सुट्टीला ती घरी आली होती. तिची प्रकृती फारशी बरी नव्हती. सुट्टीत थोड्या दिवसांसाठी सुधाताई आणि ठकूताईही आल्या होत्या. त्यांचा जायचा दिवस ठरला. त्यांना सोबत नेण्यासाठी भाजणी-मेतकूट वगैरे करायची तयारी चालली होती.

तब्येत बरी नसली की शका अधिकच हळवी व्हायची. त्या दोघी निघाल्या म्हणून ती खूप अस्वस्थ झाली होती. ती सुधाताईंच्या मागे लागली, ''सुधाआते, मला थोडं बरं वाटल्यावर गेलात तर नाही का चालणार?''

''नाही जमायचं. तिकडं कळवून ठेवलंय ना!''

''म्हणून काय झालं? थोडी थांब ना!''

पण सुधाताईंना ते जमणार नव्हतं. मग तिनं ठकूताईंकडे पाहिलं. त्याही तयार झाल्या नाहीत, म्हणाल्या, ''इथं पेपर नसतो. माझा वेळ कसा जाणार?''

शकानं मनावर घेतलं - या दोघी निघून जाणार आणि इथं फक्त आपण आणि वहिनीच राहाणार! त्या वेळी मी अडीअडचणीला काशीताई मालशे नावाच्या मालदोलीच्या करंदीकरांच्या बहिणीला बोलावून घ्यायची. वयानं त्या माझ्यापेक्षा मोठ्या होत्या. त्याच वेळी नेमके त्यांचे भाऊ यायचे होते म्हणून त्या मालदोलीला गेल्या होत्या.

सुधाताई आणि ठकूताई निघून गेल्या. शकाचा अस्वस्थपणा वाढला होता. अशी ती अस्वस्थ होऊ लागली की तिला दम्याचा ॲटॅक येतो, हे मला ठाऊक असल्यामुळे मीही अस्वस्थ झाले होते.

त्याच वेळी जमीनविक्रीच्या तारखा लागल्या होत्या. चिपळूणला मामलेदार येणार होते. त्या नोटीसा घेऊन एक माणूस घरी आला. मी त्याला सांगितलं, "मी नोटीस ठेवून घेते; पण मला कदाचित यायला जमणार नाही. तसा अर्जही देऊन ठेवते, थांब."

ओळखीचा माणूस असल्यामुळे त्यानं विचारलं, "का हो वयनी?"

"अरे, शकाला बरं नाही ना! घरीही आणखी कुणी नाही. कशी येऊ मी?"

"बरं, सांगतो." म्हणत तो निघून गेला.

त्याची पाठ वळताच शका चिडून म्हणाली, "तू काय सांगितलंस त्याला?"

"काय सांगितलं? अर्ज नको द्यायला आपण जाणार नाही तर?"

"ते नव्हे गं! आपण दोघीच घरात आहोत हे कशाला सांगितलंस त्याला? आता रात्री कुणी घरात शिरलं तर काय करशील?"

"ठीक आहे. मी कृष्णाला निरोप पाठवते. तो रात्री झोपायला येईल. काळजी करू नकोस."

कृष्णाकडे निरोप पाठवायला कुणी भेटलं नाही. रात्री तिच्या दम्याचा त्रास बराच वाढला. मी तिच्या समजुतीसाठी हाक मारली, "अरे कृष्णा, तुला झोप येतेय ना? की वाचायला देऊ काहीतरी?"

कृष्णाला धार्मिक ग्रंथ, पौराणिक आणि ऐतिहासिक कादंबऱ्या वाचायची आवड होती. आमच्या घरी असलेली पुस्तके मीही त्याला आवर्जून वाचायला द्यायची.

शकानं एकदा हे ऐकून घेतलं. दुसऱ्यांदा उसळलीच, "उगाच नाटकं करू नकोस, वहिनी! कृष्णा आलेला नाही, मला माहीत आहे! मला फसवतेस तू!"

रात्रभर शकाला झोप नव्हती. तिला जोराचा दम लागला होता. मी सुचतील ते उपचार करत होते. कुठं पालथी निजव - कुठं ओणवी बसव. तिच्या पाठीवर हात ठेवायला गेले की सहन न होऊन ती तो हात झटकून टाकायची.

तिची ती धाप, तिचं ओणवं होऊन धापणं बघून मी एवढी हताश झाले की न राहावून म्हटलं, "काय करू गं तुझं?"

''काही करू नकोस. स्वस्थ बैस!'' ती धापत म्हणाली.

तिच्या जिवाला एवढा त्रास होत असताना मी कशी नुसती बसून राहू? तशीच उठले आणि देवापुढे जाऊन बसले. पाठ असलेली सगळी स्तोत्रं एकापाठोपाठ एक म्हणत राहिले. तिची धाप, तिची तगमग बघणं अशक्य झालं तेव्हा देवापुढे हात जोडले आणि म्हटलं, ''परमेश्वरा! ती तुझी असेल तर घेऊन जा तिला! मला तिचं तळमळणं बघवत नाही!''

माझ्या हातात काहीच नव्हतं. काय करू मी?

रात्र संपली. पहाट झाली. दिवस उजाडण्याच्या वेळी कबूल केल्याप्रमाणे काशीताई हजर झाल्या. शका रात्रभर धापून, थकून, मलूल होऊन झोपली होती.

काशीताईंना पाहाताच माझ्या जिवात जीव आला. मी लगेच म्हटलं, ''बघ, शका! मी म्हटलं नव्हतं, काशीताई येतील म्हणून?''

त्यांना बघताच शकाच्या डोळ्यांतून तिच्या मलूल गालांवर पाणी ओघळलं. त्या तिच्यापाशी येऊन बसल्या. मी त्यांना म्हटलं, ''अहो, शका तुमची आठवण काढत होती!''

शका त्यांना म्हणाली, ''आता तुम्ही नाही ना जाणार?''

''नाही गो बाय! आता काही शिवराम येणार नाही. मी काही जाणार नाही. तू आधी लवकर बरी हो बघू!''

आई-मामांच्या माघारी बजूवहिनींप्रमाणे काशीताई मालशांचाही मला फार मोठा आधार होता. तसाच त्यांनाही माझा आधार असायचा. मालदोलीला शिवराम लक्ष्मण करंदीकर नावाचे हिंदू महासभेचे मोठे कार्यकर्ते होते. त्यांच्या या बहीण. त्यांचे भाऊ त्यांना दर महिन्याच्या खर्चासाठी पंधरा रुपये द्यायचे. माझ्या सोबतीला राहाताना त्या मला ते पैसे देऊ लागल्या. तेव्हा मी त्यांना स्पष्टच सांगितलं, ''तुम्ही मला कसले पैसे देता? उलट मीच तुम्हाला द्यायला हवेत.''

त्या एकदा मालदोलीत भाड्यानं घेतलेलं घर सोडायला निघाल्या होत्या. तेव्हाही मी त्यांना सावध करत म्हटलं, ''घर सोडू नका, हवे तर त्या घराच्या भाड्याचे पैसे मी देईन; पण उद्या माझी बुद्धी फिरली तर तुम्ही काय कराल?''

मामा जेव्हा गाव सोडून उज्जैनीला जायचा विचार करत होते तेव्हा आणि त्यानंतरही अनेकदा त्या म्हणायच्या, ''इंदू, तू निघून गेलीस तर आम्हांला कुठला आधार गो? आम्ही तुला इथंच राहा म्हणतोय! ही जागा तशी नाही गो! आमचाच स्वार्थ आहे म्हणून इथंच राहा म्हणतोय आम्ही!''

त्यांना माझ्याविषयी विशेष जिव्हाळा होता. एका त्यांच्या आजारपणात त्यांना अंथरुणावरून उठवत नव्हतं. त्या वेळी घरात आणखी कुणी नसल्यामुळे बेडपॅन

देण्यापासून मी त्यांचं केलं. बरं वाटल्यावर त्यांना खूप रडू आलं. म्हणाल्या, "तुझ्यामुळे वाचले गो बाई मी!" त्या वेळी मला ठाऊक असलेले घरगुती उपचारही केले होते, त्यामुळे त्या एवढी कृतज्ञता व्यक्त करत होत्या.

माझं त्यांच्याशी खूप जमायचं. वागायला उत्तम आणि संयमी स्वभाव. त्यामुळे मला त्या खूपच आवडायच्या.

मामा-आई वारल्यानंतर माझं त्यांच्याशी अधिकच सूत जुळलं.

एकदा बोलता बोलता मी म्हटलं, "काशीताई, तुम्ही माझ्याहून बऱ्याच मोठ्या. हे वारल्यानंतर तुमचा-माझा परिचय झाला; पण मला तुमच्या पूर्वायुष्याविषयी काहीच ठाऊक नाही. कसं गेलं तुमचं आयुष्य? जाणून घ्यायची उत्सुकता आहे. सांगाल?"

"समजून घेण्यासारखं त्यात काहीच नाही, इंदू!"

"माझी आपली इच्छा होती!" एवढंच म्हणून मी गप्प बसले.

पण मी उत्सुकता दाखवल्यामुळे अंतर्यामी त्याही कुठंतरी सुखावल्या असाव्यात. मी पुन्हा तो विषय काढला नाही. एक दिवस त्यांनीच आपणहोऊन विचारलं, "त्या दिवशी तू विचारत होतीस. खरंच का तुला ऐकायचंय? बैस. ऐक सांगते!"

त्यांनी आपली हकीकत सविस्तरपणे सांगितली.

त्या काळी उंच वयात म्हणजे तेराव्या वर्षी माझं लग्न झालं. लग्नाच्या वेळी मी मोठी झाली होते. माझ्या बरोबरीच्या सगळ्या मैत्रिणींची लग्नं झाली होती. सगळ्या मैत्रिणींना साजेसे नवरे मिळाले होते.

माझं कोण गं बघणार? आईवडील नाहीत. मामानं लग्न लावून दिलं. मामाही काही वाईट नव्हता. आपल्या नशिबात नसेल ते आपल्याला मिळत नाही हेच खरं. मालश्यांशी लग्न लावून दिलं. शाळामास्तराची नोकरी होती. वयानं मोठे, बिजवर. पहिली बायको मेली होती. लग्नाच्या वेळी असतील पस्तीस-छत्तीस वर्षांचे!

लग्न झालं, खरं सांगते, मला काही तो माणूस आवडला नव्हता. सारखं मनात यायचं. सगळ्या मैत्रिणींचे नवरे कसे त्यांच्या बरोबरीचे आणि देखणे! माझं मात्र हे असं!

शाळामास्तर म्हटला की वरचेवर बदल्या व्हायच्या. दर नव्या गावी हा माझा नवरा हे सांगताना लाज वाटायची!

त्या मनमोकळं करून सांगत होत्या. मीही हातातलं काम टाकून त्यांचं बोलणं ऐकत होते.

पण तुला सांगू का, इंदे? खरोखरीच देवमाणूस होता बघ. मी अशी वागले म्हणून कधी राग केला नाही किंवा कधी बळजबरी केली नाही. मला समजावून घेऊन

वागायचे ते.

एक दिवस माझी मलाच चूक कळली. थोबाडीत मारून घेत स्वत:लाच म्हटलं, ''एवढा चांगला माणूस आहे! वयानं मोठा आणि शरीरानं बेडौल वाटतो म्हणून तुला आवडत नाही, हे काही बरोबर नाही. मग मात्र मी त्यांच्याशी कधीच वाईट वागले नाही!''

''हो? मग?''

''मग काय गं? मी नीट वागू लागले म्हटल्यावर तेही माझ्याबरोबर मनमोकळेपणाने बोलू-वागू लागले. त्यानंतर सहा मुलं झाली मला! पण त्यातलं एकसुद्धा का गं जगू नये? माझं दुर्दैव, दुसरं काय! त्यातली एक मुलगी तर चांगली तेरा वर्षांची होऊन गेली बघ! सगळ्या नशिबाच्या गोष्टी!''

अशा या काशीताई. नवऱ्याच्या माघारी भावाकडून मिळणारे पंधरा रुपये एवढाच त्यांना आधार!

शकाला हळूहळू बरं वाटलं तरी तिच्या प्रकृतीची काळजी मनाला पोखरत होती. तिला शिक्षणासाठी घराबाहेर राहावं लागणार असल्यामुळे तिला पूर्णपणे बरं वाटणं अत्यावश्यक होतं.

माझं देवाशी सख्य जेवढ्यास तेवढंच. आपली आंघोळ झाली की देवांनाही धुवायचं, पूजा करायची, ठरलेली स्तोत्रं म्हणायची, ठरलेले कुळाचार करायचे एवढंच. जमिनींच्या कामासाठी जायची घाई असेल तर पूजाही उभ्या उभ्या उरकायची. मनातल्या मनात देवाला म्हणायची, ''बाबा रे, तू मला धावपळीत गुंतवलंयस आता पूजाही घे उभ्यानंच!''

मी अशा काळजीत असताना एक व्यक्ती भेटली. शकाच्या प्रकृतीविषयी विचारलं, ''तेव्हा त्यांनी विचारलं, तुम्ही तिच्या वडिलांचं सगळं केलंत काय?''

''सगळं म्हणजे?''

''त्यांचे दिवसकार्य, श्राद्ध वगैरे? कदाचित त्यामुळे तिला त्रास होत असेल.''

हे ऐकून मी चक्रावून गेले म्हटलं, ''अहो, ते कशाला आपल्या मुलीला त्रास देतील?''

अपरात्री किर्रर्र अंधारात अनेकदा बोलावूनही ते कधी माझ्यासमोर आले नव्हते. त्यामुळे ते अजूनही कुठंतरी असतील आणि शकाला त्रास देत असतील यावर विश्वास ठेवणं शक्य नव्हतं.

तरीही ते म्हणाले, ''काही का असेना, तुम्ही माधवरावांचं काहीच केलं नाही हे काही बरं नव्हे.''

हे मात्र खरं होतं. अनैसर्गिक अवस्थेतला तो मृत्यु असल्यामुळे त्यानंतर इतरच

गोष्टी महत्त्वाच्या ठरल्या. त्यानंतर आई-मामा पुत्रवियोगाच्या दुःखात असल्यामुळे तिकडे लक्ष दिलं गेलं नव्हतं. त्या वेळी प्रभाकरही लहान होता आणि लांब परगावी होता. त्यामुळे त्यानं काही करायचाही प्रश्न नव्हता.

शकाच्या आजारानं माझं मन हळवं झालं होतं. त्यांचं सांगणं मलाही पटू लागलं. त्यांच्याच सूचनेनुसार मी हरिहरेश्वरला गेले. सोबत प्रभाकर होता. तिथं बोडस नावाच्या कुटुंबात राहून प्रभाकरकडून सगळे विधी करवून घेतले. प्रभाकरनंही माझ्यासाठी सगळं केलं. काहीही खळखळ न करता. हे सगळं पाहाणाऱ्या बोडस वहिनींना हे सारं फारच 'अचाट' वाटत होतं; पण मी तरी काय करणार? यांच्या मृत्यूनंतर पंधरा-सोळा वर्षांनी त्यांची आठवण वर आली, तेव्हा मी आणि प्रभाकर आतून हळवे झालो होतो. बोडस वहिनी "बाई, काय अन् कसं धैर्य गोळा करून तुम्ही हे करताय!" म्हणत होत्या. तिकडं आमचं लक्षच नव्हतं.

माझ्या श्रद्धा असण्याचा किंवा नसण्याचा प्रश्नच नाही. माझ्या शकाला गुण येणार असेल तर मला माझे विश्वास बाजूला सारून हे केलंच पाहिजे, या भावनेनं मी तिकडे पाहात होते.

एवढं सगळं केल्यानंतरही तिला फारसा गुण आला असं म्हणता येणार नाही. तरीही स्वतःचं समाधान करून मी तिला पुढच्या शिक्षणासाठी पुण्याला पाठवली.

शाळेचं शिक्षण पुरं करण्यासाठी ती वर्षभर सेवासदनमध्ये राहिली. कॉलेजचं शिक्षण घेताना एस्. पी. कॉलेजच्या होस्टेलवर राहिली.

होस्टेलमध्ये राहाताना तिच्या अंगभूत कलागुणांना बहर आला. गाणं आणि चित्रकला यात ती स्वतः आनंद घ्यायची. त्यामुळे तिला अनेक मैत्रिणीही चिकटल्या, शिवाय पुण्यात शोभा आणि तिचे यजमान रामभाऊ असल्यामुळे मला तिची काळजी नव्हती.

होस्टेलमध्ये राहायचं म्हणजे दरमहा पैसे पाठवावे लागत; पण ती फारच काटकसरीनं राहायची. एकदा एका पत्रात तिनं लिहिलं होतं, "मला फळं खावंसं वाटतं. त्यासाठी मी फार खर्च करणार नाही. इथं एक वेळ जेवलं नाही तर त्याचे पैसे महिनाअखेरीस परत मिळतात. त्या हिशोबातच मी फळे खाईन म्हणजे वेगळा खर्च होणार नाही."

अशी शका! तिच्या आयुष्याला चिकटलेलं दम्याचं आजारपण. ती लग्न करेल की नाही हे समजत नव्हतं. त्यामुळे तिला आर्थिकदृष्ट्या स्वावलंबी बनवणं माझ्या दृष्टीनं आवश्यक होतं.

■

शका शिकायला म्हणून पुण्याला गेली, त्यानंतर मी बहुतेक वेळा घरात एकटीच राहात असे. एव्हाना खात्रीनं बऱ्या वागतील अशा बायका मिळणं कठीण झालं होतं. एकेका बाईच्या तऱ्हेवाईकपणामुळे सोबतीऐवजी मन:स्तापच व्हायचे. बजूवहिनी आणि काशीताईसारख्या वयस्कर बायका थकल्या होत्या किंवा मरण पावल्या होत्या. त्यामुळे त्यांचीही सोबत नव्हती.

एकटं राहायची मला भीती होती असा भाग नव्हता. या वेळेपर्यंत यांच्या खुनाची घटना बरीच मागं पडली होती. गावातल्या माणसांविषयीचं माझंही आकलन खटल्यांच्या निमित्तानं वाढत चाललं होतं. साप, विंचू आणि कोल्हे, तरस, वाघ यांसारख्या प्राण्यांविषयीचं माझं भय शहरातल्या माणसांना रस्त्यावरच्या वाहानाविषयी वाटतं, तेवढंच होतं. आपण इथं राहातोय म्हटल्यावर त्यांच्यापासून शक्यतो जपून राहायचं, एवढं करून जे होईल त्याला इलाज नाही. खटल्यांच्या निमित्तानं तर माझ्या डोक्याला खाद्यच मिळत होतं. त्यामुळे त्याविषयीही भय राहिलं नव्हतं. सावधगिरीनं राहाणं हा आता माझा स्वभावच बनू पाहात होता.

अजूनही अधुनमधून घरांवर दगड पडण्याचे प्रकार चालत होतेच. रात्रीच्या नीरवतेत पत्र्यावर धाडकन पडलेला दगड दचकायला लावणारं असायचं; पण त्यानंतर पटकन स्वत:ला सावरायला मी शिकले होते. त्याकडे दुर्लक्ष करायलाही शिकले होते. कारण लक्ष देऊन काय करणार? माझ्याकडे माणूस बळ नाही याचं भान ठेवून मला राहावं लागे.

इथं शहरातून येणारे मात्र पत्र्यावर दगड आले किंवा घराबाहेर पावलांचे आवाज आले की घाबरत. माझी एक भाची तर इथं येताना झोपेच्या गोळ्या आणायची आणि रात्री गोळी घेऊन झोपायची!

माणसांच्या त्रासाप्रमाणेच प्राण्यांच्याही कर्कश्शय आणि भेसूर आवाजाकडे दुर्लक्ष करायला शिकले होते.

एकदा अपरात्री स्वयंपाकघराच्या बंद खिडकीपाशी भेसूर ओरडल्याचा आवाज ऐकू आल्या. रात्रीच्या नीरवतेत तो आवाज भयावह वाटत होता.

त्या वेळी घरात फक्त मी आणि शकाच होतो. शकालाही साहजिकच त्या हाकांमुळे जाग आली. तिनं मला हलवलं, म्हणू लागली, ''वहिनी, कोण ओरडतंय गं?''

मी तिला शांतपणे म्हटलं, ''कोण जाणे! आपण तिकडं लक्ष घ्यायचं नाही. अगदी डोक्याशी येऊन हलवेपर्यंत तिकडं बघायचं नाही.''

मी असं म्हणाले, कारण कसवात कुठं कुठं कसले कसले आवाज अपरात्री येतच असतात. प्रत्येक आवाजासरशी मी एवढी घाबरू लागले तर डोकंच फिरायचं

माझं!

पण शकाला हे पटलं नाही. दोघी माजघरात झोपलो होतो. तिला तिथं सुरक्षित वाटेना. माजघरात जिना उतरत होता. मामांना मारायला आलेला माणूस त्याच जिन्यानं खाली आला होता, हे आठवून ती जास्तच घाबरली. तिनं बळेच दोघींची अंथरुणं खाऊच्या खोलीत नेऊन अंथरली. मधलं दार बंद केलं तेव्हा कुठं झोपली.

कधी कधी उपद्रवाचा अतिरेक होई. काही वेळा मला ऐकू येतील अशा धमक्या दिल्या जात.

दुपारची वेळ असेल. वरच्या बाजूनं कुणीतरी शिव्या देत असल्याचं ऐकू आलं. ढोल्या बाळूचा आवाज होता. बरीच बडबड चालली होती. त्यात 'बामणिणीचे दात पाडेन' हे वाक्यही ऐकू आलं.

मग मात्र त्याच वेळी घरी हजर असलेल्या उपसरपंचाची साक्ष घेऊन सरपंचांकडे तक्रार केली. ढोल्या बाळू हा खुनाच्या आरोपाखाली पोलिसांच्या ताब्यात असलेल्यांपैकी एक. सरपंचांनी ढोल्या बाळूच्या वस्तीप्रमुखाला बोलावून घेतलं. खुनाचे खटले चालवता चालवता वस्तीतली माणसं मेटाकुटीला येऊन गेली होती; कारण त्यासाठी त्यांना घरटी वर्गणी काढावी लागली होती. त्यामुळे प्रमुखानं सांगितलं, 'तुम्हीच समज द्या.'

सरपंच त्याला घेऊन घरी आले, तेव्हाही तो मस्तीतच होता, म्हणाला, ''घाबरू नका!''

मीही बजावलं, ''घाबरत नाही. घाबरायचं असतं तर इथं राहिलेच नसते!'' थोडी बोलीचाली झाली. तो नरम झाला, आधी 'मी बोललोच नाही' म्हणाला, सडेतोड आणि मुद्देसूद बोलण्यानं आणखी नरम झाला. मग 'पुन्हा बोलणार नाही' म्हणाला. अखेर गयावया करून हात जोडून रडू लागला, 'माफी करा, मी तुमच्या मुलासारखा!'

तिडीक येऊन म्हटलं, 'पांढरे केस झालेत तुझे! तू कसला मुलगा रे? आणि तुझ्यासारखा मुलगा असण्यापेक्षा नसलेला बरा!'

तो एवढा घाबरला; कारण त्यानं खुनाच्या प्रकरणात पोलिसांचा पाहुणचार अनुभवला होता.

एकदा ठकूताई काही कारणांसाठी इथं राहिल्या होत्या. शकाही आली होती. त्या दिवशी दुपारीच काही गप्पा निघाल्या होत्या. त्या वेळी ठकूताई मोठ्या अभिमानानं सांगत होत्या, ''माझं सगळं आयुष्य कोकणात गेलंय. इथं कोण साप आणि विंचवाला घाबरतं? हातातला कंदील अस्सा अस्सा हलवत पायाखाली नीट बघत फिरायची आम्हाला सवय आहे ना! मामा तर नेहमी म्हणायचे, आमच्या

ठकूसमोर विंचू येईल तो मरायलाच.'' 'अस्सा-अस्सा' म्हणताना त्यांनी हात नागमोडी हलवला.

दुसरे दिवशी कोर्टाचं काम होतं म्हणून मी चिपळूणला गेले. घरी शका आणि ठकूताईच होत्या. ठकूताईची रोज रात्री सगळी कामं आवरल्यावर संडासला जायची सवय. त्याप्रमाणे हातात कंदील घेऊन तो हलवत पायाखाली विंचू आहे की नाही ते बघत संडासाच्या दिशेला गेल्या. येताना संडासापासून काही पावलंच पुढं आल्या असतील, तो त्यांचं ओरडणं ऐकू आलं, ''चावला गं चावला.''

शकाला हे ऐकू आलं आणि तिची भीतीनं गाळण उडाली. ती ठकूताईकडे धावली. तिनं आधी विचारलं, ''काय चावलं ठकूआते?''

'विंचू' त्या म्हणाल्या तेव्हा शकाचा त्यातल्या त्यात जिवात जीव आला. त्यांना घेऊन ती घरात आली. त्या वेदनेनं तळमळत होत्या. काय करावं तिला सुचेना, ती म्हणाली, ''थांब, ठकूआते! वहिनीच्या सर्पविषारावरच्या मुळी आहेत, उगाळून देते!''

''नको गो बाय! मी पोटात काहीही घ्यायची नाही. वरून काय उपचार करायचे ते बघ! काही झालं तर तुला अपयश नको उगाच!''

शकाला आठवलं, ताकानं विंचवाला उतार पडतो. तिनं ताक प्यायला दिलं. मग आठवलं, दुधानं गुण येतो असं कुणीतरी म्हणत होतं. तिनं दूध प्यायला दिलं, पुढं आठवलं, कुणीतरी सांगितलं होतं, शेवग्याचा पाला वाटून लावला तर विष उतरतं. शका उठली आणि अंधारात तशीच वाड्याजवळ असलेल्या शेवग्याच्या झाडाकडे गेली. ती इतकी घाबरली होती की पायाखाली आपल्याला एखादा साप-विंचू चावेल याचाही तिला विसर पडला होता. पाला चोळून लावला तरी बरं वाटेना.

शेवटी ठकूताईनींच एक उपाय सुचवला, ''बायो, स्पिरीट टाक आणि जखम जाळून टाक.''

त्याप्रमाणे शकानं जखमेवर स्पिरीटचा थेंब टाकला आणि बाटली बाजूला ठेवून काडी ओढून लावली. एवढ्या अवधीत थेंब रुपयाएवढ्या जागेवर पसरला होता. काडी पेटवून लावताच तेवढी कातडी जळून गेली.

तरीही विंचू चढायचा तो चढलाच. त्यांची तगमग होऊ लागली. काही न सुचून शका रात्रभर दोन्ही हातांत एकेक पंखा घेऊन वारा घालत बसून राहिली. सकाळ झाली तेव्हा कुठं त्या थोड्या शांत झाल्या.

मी सकाळी चिपळूणहून आले, तेव्हा मला सगळी हकीकत समजली. शका हैराण होऊन सांगत होती. मला तिच्या उडालेल्या धांदलीचं ऐकून हसूच आलं.

पण ठकूताई मात्र गंभीर होत्या. त्या आयुष्यात पहिल्यांदा म्हणाल्या, ''बायो, कशी एकटी राहातेस कोण जाणे! तू सोबतीला कुणाला तरी ठेवत जा हो! प्रसंग

काही सांगून येत नाही!''

मी एकटी राहाते याची शकाला सतत काळजी असे. त्यामुळे ती मला सारखं काळजी घेण्याविषयी सांगत असे. मला मदत करणाऱ्यांविषयी तिच्या मनात सतत कृतज्ञतेची भावना असे.

तिनं घरात रिकामे डबे ठेवले होते. काही अडचण आली तर ते डबे वाजवायचे तिनं कृष्णा पाटलालाही सांगून ठेवलं होतं, त्या आवाजाकडे लक्ष द्यायचं.

इथं राहाताना अनुभवावा लागणारा एकटेपणा म्हणजे काय असतो, त्याचा तिनं एकदा अनुभव घेतला.

चतुरेनं आणि चंदुभाऊंनी बडोद्याला घर बांधलं. ते बघायला जावं अशी त्या दोघांची इच्छा होती, माझ्याही मनात होतं; पण इथलं घर कुणी सांभाळणं आवश्यक होतं. त्या वेळी शकाच म्हणाली, ''वहिनी, मी थांबते इथं, तू जाऊन ये.'' त्याप्रमाणे मी गेले.

मी महिनाभर राहून परतले. शकानं माझं चहापाणी केलं. पण या वेळी ती अधिकच गंभीर झाली होती.

ती मनापासून म्हणाली, ''वहिनी, धन्य आहे तुझी! एकटी कशी राहातेस गं इथं?''

मी फक्त हसले आणि म्हटलं, ''काही नाही गं! माणसाला प्रत्येक गोष्टीची सवय होते!''

''तसं नव्हे गं, आता मी हे वाक्य म्हणतेय ते ऐकायला तरी तू समोर आहेस. इथं असताना मला तर इतकं वेगळं वाटत होतं म्हणून सांगू! आजचा दिवस, कालचा दिवस आणि उद्याचा दिवस यात फरकच नाही! काळ तर अगदी गोठून गेल्यासारखा वाटत होता. रोजचा पेपर नाही, रेडिओ नाही. काळ पुढे जात असल्याची कोणतीच खूण नाही. दिवस कसाबसा जाई. रात्र मात्र अतिशय भयानक! मला तर सारखं भिंती अंगावर येताहेत असं वाटायचं! संपूर्ण जगात या पृथ्वीवर आपण एकटेच आहोत, असं वाटायचं बघ! बाप रे, वेड लागायची वेळ! खरंच गं! कशी एकटी राहातेस तू?''

शकाला माझा एकटेपणा पूर्वीपासूनच जाणवला होता. त्यामुळे शाळेत असल्यापासून दर आठवड्याला भरपूर लांबलचक, आठवड्यातल्या बारीकसारीक घटनांविषयी विस्तारानं पत्र लिहायची. पत्राच्या निमित्तानं पोस्टमनही घरी येई. घटकाभर बसून इकडच्यातिकडच्या गप्पा मारे आणि निघून जाई. अशी वर्षानुवर्षे ती मला पत्रं लिहीत होती. तिची पत्रं हा माझा खूप मोठा विरंगुळा होता.

शकाला माझा एकटेपणा समजला हेच खरं! काय सांगू माझ्या एकटेपणाविषयी?

कुणाशी बोलावंसं वाटलं तरी ऐकायला समोर कुणी नाही. त्यामुळे सहज भेटायला कुणी येणं ही पर्वणी असायची. आलेलं माणूस जायला निघालं की नकोसं वाटे; पण सतत इथं राहायला कुणाला सवड असणार?

आंब्याच्या दिवसांत पाहुण्यांची खूप वर्दळ असायची. तेच उन्हाळ्याच्या सुट्टीचे दिवस असल्यामुळे मुलंही सुट्टीला घरी असायची. त्या वेळी दिवस कसे जायचे ते कळायचंही नाही.

उन्हाळा संपायचा. पाहुणे आपापल्या गावी निघून जायचे. मुलं शिक्षणासाठी निघून जायची. त्यानंतर पावसाळा सुरू व्हायचा. पावसाळा. तोही कोकणातला. पाऊस कोसळायला सुरुवात झाली की घरावर चारही बाजूला टाकलेल्या पत्र्यांवर त्याचा आवाज यायला लागायचा. तिथं कायम राहायची सवय असलेल्यांना हळूहळू तो सततचा आवाज अंगवळणी पडून जायचा आणि आमचे घरातले व्यवहार नेहमीप्रमाणे चालू राहात.

पण मुंबईत राहाणारी आमची उषा - प्रभाकरची बायको - जेव्हा इथं येते, तेव्हा मात्र ती त्या क्षणभरही उसंत न घेणाऱ्या पावसाच्या आवाजानं अस्वस्थ होते आणि म्हणते, ''वहिनी, या आवाजापायी काहीही सुचत नाही इथं! पांघरूण घेऊन पडून राहावंसं वाटतं.''

मलाही नंतर या पावसाची सवय झाली असली तरी सुरुवातीला एकटी असताना फार जाणवायचं. पावसाळा सुरू झाला की कोकणात सहज जाता जाता डोकावणारी माणसंही दिसेनाशी होतात. त्यामुळे एकाही बाहेरच्या माणसाचं दर्शन न होता दिवसेंदिवस राहावं लागतं. बोलायला कुणी नाही, कानावर कुणाचा शब्द नाही, मनातलं सांगायचं तर ऐकायला कुणी नाही. मुलं नुकतीच येऊन गेल्यामुळे त्यांच्या आठवणी सतत घेरलेल्या. रात्र झाली की झोपेचा पत्ता नसायचा. नुसता पाऊस, पाऊस आणि पाऊस. प्रचंड पावसामुळे घराबाहेर चिखल आणि पाणी साचलेलं सगळे पऱ्हे घोंघावत वाहायला लागले की पलीकडच्या वाडीतलंही कुणी यायचं नाही.

अशा वातावरणातच यांचा खून झाला होता. त्यामुळे मळभ दाटून पाऊस कोसळू लागला की त्या सगळ्या आठवणी ओळीनं फेर धरत. त्यांचं ते घरी न येणं, त्यानंतरचे ते अनिश्चिततेनं भरलेले दिवस, काही दगाफटका झाला असेल याची दाट होत जाणारी शक्यता, अशाच मुसळधार पावसात भेटायला येणारी माणसं त्याच त्याच विषयी बोलणं, त्यांचे कपडे आणणं.

कोसळणाऱ्या पावसाच्या अंधाऱ्या रात्री हे सारं आठवू लागलं की मन असह्य होऊन जाई. काय करावं सुचत नसे. भरपूर रडून घ्यावं म्हटलं तर रडूही फुटत नसे. मनाची ही घुसमट बाहेर पडण्याचा एकच मार्ग माझ्यापुढे असे. तो म्हणजे मोठ्यानं

ओरडणं. या ओरडण्यातून हंबरडा फुटत असे आणि आत साचलेल्या भावनांचा निचरा होत आहे.

यात आजुबाजूचे कोणी ऐकतील ही भीतीच नव्हती; कारण कितीही ओरडलं तरी ऐकू जाईल एवढ्या अंतरावर अगदी जवळचीही वाडी नव्हती. त्यात पत्र्यावर ओतणारा तो पाऊस!

या पावसात सोबत असे ती फक्त मांजरीची! तीही अशीच कुठेतरी ऊबेला बसून पाऊस थांबायची वाट पाहात असे.

कोर्टकचेऱ्यांच्या कामासाठी ऑफिसमध्ये आणि पोलीस स्टेशनात मला चांगली वागणूक मिळायची. परिस्थिती कितीही प्रतिकूल असली तरी मी नेहमी नीटनेटक्या वेषात ऑफिसमध्ये जात असे.

एक नवे अधिकारी बदलून आले होते. त्यांच्या मोजक्याच भेटी झाल्या होत्या. गृहस्थ वागायला अतिशय सज्जन होते. एकदा संक्रांतीच्या सुमारास मी चिपळूणला गेले होते. प्रथेप्रमाणे भेटतील त्या ओळखीच्या माणसांना तिळगूळ देत होते. मनात आलं, साहेबांना का तिळगूळ देऊ नये? त्या निमित्तानं त्यांच्या कुटुंबाशीही परिचय होईल.

मी त्यांच्या घरी गेले तेव्हा त्यांच्या पत्नी माहेरी गेल्यामुळे ते एकटेच होते. नेहमीप्रमाणे त्यांच्याशी छान गप्पा झाल्या. कितीतरी दिवसांनी एवढ्या मोकळेपणानं गप्पा मारायला माणूस भेटलं होतं. त्यांच्याही चेहऱ्यावरून हेच दिसत होतं.

थोडा वेळ बोलून मी निघाले. निघताना त्यांनाही तिळगूळ दिला. क्षणभर थांबून ते म्हणाले, ''मलाही तुमच्याकडून स्नेहाची आणि मैत्रीची अपेक्षा आहे.''

हे ऐकून मी सावधपणे म्हटलं, ''तुमच्या अपेक्षेप्रमाणे तुमच्या मैत्रीला मला प्रतिसाद देता आला असता तर मलाही आनंद झाला असता. तुम्ही दहा वर्षांपूर्वी भेटला असता तर मी कदाचित या मैत्रीचा विचार केला असता! पण आता तशी परिस्थिती नाही. मला सून-जावई आले आहेत, नातवंडं आहेत. त्यामुळे मी आपल्या मैत्रीला तुम्ही म्हणता तसा प्रतिसाद देऊ शकत नाही.''

ते पुढं काही बोलले नाहीत. कारण तेही मुलंबाळं असलेले कुटुंबवत्सल गृहस्थ होते. भरल्या संसारात ग्रासणारं एकटेपण त्या क्षणी त्यांच्याही नकळत व्यक्त झालं होतं, एवढंच.

सुटकेचा निश्वास टाकत मी तिथून बाहेर पडले.

त्यानंतरही मी कामाच्या संदर्भात त्यांना भेटत होते. त्यांनीही नंतर कधी त्याचा उल्लेख केला नाही.

एका अधिकाऱ्यानं मात्र अशाच दुसऱ्या एका प्रसंगी मनात डूख धरलं आणि त्यांच्या हातात असलेल्या एका खटल्याचं कायमचं जाणूनबुजून नुकसान केलं. जाऊ दे! जगात सगळ्या प्रकारची माणसं असायचीच!

एकटं राहाता राहाता माझं इथल्या झाडांशी, घराशी आणि इथल्या प्राण्यांशी छान सख्य जुळलंय. एकटेपणात मला त्यांचीच सोबत असते. रिकामा वेळ मिळाला की कसवात फिरून येते. तो माझ्या कामाचा भाग असतो. झाडांना कीड लागली असेल तर पाहाणं, झाडांवर बांडगुळं माजली असतील तर गड्यांना निरोप पाठवून बोलावून घेऊन ती काढून टाकणं, गवत माजलं असेल तर ते काढून टाकणं हे बघावंच लागतं. यांपैकी काही काम नसलं तरी मी अधुनमधून उगाच त्या झाडांना भेटायलाही कसवात फिरून येते.

या घराचं आणि माझं तर कायमचंच नातं आहे. 'सुखनिवास' नाव आहे घराचं. एकटी असतानाही या पसरलेल्या घरात मी फिरून येते. या भागात वाळवीचा उपद्रव फार असल्यामुळे हे करावं लागतं. थोडं दुर्लक्ष झालं तर ही वाळवी कुठल्याही वस्तूची माती करून टाकते.

इथं राहाताना मला कधीही भीती वाटत नसली तरी एका प्रसंगी मी खूप गंभीर झाले होते. घरात कुणी परगावचे पाहुणे आले होते. रात्रीचं जेवणखाण होऊन आम्ही झोपलो होतो. अपरात्री काहीतरी कर्कर्र आवाज येऊ लागला. जाग येऊन उठून बसले. आवाज थांबला. थोड्या वेळानं पुन्हा आवाज सुरू. पाहुणीही जागी झाली. तीही उठली. पुन्हा आवाज बंद. आमची चाहूल लागली की आवाज बंद व्हायचा. पुन्हा सुरू!

कुणी कूड कापत नसेल ना अशी शंका मनात आली. मामांच्यावर घरात शिरून झालेला खुनाचा प्रयत्न आठवला. त्या वेळीही कूड कापून तो माणूस माडीवर चढला होता आणि जिन्यानं खाली उतरला होता. वाटलं, घरात माणसं असताना चोर घरात शिरू लागला तर काय करायचं? हे घर मला एवढंही रक्षण देणार नसेल तर कशी इथं राहू? आणि कशाला राहू? सगळं सोडून शहरात निघून जाईन. कुणाच्या तरी घराचा आश्रय घेईन. त्याच्या बदल्यात त्यांच्या घरचे केरवारे, धुणंभांडी, स्वयंपाक हवं ते करेन!

याच विचारात असताना मन कष्टी झालं, पण ठरवलं, आत्ताच धैर्यानं कोण आहे ते पाहू या. कारण हे मी एकटी असताना करू शकणार नाही. दुसरं म्हणजे मला इथल्या माणसांचा स्वभाव समजला होता. स्वतः अज्ञात राहून हवा तेवढा त्रास देणारी मंडळी, एकदा आपली ओळख पटली की घाबरी होतात.

आवाजाच्या दिशेनं मी कंदील घेऊन निघाले. आवाज खाऊच्या खोलीतून येत

होता. दारावर ओरखडे काढल्यासारखा आवाज दार उघडताच एक चिचुंद्री धूम पळून गेली. आम्ही सगळे खूप हसलो.

मामांच्यावरचा हल्ला वगळता केवळ या एकाच प्रसंगी हे घर सोडून जायचा विचार माझ्या मनात आला.

हे बळ देणारं घर माझ्या जीवनाचाच भाग होऊन राहिलं आहे.

घरात कुणी नसताना गप्पा मारण्याची अनिवार उर्मी आली की मी आमच्या घरातल्या मांजराशी गप्पा मारते. मला मांजराची सोबत अतोनात आवडते. आमच्या घरात सतत मांजर असतं. एखादं मांजर मी कुठून तरी घेऊन येते. घरात कुठे साप, विंचू दडला असेल तर मांजराकडून त्याची सूचना मिळते.

एकदा चिपळूणच्या ओळखीच्या घरात मी एक मांजरीचं पिल्लू पाहिलं. भारी गोजिरवाणं होतं. अजून डोळे उघडायचे होते म्हणून मी पुढच्या वेळी घेऊन जाईन म्हणून सांगितलं. त्या घराच्या बाईंनीही त्या पिल्लाला थोडं जास्त दूध पाजून गुबगुबीत केलं. पुढच्या वेळी त्या मांजरीला घेऊन जायचं ठरलं. तिला एका पिशवीत घालून एसटीत वरच्या बाजूला ठेवून दिलं. गंमत म्हणजे त्यानं एकदाही 'म्याँव' केलं नाही. घरी आल्यावर पिशवी उघडताच त्यानं धूम ठोकली. मी काही त्याच्या मागं धावू शकत नव्हते. एका बशीत दूध घालून ठेवलं. थोड्या वेळानं आपोआप परत आली, हळूहळू ती घरात रुळली.

लहान असताना ती अशीच कुठं तरी धडपडली आणि विहिरीत पडली. मला नाजूक 'म्याँव म्याँव' ऐकू आलं. जाऊन पाहाते तर ही विहिरीत पडलेली आणि बाजूच्या एका दगडावर उभी राहून ओरडत होती. आता तिला वर कशी काढायची हा मोठा प्रश्न समोर उभा राहिला. टोपली सोडून पाहिलं पण तिला टोपलीत उडी मारायचं धैर्य होईना. एक शिडी विहिरीत सोडून तिच्यापाशी नेली तरी तिला त्यावरून चढून येणं सुचेना. अखेर मन घट्ट करून एका काठीनं मी तिला पाण्यात ढकलली तेव्हा मात्र तिनं पटकन आधारासाठी शिडी धरली आणि वर आली.

अशीच मी कुठून तरी एक मांजर घेऊन येते. तिच्यासाठी कुठून तरी एक बोका येऊ लागतो. हळूहळू त्यांचा संसार सुरू होतो. प्रपंच वाढू लागतो. पिल्लं मोठी होतात. त्यांच्यात सुरुवातीला लडिवाळपणा असतो. आईभोवती पिल्लं खेळत असतात, ती त्यांचं बोक्यांपासून रक्षण करते. त्यांना शिकार करायला शिकवते. त्या पिल्लांना पाजताना तिच्या चेहऱ्यावर वात्सल्य ओथंबत असतं.

कधीतरी पाजताना पिल्लांचे दात लागू लागतात आणि या मातेचं रूप पालटतं. ती त्यांना फिस्कारून दूर करू लागते. मायलेकरांचं नातं दुरावतं. सगळे स्वतंत्र होतात, कधी मायलेकीच सवतीसवती होऊन भांडतात. शेवटी एकेक करून सगळी मांजर

निघून जातात. मग मी पुन्हा कुठलं तरी पिल्लू शोधून आणते.

अनेकदा आमच्या घरी मांजरांच्या दोनतीन पिढ्याही नांदत असतात. मला त्या प्रत्येकाचे स्वभाव समजलेले असतात. त्यानुसार माझ्या त्यांच्याशी गप्पाही सुरू असतात.

एकदा आमच्या एका म्हशीला पिसाळलेलं कुत्रं चावलं. आधी समजलं नसल्यामुळे तिचं दूध मी मांजरीला आणि तिच्या पिल्लाला पाजलं. नंतर भीती वाटायला लागली, ही सगळीच पिसाळली तर? अखेर नाईलाजानं एका गोणीत आई आणि तिच्या पिल्लाला घातलं आणि वासिष्ठी नदीत सोडून यायला सांगितलं!

या घटनेला कितीतरी वर्ष झाली तरी अजूनही मला त्या मांजरीची आणि तिच्या पिल्लाची आठवण येते आणि जीव गलबलतो.

माझ्याप्रमाणे शकालाही मांजरांचं अतोनात वेड आहे; पण प्रकृतीच्या कारणासाठी ती स्वत:च्या घरी मांजर पाळू शकत नाही; पण मला मात्र ती म्हणते, "या घरात मांजराची 'म्याँव' नसेल तर हे घरच वाटत नाही! इथं घरात पाऊल टाकल्यावर 'म्याँव' आवाज कानावर आला की अमृत शिरल्यासारखं वाटतं!"

माझं मांजरप्रेम पाहून काहीजणांनी मला सुचवून पाहिलं, "त्यापेक्षा तुम्ही कुत्रा का पाळत नाही? अशा निर्जन प्रदेशात राहाताना तुम्हाला त्यांची सोबत होईल."

आमच्याकडे मामा असताना कुत्रे पाळले जायचे; पण दोन कुत्री तरसांनी मारून अंगणात आणून टाकली होती. त्या वेळी फार वाईट वाटलं होतं.

मी मात्र कुत्रं पाळायचं टाळलंच. कारण तो फारच जागरूक प्राणी. कसवात कुठं ना कुठं काहीतरी खुसफुस होत राहणार. प्रत्येक वेळी हा भुंकून हैराण करू लागला तर मी किती वेळा धावपळ करू?

या विचारामुळे कुत्रा पाळण्याच्या सूचनेकडे मी कधीच लक्ष दिलं नाही.

आमच्याकडे पहिल्यापासून गाई-म्हशी असायच्या. त्यांचं करण्यात मी बराच वेळ वाड्यातच असायची. माझ्या लग्नाच्या वेळी तोच वाडा आमचा जानोसा असल्यामुळे नंतरही मी कुठं दिसले नाही तर सगळे म्हणायचे, 'असेल माहेरी!' म्हणजे वाड्यात.

लग्नाआधी मला गुरांचं चारापाणी बघायची माहिती असली तरी दूध काढायला शिकले नव्हते. लग्नानंतर तेही शिकले.

पण आम्हाला गाय मानवत नाही असा माझा अनुभव आहे. त्यासाठी माझ्या लग्नानंतर घडलेली एक घटना कारणीभूत आहे, अशी माझी भावना आहे. गाईच्या अंगावर गोचिड्या झाल्या होत्या. त्या मारण्यासाठी तिच्या अंगावर औषध लावायचं होतं. मामांनी मला ते काम सांगितलं. त्याप्रमाणे औषध लावून मी निघून आले. मला

ठाऊक असेल म्हणून मामांनी गाईचं तोंड बांधायला सांगितलं नाही. मला तर ठाऊकच नव्हतं. गाईनं स्वत:चं अंग चाटलं. औषध विषारी होतं. त्यामुळे गाय तडफडून मेली.

त्याविषयी कधी कुणी मला दोष दिला नाही; पण मला मात्र अजूनही वाटतं, त्या गाईच्या शापामुळे आमच्या वाड्यात गायी टिकत नाहीत. राहिल्या तरी बरकत येत नाही.

त्या घटनेनंतर आम्ही म्हैस बाळगायला सुरुवात केली. घरात भरपूर माणसं असायची तेव्हा वाड्यात दोनतीन, काही वेळा चारचार म्हशी होत्या. त्यांना रेडकं व्हायची. तीही वाढायची. अशा प्रकारे त्यांचा प्रपंच वाढायचा. त्यांची नावंही अशीच काहीतरी ठेवलेली असायची. फत्ताड्या शिंगांची फत्ताडी, ढोली, लक्ष्मी, लंगडी, बाया.

आमच्या बाया नावाच्या म्हशीची रेडकं जगत नव्हती म्हणून तिच्या पहिल्या मालकानं तिला विकली होती. आमच्या वाड्यात आल्यानंतरही तिला काही रेडकं झाली आणि लहान असतानाच मेली, असं दोनतीनदा झालं. त्यानंतर ती पुन्हा गाभण राहिली. रात्री केव्हातरी ती व्यायली. सकाळी मी बघायला गेले तर रेडकानं पोटभर दूध पिऊन घेतलं होतं. इतकं की पोट टम्म फुगल्यामुळे त्याला गव्हाणीतून हलताही येईना. मीच उचलून उभं केलं. ते वासरू चांगलं जगलं. तीच आमची मथी.

बाया व्यायल्यानंतर जनावरांचे डॉक्टर आले होते. त्यांच्याशी बोलताना ते सांगत होते, ''वासरं जन्मत: चपळ असतात, रेडकं मात्र थोडी बोजडच असतात.''

मीही सांगितलं, ''आमची मथी जन्मल्यावर भरपूर आईचं दूध प्यायली. आता छान वाढतेय. नाही तर बायाची याआधीची सगळी रेडकं दोनतीन महिन्यांत मरून जायची.''

''आता तिला काहीही होणार नाही. आईचं पहिलं दूधच भरपूर घ्यायचं असतं ते तिला मिळालंय.''

हे वेगळंच ज्ञान या निमित्तानं मला मिळालं. त्याआधी आई म्हणायच्या ''पहिलं दूध जास्त दिलं तर रेडकं आणि वासरं गुंगून पडतात.'' त्यामुळेच रेडकं मरायची. डॉक्टरांकडून खुलासा झाल्यानंतर मी त्याप्रमाणे वागत गेले आणि पुढची रेडकं जगत गेली. बायाची मंगळी नावाची आणखी एक मुलगी होती. ठेंगणी, ठुसकी आणि स्वभावानं बरी होती; पण गुणांच्या दृष्टीनं मथीपेक्षा डावीच. घरात फार माणसं राहिली नाहीत तेव्हा हळूहळू एकेक म्हैस कमी करत मथीला तेवढी ठेवली.

वेळच्या वेळी येऊन तिचं करणारा गडी न मिळाल्यामुळे तिचं सगळं मलाच पाहावं लागे. तिच्या अंगावर केस वाढले की त्यात जीव व्हायचे आणि मथीला चावून हैराण करायचे. मग तिच्या अंगावरचे केस भादरायचं काम असे. ते

माझ्याशिवाय कोण करणार? मशीननं केस भादरायलाही मी शिकले होते.

जनावराबरोबर काम करायचं म्हणजे त्याच्या तंत्रानं करावं लागायचं. मी तिच्या पुढ्यात बसून तिच्या मानेवरचे केस काढायची. मग तिच्या मनात काहीतरी येऊन तीही बसकण मारायची. मग आमचा संवाद सुरू होई, ''अगं मथे! अशी वागलीस तर केस कसे कापायचे मी?''

माझ्या बोलण्याकडे लक्ष न देता मथी मायेनं आपलं डोकं माझ्या मांडीवर ठेवायला यायची. डोकं एक ठीक आहे, पण तिची ती एवढाली शिंगं! त्यातलं एक इकडे, दुसरं तिकडे मागं गेलेलं आणि हिचं डोकं प्रेमानं माझ्या मांडीवर विसावलेलं! त्या ओझ्यानं मागं कोलमडत असताना मी स्वत:ला सावरून बसे आणि तिच्या गळ्यावरचे आणि मानेवरचे केस हलकेच काढत असे. त्यानंतरही तिची मान-पाठ खाजवायची, लाड करायचे, गप्पा मारत राहायची. मग ती उठून उभी राहायची. त्यानंतर तिच्या कलाकलानं पाठीवरचे केस काढायचे. केस गेले की जिवांचा त्रास कमी होऊन मथी सुखवायची आणि आपल्या अबोध भाषेत तसं व्यक्तही करायची.

घरातल्या मांजराप्रमाणे माझ्या मथीशीही गप्पा चालायच्या. तिला त्यातलं काय समजायचं देव जाणे! मात्र मधुनमधून ती मान हलवायची. मलाही तेवढं पुरायचं.

'माधव वासुदेव न्यासा'ची सुरुवात झाल्यावर सुधारणेचा एक भाग म्हणून वाड्यात फरशा बसवण्यात आल्या. त्यावर पाय घसरून मथी एकदा पडली आणि तिच्या पायाला इजा झाली. मीच तिच्या दुखऱ्या पायाला औषध लावायची. संस्थेच्या वसतीगृहात राहाणाऱ्या चिखलकर नावाच्या मुलाला मदतीला घेऊन मला तिचं सगळं करावं लागायचं. दररोज औषध लावणं, थोडा हात फिरवणं यामुळे ती थोडी बरी झाली आणि लगंडत का होईना, चालू लागली. तरी तिला चरायला सोडायची माझी तयारी नव्हती. त्यामुळे तिला चारा असलेल्या ठिकाणी झाडाखाली लांबलचक दोरानं बांधून ठेवत होतो. अशा प्रकारे ती माझ्या नजरेपुढे राहात असे.

एकदा मी दुसऱ्या कामात असल्यामुळे मी चिखलकरला झाडाखाली बांधायला सांगितलं, तो उत्साहानं म्हणाला, ''आजी, हिला थोडी चरवतो, नंतर बांधतो.''

''बरं, पण नीट लक्ष ठेव हं. पलीकडे विहीर आहे. पडेलबिडेल कुठं तरी!'' तोही बरं म्हणाला, पण त्याचं दुर्लक्ष झालं. ही पडली एका खड्ड्यात उताणी. काम हातावेगळं करून बाहेर येऊन बघते तर खड्ड्यात ही पडलेली! पाहिलं तर आधी पांढरं धबधबीत पोटच दिसलं. वसतीगृहातल्या मुलांना आणि जाण्यायेणाऱ्यांना हाका मारून बोलावलं आणि मथीचं धूड बाहेर काढलं.

त्यानंतर ती आणखी हबकली. मीही तिच्या बाबतीत सावध झाले. तीही कुठं लांब जाईनाशी झाली. पुन्हा एकदा ती दिसेनाशी झाली तेव्हा मी हवालदील होऊन हाका मारू लागले, ''मथे! अगं, कुठं गेलीस? अशी कशी गं तू? आधीच तुझा

पाय धड नाही. कुठं धडपडलीस खड्ड्यात?''

हाका मारत मी भोवताली शोधत होते. तिनंही माझ्या हाका ऐकल्या आणि पलीकडे कुंपणावरून तिची शिंगं दिसली. तीही मान वळवून माझ्याकडे बघत होती. ती दिसली आणि माझा जीव थाऱ्याला आला.

एकदा तर मथीनं गंमतच केली.

आंब्याचे दिवस होते. सुट्टीसाठी पुण्याहून दत्ताभाऊ - शका त्यांच्या मित्र-मंडळींसह आले होते. त्यांचं खाणंपिणं बघणं, त्यांच्यासाठी सांदणासारखे खास आमचे पदार्थ करणं चाललं होतं. शिवाय आंब्याचा रस आटवणं, फणसाचे गरे तळणं, आमसोल वाळत टाकणं, आंब्याची आणि फणसाची साटं वाळत टाकणं यांसारख्या कामांमध्ये मी गुंतले होते. या सगळ्या गोंधळात मथी निघून गेली.

माझ्या लक्षात येताच मी चार दिशांना चौघांना तिचा शोध घेण्यासाठी पिटाळलं. त्यातला एकजण सांगत आला, ''वयनी, मथी केतकीच्या वाटेवर पाण्याच्या डबक्यात बसलीय. किती हाका मारल्या तरी यायला तयार नाही. नुसती ओरडतेय!

मी विचारात पडले, ही माजावर आली की काय?

त्याला विचारलं, ''ताण देते का रे?''

''होय, वयनी!'' तो उत्तरला.

आता खुलासा झाला. तिच्यासाठी रेड्याची व्यवस्था केली आणि नंतर पुन्हा पाहुण्यांच्या सरबराईकडे वळले.

अशी आमची मथी.

हे सगळं असलं तरी इथल्या वातावरणात आपण बोलू ते नेमकेपणानं समजावून घेणाऱ्या माणसांची मला खरी आस असायची आणि त्याची कमतरता जाणवायची. इथल्या माणसांबरोबर वावरताना, इथल्या पावसाळी कुंद हवेत, इथल्या मरणाच्या पावसात आणि पराकोटीच्या उकाड्यात माझ्या मेंदूवर गंज चढेल, माझी बुद्धी बुरशीनं झाकोळून जाईल आणि ती मेंदू खाऊन टाकेल!

अशा वेळी माझे खटले ही बुरशी झटकायला मदत करत. एखादा आव्हान देणारा पेचप्रसंग समोर ठाकला की मरगळलेली बुद्धी झडझडून कामाला लागायची. संपूर्णपणे हरवून गेलेली 'मी' माझी मला परत सापडे.

■

गावात राहायचं म्हटल्यावर बारीकसारीक गोष्टींविषयी जागरूक राहावं लागायचं.

त्या वेळी रस्त्यांची परिस्थिती बरी नसायची. पावसाळा येऊन गेला की रस्ते वाहून जायचे, पुलांची नासाडी व्हायची. अशा वाईट रस्त्यांवरून बसेस धावायच्या आणि धावता धावता मध्येच बंद पडायच्या. बंद पडल्या नाहीत तरी अशा रस्त्यांवरून प्रवास करून मुंबईला जाईपर्यंत हाडं खिळखिळी व्हायची.

अशा वेळी रस्त्यापेक्षा बोटीनं मुंबईला जाणं सोयीचं होतं.

करंबवणे ते दाभोळ स्टीम बोट आणि पुढे दाभोळहून मुंबईला जाण्यासाठी चौगुले कंपनीच्या रोहिदास, मीरा या नावाच्या मोठ्या बोटी असत.

करंबवण्याच्या बंदरावर यापैकी एका बोटीच्या कंपनीचं ऑफिस होतं. ज्या जागेवर ते ऑफिस होतं, ती आमच्या मालकीची होती. तिथं बोटीची तिकिटं विकायची व्यवस्था होती. जागेचं भाडं म्हणून कंपनी आम्हाला मुंबईला जायचे काही पास द्यायची.

हे वर्षानुवर्ष चाललं होतं. मिळणारे सगळे पास आमच्याकडून वापरलेही जात नसत. तरी त्यामुळे आमच्या त्या जमिनीवरचा हक्क प्रस्थापित होत असे.

एका वर्षी तिकीट विकणाऱ्यांं आमचे पास द्यायला नकार दिला. ही गोष्ट माझ्या लक्षात आली. हे त्या जमिनीवरचा आमचा हक्क नाकारण्यासारखं झालं. मी सावध होऊन चौकशी केली तेव्हा समजलं, त्या माणसाला कुणी गावकऱ्यांनी भडकावलं होतं.

मी सानेदादांना जाऊन सगळी हकीकत सांगितली.

त्यांनी सगळं विस्तारानं ऐकून घेतलं आणि सांगितलं, "ठीक आहे. आपण कंपनीला नोटीस पाठवू या.''

मी विचारात पडले. मला एक कळत होतं, एवढ्या मोठ्या कंपनीशी मी कुठं टक्कर देत बसू? मला कुठं झेपणार आहे ते?

मी म्हटलं, "आपण असं केलं तर?''

"कसं?''

"उगाच कंपनीला कशाला यात ओढायचं? आपण इथल्या ऑफिसमधल्या तिकीट मास्तरांच्या नावानंच नोटीस पाठवू या.''

सानेदादांचे डोळे चमकले.

आम्ही नोटीस पाठवताच तो तिकीट मास्तर गडबडला. त्यानं तातडीनं मुंबईला कंपनीच्या ऑफिसमध्ये धाव घेतली. तिथं बहुधा कंपनीच्या वरिष्ठांकडून त्यालाच बोलणी बसली असावीत. कारण आल्यापावली त्यानं आमचे पास घरी पाठवून दिले.

मीही खटलं लवकर आटोपलं म्हणून सुटकेचा निश्वास टाकला.

मामा वारल्यानंतर तीनचार वर्षांतीलच गोष्ट.

आमच्या वासिष्ठी नदीच्यापलीकडे बायरोली-बहिरवली नावाचं गाव आहे. अंतर फार नाही, पण ते चिपळूण तालुक्यात येत नाही, खेड तालुक्यात येतं.

येथील तिघांनी मामांकडून दुकान काढण्यासाठी पैसे घेतले होते. त्यांची नावं युनूस अकबर खोत, अहमद खोत आणि शमसुद्दिन. मामांनी त्यांच्यावर केस करून कोर्टाकडून वसुली-हुकूम मिळवला होता; पण प्रत्यक्ष वसुली करण्याआधी त्यांचा आजार वाढला आणि ते वारले.

चतुराचं लग्न झालं, शहरात तिचं बाळंतपण करून तिला आणि छोट्या श्रीलेखाला घेऊन गावी परतत होते. मला पैशाची गरज होती. त्या वेळी हे प्रकरण आठवलं. मला सांगण्यात आलं होतं ना, मामांनी दिलेले पैसे वसूल कर म्हणून?

परतीच्या वाटेवर महाडला उतरले. श्रीलेखा आणि चतुरेला बहिणीकडे ठेवून खेडची वाट धरली. तिथं आमच्या नात्यातल्या एक बाई राहायच्या. त्यांच्या घरी जाऊन म्हटलं, "मला अमूक वकिलांकडे जायचं आहे. चला ना माझ्याबरोबर!"

त्या तटकन म्हणाल्या, "मी तर येणार नाहीच. तूही जाऊ नकोस!"

त्या वकिलांची अशी ख्याती होती की हा माणूस स्त्रियांशी जरा जास्तच सलगीनं बोलतो! मी म्हटलं, "तुम्ही असं का म्हणताय ते मला ठाऊक आहे. त्याच कारणासाठी मी तुम्हाला बरोबर चला म्हटलं."

अखेर त्या यायला तयार झाल्या. वकिलांकडे गेलो आणि जवळचे कागद दाखवले. त्यांनी आधी मला विचारलं, "तुम्ही कोण?"

"मी वासुदेव केतकरांची सून."

"तुम्ही वारस ठरू शकता?"

"हो, करंबवण्याचं खातं माझ्याच नावानं आहे. आमच्या साऱ्या कुटुंबानं मला जमीनदारीच्या संदर्भात मुखत्यारपत्र दिलं आहे. वासुदेव केतकरांची वारस म्हणून मी हे पैसे वसूल करू शकते की नाही?"

"होय."

मी पुढं त्यांना सांगितलं, "मामांकडून तुमचं नाव अनेकदा ऐकलंय मी! तुम्ही नेहमीच मनापासून केस बघता असं ते नेहमी म्हणायचे. आता प्रत्यक्ष भेट झाली, एवढंच."

हे ऐकून त्यांनाही बरं वाटलं. ते म्हणाले, "या केसमध्ये मला जेवढं करणं शक्य आहे तेवढं मी करेन. आधी वारस म्हणून तुमचं नाव दाखल करून घेऊ या. त्यानंतर बेलिफाला पाठवेन. बेलिफाला जे सांगायचं ते मी सांगून ठेवेन; पण तुम्हाला त्याच्याबरोबर प्रत्यक्ष गेलं पाहिजे."

मी विचारात पडले. वाटलं, ही परक्या प्रांतातली आणि परक्या जातीतली

माणसं. त्यांच्यावर जप्ती घेऊन जायचं? त्यातही माझ्यासारख्या बाईमाणसानं?

पुढची कागदपत्रं तयार व्हायला वेळ लागणार होता. श्रीलेखा आणि चतुरेला करंबवणयाच्या घरी ठेवून ठरलेल्या दिवशी निघाले. सोबत कृष्णा हा गावचा पोलीसपाटीलही होता.

परक्या जातीचा विचार मनात आला तो फारसा टिकला नाही. कारण माझी काही कुळं मुसलमान होती. मी दोन मुलींची लग्न आटोपून परतल्यावर बंदरावरच्या एका मुसलमान कुळाची बायको माझ्याजवळ येऊन पाठीवरून हात फिरवत म्हणाली होती, "मुलींची लग्नं केलीस, बेस केलंस हो! वासूनानांसारख्या मडमा ठेवल्या नाहीस त्यांना!'' हे ऐकताना तीही एक माझ्यासारखी बाई असल्याचा मी जवळून अनुभव घेतला होता.

तिथं गेल्यावर मी शमसुद्दिनला म्हटलं, "तुम्ही रेशनचं दुकान काढण्यासाठी मामांकडून पैसे घेतलेत. मामा गेल्यावर तुम्ही आपणहोऊन येऊन सगळा हिशेब मिटवायला हवा होता. मी इतके दिवस त्याची वाट पाहात होते. तुम्ही आला नाहीत, म्हणून मला यावं लागलं.''

शमसुद्दिनचा मुलगा पी. एच्. डी. झाला होता. त्याचा भरंवसा देत शमसुद्दिन वेळ मागू लागला.

मी म्हटलं, "हे बघा, मी तुमच्या बहिणीसारखी आहे. तुमच्या बहिणीवर अशी परिस्थिती आली असती तर तुम्ही काय केलं असतं? तुमचा मुलगा येईल तेव्हा सगळी रक्कम द्या. पण आता थोडे तरी पैसे द्या.''

होय-नाही करता करता तिघांनी मिळून शंभर रुपये दिले. एकूण रक्कमही काही जास्त नव्हती. पंधराशे रुपये होते; पण माझ्या दृष्टीनं भरपूर होती. शिवाय प्रत्येक वेळी बेलिफाला पैसे द्यावे लागत असल्यामुळे वरचेवर खेटे घालणं मलाही परवडणारं नव्हतं.

त्यांची टोलवाटोलवी मात्र सुरूच होती.

अखेर वकिलांनी सुचवलं, "त्यांच्या जमिनींचा तपशील मिळवू शकलात तर आपण जमिनींचा लिलाव पुकारून रक्कम वसूल करू.''

मी त्या तयारीनिशी येताच त्यांनी आणखी थोडे पैसे दिले. मी अतिशय कंटाळले. कारण लिलाव पुकारून तरी कोण घेणार ती जमीन?

मी शेवटी भाषा बदलली, "तुम्ही अमूक तारखेपर्यंत पैसे दिले नाहीत तर मला ते वेगळ्या मार्गानं वसूल करावे लागतील!''

पण त्याला काही अर्थ नव्हता. अशा प्रकारे निम्मे पैसे वसूल केले आणि निम्म्याचा नाद सोडून दिला.

कारण माझीही त्या वेळची गरज भागली होती.

मामांच्या काळात दोन खाजणाच्या जमिनी त्यांच्या मालकीच्या होत्या. एक मालदोलीजवळ आणि दुसरी चिपळूणच्या वाटेवर केतकीपाशी. मालदोलीजवळच्या खाजणाचं देवू गुणाजी जाधव बघायचा. त्याचा मामांशी व्यवहार ठरला होता. त्या व्यवहाराप्रमाणे तिथला लव्हा म्हणजे गवत कापणारा तुकाराम झुळे वर्षकाठी लक्व्याच्या म्हणजे गवताच्या काही वरंडी आमच्याकडे आणून टाकायचा आणि बाकीचा आपल्या शेतासाठी कापून न्यायचा.

मामा वारले आणि तुकारामनं लव्हा आणून टाकणं बंद केलं. मी निरोप पाठवून चौकशी केली. काही निरोपानंतर तो घरी येऊन म्हणाला, ''वयनी, तुम्ही म्हणता! पण ती जमीन तुमची नाही!''

''मग कुणाची रे?''

''देवू गुणाजी जाधवाची. तो मला लव्ह्याला हात लावू देत नाही.''

''अरे, जमीन मामांची आहे!''

''पण तो भांडायला आला तर मी काय करू?''

मीही सांगितलं, ''तू जा काढायला, तो भांडायला आला तर म्हणावं, जमिनीचे कागद दाखव!''

तुकाराम गेला आणि परत सांगत आला, ''नाही, वयनी! कूळ म्हणून देवूचंच नाव आहे.''

मीही पाहिलं तर ते खरं होतं. सातबाराच्या कागदावर त्याचंच नाव होतं. याचाच फायदा घेऊन देवू शेर होत होता तर! मी 'बत्तीस ग' खाली केस केली. अर्ज केला - सदर जागा माझ्या राहात्या घरापासून लांब आहे, या वर्षी हा बदल झालाय, तरी त्याचं नाव कमी करावे, वगैरे.

अर्ज चौकशीला आला. चितळे नावाचे मामलेदार होते. त्यांच्यासमोर अर्जाची सुनावणी सुरू झाली. देवू स्वतः कूळ आहे हे सिद्ध करण्यासाठी खंड-पावतीचा विषय काढू लागला.

इथं मात्र मी म्हटलं, ''मी त्याच्याकडून खंडच घेत नाही. मग हा कूळ कसा?''

प्रश्नोत्तरं सुरू झाली. त्या वेळी मी म्हटलं, ''मी लव्हा काढायला जाते तेव्हा तिथं लव्हाच नसतो. कुणीतरी चोरून नेलेला असतो.''

त्याचा वकील जोरात म्हणाला, ''कुणीतरी नव्हे! हा देवू लव्हा काढून नेतो!''

यावर मी म्हटलं, ''आज हे बरं केलंत तुम्ही! माझा लव्हाचोर शोधून दिलात मला!''

साहजिकच कचेरीत हशा उसळला.

माझा पुढचा वाद होता, ''खाजणाच्या जमिनीत काहीच उत्पन्न नसतं. त्यामुळे

कूळ लावून खंड वसूल करायचा प्रश्नच येत नाही.

माझ्या या मुद्द्यांमुळे अर्जाचा निकाल माझ्या बाजूनं होणं स्वाभाविक होतं.

तिथून बाहेर पडल्यावर आम्ही सगळेच गप्पा मारत निघालो. थोडं अंतर ठेवून मी आणि देवू एकत्रच चालत होतो. तो म्हणाला, ''काय हे, वयनी! तुम्ही मला चारचौघांत लक्ष्माचोर ठरवलंत!''

मी म्हटलं, ''असं कसं म्हणतोस? मी नाही, तुझ्या वकिलांनं ठरवलं!''

यावर निरुत्तर होऊन तो दुसऱ्या वाटेनं निघून गेला. मीही पुढं निघाले. सोबत आबाकाका नावाचे हितचिंतक होते. त्यांनी वरील संवाद ऐकला होता. त्यांनी सांगितलं, ''वहिनी, तुमच्या उत्तरानं त्याचं समाधान झालं नाही. तुम्ही आपल्या माझ्याबरोबर पोलीस स्टेशनात चला आणि अर्ज देऊन ठेवा. तो तुमचा घात करेल!''

मी म्हटलं, ''बोलला तर बोलू दे त्याला. त्याच्या हातून असलं काही प्रत्यक्ष घडेल असं मला वाटत नाही.''

मी गावी यायला निघाले. या वेळी बंदरापर्यंत रस्ता होऊन तिथपर्यंत एस्टी येऊ लागली होती. मी बंदरावर उतरले. सुभद्रेचा दीर केशव हा छोटा मुलगा मला न्यायला बंदरावर आला होता. गाडीतून उतरलेली काही माणसं वरच्या पायवाटेनं निघाली. त्यात आमच्या भाऊबंदांपैकी बाळकाका केतकर आणि तात्या केळकर होते आणि देवूही होता.

भाऊ लाड तिथंच होता. त्याच्याशी काहीतरी चार वाक्यं बोलून मी निघाले. बंदराहून घरी जायला वरच्या पायवाटेशिवाय आणखीही एक वाट होती. नदीच्या काठानं जाणारी खालची वाट. फारसा विचार न करता मी खालची वाट धरून चालू लागले.

काही पावलं चालून गेल्यावर सहज वरच्या वाटेकडे लक्ष गेलं. धूर दिसला. वणव्याचे दिवस असल्यामुळे मला वाटलं वणवाच पेटला. वणवा पसरला तर जवळच असलेल्या बौद्धवस्त्यांपर्यंत पोहोचून त्या भस्मसात व्हायला वेळ लागणार नाही हे लक्षात येऊन मी ओरडून वस्तीवरच्या लोकांचं तिकडे लक्ष वेधलं. तीही माणसं तिकडे धावली. ते पाहून मी घराकडे चालू लागले.

घरालगत असताना 'केतकर बाई', 'केतकर बाई' अशा हाका ऐकू आल्या. कोण ते मला कळेना. कचेरीच्या कामाच्या संदर्भात मला माणसं मालतीबाई केतकर म्हणून ओळखायची. गावची माणसं 'वहिनी', नात्यातली बरीचशी 'इंदू' म्हणायची. त्यामुळे कोण हाका मारतोय या उत्सुकतेनं मी वळून पाहिलं.

एक अनोळखी माणूस होता. जवळ येऊन त्यानं विचारलं,

''ताई, आज कुणाची तारीख होती का?''

''होय.''

''त्यांच्यापैकी कुणाचं तरी हे काम आहे बघा.''

''कशावरून? आणि तुम्ही कोण?''

''पोलीस खात्याचा माणूस. शेखसाहेबांची सूचना असल्यामुळे आम्ही साध्या वेषात पाळत ठेवून असतो. आम्ही तुमच्याआधी दोनचार मिनिटं त्याच रस्त्यानं आलो. त्या वेळी आम्हाला एक ठिणगीही दिसली नाही. एवढ्यात एवढा वणवा कसा पेटेल?''

''ते मी काय सांगू बाबा?'' एवढं म्हणून मी गप्प बसले.

केवळ एवढ्यावरून एखाद्यावर असला आळ घेणं योग्य नाही, हे मला समजत होतं. देवूला थट्टामस्करीचा राग आला, अर्जाची सुनावणी विरोधात गेल्याचा राग आला की मागं दुसऱ्या एका केसमध्ये त्याला पोलिसांचा मार खावा लागला होता, त्यामुळे तो चिडला होता. नेमकं काय झालं होतं ते समजलं नाही.

कदाचित असंही असेल, देवूऐवजी आणखीही कुणीतरी त्या संधींचा फायदा घ्यायचा प्रयत्न केला असेल.

कुणीतरी आग मुद्दाम लावली असेल असं वाटायचं कारण म्हणजे लहान गावांमध्ये सूडापोटी उभं पीक जाळून टाकणं किंवा गवताची गंजी जाळणं अशा प्रकारच्या घटना होत असतात. हे असतानाही एकदा घरालगतची गवताची गंजी हितशत्रूंनी पेटवून दिली होती. गंजी घराच्या इतक्या जवळ होती की घर पेटायला उशीर लागला नसता; पण वाऱ्याची दिशा वेगळी असल्यामुळे त्या वेळी आमचं घर वाचलं.

एक मात्र खरं, त्या दिवशी सहज गप्पा मारता मारता मी अकारणच खालच्या वाटेनं आल्यामुळे वाचले. जर मी इतरांमागोमाग वरच्या वाटेनं गेले असते तर त्या मुद्दाम पेटवलेल्या वणव्यात सापडून भस्मसात व्हायला वेळ लागला नसता!

काही सरकारी अधिकारी कायद्याचे पक्के जाणकार असत. त्यांच्याबरोबर काम करताना काही अडचण येत नसे; पण काही स्वतःला जाणकार समजून घोटाळे करत.

जमिनींच्या सीलिंगची कामं सुरू झाली होती. कमाल जमीन धारणेचा कायदा आला. मला नोटीस आली, ''कुटुंबातल्या प्रत्येक सज्ञान व्यक्तीच्या नावे चौपत्र एकर जमीन ठेवायचा अधिकार आहे.'' सोबत फॉर्म पाठवला होता तो भरून पाठवायचा होता. शका आजारी असतानाची ही घटना.

फॉर्म घेऊन मी पुळेकर नावाच्या सरकारनं नेमलेल्या अधिकाऱ्यांना भेटले आणि त्यांच्या मार्गदर्शनाखाली फॉर्म भरला.

मामा आमचे मूळ पुरुष. त्यांचे दोन मुलगे चौपन्र-चौपन्र एकर जमिनी ठेवायला अधिकारी होते; पण माझ्या मुलाला, म्हणजे प्रभाकरला चौपन्र एकर ठेवायचा अधिकार नव्हता. वेंगुर्लेकर नावाच्या संबंधित अधिकाऱ्यांना भेटून मी सगळ्या जमिनींची माहिती दिली. त्या वेळी प्रभाकर सज्ञान असल्यामुळे त्याच्या नावेही तेरा एकर जमीन ठेवण्याची परवानगी मिळवली. अप्पांचा मुलगा त्या वेळी सज्ञान नसल्यामुळे ती ठेवता येईना. त्यामुळे ती तेरा एकर जमीन जास्तीची दिसायला लागली.

मी वेंगुर्लेकरांना म्हटलं, ''केस सुरू होण्यापर्वी माझ्याकडे असलेली खाजणाची तीस एकर जमीन मी सरकारजमा करते. नाही तरी जिथपर्यंत खारं पाणी येतं, ती जमीन सरकारचीच असते ना?''

मी हे अगदी सरळपणे सांगत होते; पण वेंगुर्लेकरांना त्यात काय वाटलं कोण जाणे! त्यांनी सांगितलं, ''तुम्हाला तसं करता यायचं नाही!'' हे सांगताना त्यांचा चढा सूर लागला होता.

चारचौघांत त्यांचं हे चढ्या आवाजातलं बोलणं मला खटकलं. त्यातच ते सगळ्यांना ऐकू येईल एवढ्या आवाजात म्हणाले, ''ते काही नाही! तुम्ही सतरा तारखेला चिपळूणला येऊन तुमची बाजू मांडा. मला आता वेळ नाही.''

ते निघाले, सगळी माणसं माझ्याकडे वळून बघू लागली. वहिनी काही तरी खोटंनाटं करत होत्या आणि साहेबांनी हुषारीनं त्यांना पकडलंय, असे भाव त्यांच्या चेहऱ्यांवर स्पष्ट दिसत होतं.

हे मला परवडणारं नव्हतं.

बिवलीचे बंडूदादा थत्ते नावाचे एकजण तिथं होते. त्यांनी विचारलं, ''काय झालं, वहिनी?''

मी शांतपणे सांगितलं, ''काही नाही, माझी जमीन वाचली.''

मी काय म्हणतेय ते थत्तेंना समजलं नाही आणि भोवतालच्या इतरांनाही समजलं नाही.

ठरल्याप्रमाणे सतरा तारखेला चिपळूणला गेले. तिथल्या गर्दीत वेंगुर्लेकरांनी मला पाहिलं आणि शिपायाला पाठवून आत बोलावून घेतलं. ते विचारू लागले, ''त्या दिवशी तुम्ही काय म्हणत होता?''

''तो विषय त्याच दिवशी संपला, साहेब! माझी जी काही अतिरिक्त जमीन होईल, ती मी द्यायला तयार आहे!''

''हो! पण कुठली तरी पाणी नसलेली जमीन देऊ नका!''

''छे: छे: भलतंच काय! अगदी पाण्यातली जमीन देते मग तर झालं?'' आणि मालदोलीजवळच्या खाजणाच्या जमिनीपैकी तेरा एकर जमीन मी सरकार-जमा

केली. अशा प्रकारे या अधिकाऱ्यांनं माझी सरळ मागणी नाकारून सरकारचं सतरा एकर जमिनीचं नुकसान केलं!

पुढं कधीतरी आमच्या ओळखीचा माधव सावरकर म्हणत होता, ''वहिनी, परवा वेंगुर्लेकरसाहेब भेटले होते. तुमची आठवण काढत होते.''

''काय म्हणत होते? त्यांचं-माझं भांडण झालं होतं म्हणून मी विचारतेय.''

''तुमचं कौतुक करत होते ते!''

हे ऐकताना त्यांच्या गुणग्राहक स्वभावाचं मलाही कौतुक वाटलं. सरकारी नोकरीत असलेल्यांमध्ये हा गुण विरळाच!

कमाल जमीन धारणेच्या कायद्याविषयी समजताच मी सगळ्या केतकर भगिनींशी संपर्क साधला. त्यांना सांगितलं, ''तुम्ही ॲफिडेव्हिट करून आपापले हक्क लावा. तुमचा हक्क राहिला तर जमिनी राहतील. नंतर तुम्ही त्या विकू शकाल. त्यासाठी मी तुम्हाला मदत करेन किंवा सरकारी दरानं मीही विकत घेईन.

फक्त नमूताईंनी तसा अर्ज पाठवला; पण वेंगुर्लेकरांनी तो फेटाळला. पुढं त्याही अपिलात गेल्या नाहीत. अखेर मला तेरा एकर अतिरिक्त जमीन सरकारजमा करावी लागली. मग अप्पांच्या लेखी संमतीनं मी त्यांची आणि आमची जमीन पाहू लागले.

कुठलाही हक्क आपोआप मिळत नसतो, तो शाबित करावा लागतो. त्या हक्काविषयी जागरूक राहावं लागतं, त्यासाठी झगडा द्यावा लागतो, याचं ज्ञान या बहिणींना नव्हतं की काय कोण जाणे.

त्याआधी एकदा एक नणंदबाई आल्या होत्या. सहज गप्पा मारल्यासारखं करत त्या मामांची एकूण जमीन किती, कलमं किती, प्रत्येक कलमाला किती आंबे लागतात, वगैरे वगैरे चौकशी करू लागल्या. मीही त्यांच्या प्रत्येक प्रश्नाचं व्यवस्थित उत्तर दिलं.

नंतर बराच हिशेब आणि बेरीज-वजाबाकी करून त्या म्हणाल्या, ''म्हणजे इथं आमची प्रत्येकीची इतकी इतकी कलमं आणि अमूक इतकी शेती आहे म्हणायची!''

मीही सांगितलं, ''होय, तुमचंच आहे ते!''

''म्हणजे आमच्या वाट्याचे अमूक इतके आंबे आहेत म्हणायचे इथले!''

''नाही!'' मी स्पष्टच सांगितलं, ''तुम्ही उचलून नेणार असाल तर मी कशाला एवढा जीव तोडून त्यांची राखण करेन? तुम्हाला फक्त कलमांचा पाला मिळेल!''

माझं उत्तर त्यांना चांगलंच झोंबलं. मी त्यांना आंबे घरपोच पाठवत नाही याविषयी त्यांची तक्रार होती; पण माणूसबळाअभावी मला ते शक्य नव्हतं. त्यांनाच काय, मी माझ्या मुलींनाही सांगून ठेवलं होतं, ''या आणि हवे तेवढे घेऊन जा.''

पण याच कलमांसाठी किंवा जमिनींसाठी कोणतेही कष्ट घ्यायची त्यांची तयारी नव्हती.

नरसिंह सन्नाक - याला गावातले लोक नाच्या म्हणत - हा बाळू सन्नाकचा मुलगा. बाळू सन्नाक म्हणजे यांच्या खूनखटल्यातला मुख्य आरोपी.

नरसिंह सन्नाकबरोबरचा खटला सुरू झाला तेव्हा माइया भावना तीव्र होत्या, हे नाकारण्यात अर्थ नाही. वरच्या तळ्यातली जमीन त्याच्या ताब्यात होती. एकक्षेत्री, एकएकर आणि सोळा गुंठे जमीन. कोकणातल्या आमच्या डोंगराळ भागात एकक्षेत्री जमीन असणं ही फार महत्त्वाची गोष्ट ठरते. तलाठ्याच्या चुकीमुळे किंवा काही अन्य कारणांमुळे त्या जमिनीपैकी चोवीस गुंठे जमीन कागदोपत्री त्याच्या नावानं लागली होती. वस्तुत: या जमिनीवर माझी वहिवाट होती; पण ती धुडकावून तो तिथं मालकी हक्क प्रस्थापित करत होता आणि त्यात त्याला यशही मिळत होतं.

मध्यंतरी गावाचं एकत्रीकरण करून नव्याने मोजणी केली गेली आणि जमिनींना नवे नंबर दिले गेले. त्या वेळी त्यांनं सरकारी अधिकाऱ्यांना चुकीची माहिती देऊन हे सारं अधिकच पक्कं केलं होतं.

माझा आधीच त्याच्यावर राग होता. त्यातच त्यानं केलेली ही कुरापत माइया लक्षात आली. मी मनातल्या मनात एक पक्कं केलं, कुठल्याही परिस्थितीत त्याला हे सुखासुखी मिळू घ्यायचं नाही.

मी सरकारी अधिकाऱ्यांकडे पूर्वीच्या नोंदी घेऊन गेले; पण त्याचा काही उपयोग झाला नाही. मग एकत्रीकरण करणाऱ्या अधिकाऱ्यांना भेटले. त्यांनी सांगितलं, ''आम्ही हे बघत नाही. त्यासाठी तुम्ही हवं तर कोर्टात जा. आम्हाला कागदावर जसं दिसलं तशीच आम्ही नोंद केली.''

त्यांनी असं धुडकावून लावल्यावर मी कलेक्टरांकडे अर्ज केला. त्यांनी सांगितलं, ''इथं नाही, मामलेदारांकडे द्या.''

तिथं गेले. तिथंही एकत्रीकरणाच्या वेळी केलेल्या नोंदीच ग्राह्य मानतात, असं माझ्या लक्षात आलं.

शेवटी मी दिवाणी कोर्टात अर्ज केला. तिथं मात्र मला कोर्टचं माझ्याकडे असलेल्या जुन्या नोंदींकडे लक्ष वेधण्यात यश मिळालं. अखेर कोर्टानं त्या जमिनीवरचा माझा हक्क मान्य केला. एकदा हक्क मिळाल्यावर चोवीस गुंठ्यांसाठी वेगळा ताबा मिळवावा लागला. तोही तो सुखासुखी सोडेना. त्यासाठी त्याच्यावर हक्क-शाबिती आणि नुकसानभरपाईचा दावा लावावा लागला.

हक्क-शाबिती झाली आणि नुकसानभरपाई मागितली, तेव्हा मात्र तो नरम होऊन तडजोडीला आला, ''वयनी, आणखी ताणू नका. तेवढी जमीन मला सोडून

द्या!'' म्हणून विनवू लागला.

मीही ठणकावून सांगितलं, ''नाही सोडणार! सुरुवातीला मी म्हणत होते, आपण समजुतीनं तडजोड काढू म्हणून.... त्या वेळी तू सहकार्य दिलं नाहीस. आता मी कशी ऐकू?''

अखेर तलाठी आणि त्याच्या शिपायाला बरोबर घेऊन मी त्या जमिनीपाशी गेले आणि ढोल वाजवून त्या चोवीस गुंठ्यांचा ताबा घेतला. नुकसानभरपाईही वसूल केली. शेवटच्या तीन वर्षांची मात्र सूट दिली.

म्हटलं, अखेर आपल्यालाही इथंच राहायचं आहे.

नरसिंह सत्राक आणि देवूकडच्या जमिनींचा मी ढोल वाजवून ताबा घेतल्यावर मात्र गावातील काही मंडळी म्हणू लागली, ''मामा; खोत परवडले; पण ही बया परवडायची नाही!''

ढोल वाजवून साऱ्या गावाचं लक्ष वेधून, गावासमक्ष जमिनीचा कायदेशीर ताबा घ्यायलाही, मला याच गावानं शिकवलं.

एका खटल्यात मामांनी जमिनीचा कायदेशीर ताबा मिळवला होता. त्या वेळी मामांचं वय झालं होतं आणि ते आजारीही होते. त्यामुळे ते कायद्याची लढाई जिंकल्याचे कागद जवळ ठेवून बसले. पुढं त्याच जमिनीचा खटला सुरू झाला. तेव्हा त्या कुळानं मुद्दा मांडला, ''खोतांनी कागदावर जमीन घेतली, पण प्रत्यक्षात कुठं घेतली?''

मी चौकशी केली तेव्हा समजलं, केवळ कागदोपत्री कायद्याचा निकाल लागून पुरेसा नाही. त्याची साऱ्या गावाला माहिती होण्यासाठी ही पद्धत आहे. अशा प्रकारे माझ्या शहाणपणात भर पडली. त्यामुळेच जमिनींच्या निकालानंतर समोरचं कूळ कसं आहे ते पाहून त्याप्रमाणे मी सरकारी अधिकाऱ्याबरोबर पदरचे पैसे खर्च करून ढोलवाल्यालाही बोलावून घेत असे. त्यामुळे साऱ्या गावाला निकाल समजत असे.

विशेष खोडसाळ कुळांच्या बाबतीत मी हे आवर्जून करत असे.

कायद्याच्या लढाईत अनेकदा जप्ती न्यायचे प्रसंग येतात, तर काही वेळा घरावर जप्ती येण्याचेही प्रसंग येतात. कायद्याचं व्यवस्थित ज्ञान असेल तरच अशा प्रकारच्या मन:स्ताप देणाऱ्या आणि चारचौघांत मानहानीकारक ठरणाऱ्या प्रसंगातून वाट काढता येते, याचा मी अनुभव घेतला.

वेळोवेळी कायद्यात बदल होत असतात. त्या वेळी अशा प्रकारच्या अडचणींना तोंड द्यावे लागते.

मामा हयात असताना त्यांनी काहीजणांना प्रॉमिसरी नोटांवर कर्जाऊ रक्कम

दिली होती. प्रॉमिसरी नोटवर धंद्यासाठी रक्कम दिली तर त्यासाठी लायसन्सची गरज नसते, असं मी मामांच्या तोंडून ऐकलं होतं. त्याप्रमाणेच पूर्वी मी वसुलीसाठी बायरोलीच्या मुसलमान वस्तीवर जप्ती घेऊनही गेले होते.

सावकारी नियंत्रण कायदा आला. त्या दृष्टीनं मी सावकारी करत नव्हते. कारण तेवढा पैसाच माझ्याकडे नव्हता; पण गावात राहायचं म्हटलं तर तिथल्या माणसांना सांभाळून राहावं लागतं. कुणाला घर बांधायच्या वेळी शंभर रुपये दे, कुणाला म्हशीच्या चाऱ्यासाठी शंभर-दीडशे दे, कुणाला गिरणीच्या विजेच्या फिटिंगसाठी दे, अशा प्रकारे उसने पैसे दिलेले असायचे. आमच्या आनंदीच्या मुलाला पन्नास रुपयेही दिले होते. हे सगळे व्यवहार लक्षात राहावेत म्हणून मी भिंतीवर किंवा कॅलेंडरवर लिहून ठेवत होते, पैसे फिटले की खोडून टाकायची.

मामांनी त्यांच्या हयातीत काहीजणांना प्रॉमिसरी नोटवर पैसे दिले होते. या नोटांचं नूतनीकरण करायची मात्र मी काळजी घेत असे. त्यातही मोठ्या रकमांच्या. अनेकदा त्यासाठी मी पदरचा एक रुपया त्यांच्याकडून आला असं दाखवून त्यांची सही घेत असे. हे मी सोडू शकत नव्हते. कारण ह्या पैशांच्या बळावर मला माझ्या लहानमोठ्या जबाबदाऱ्या पार पाडायच्या होत्या.

इतर किरकोळ रकमांच्या प्रॉमिसरी नोटवर एवढं काही करण्याइतकीही त्यातली रक्कम नसे.

माझ्याकडे असलेल्या प्रॉमिसरी नोटांपैकी एक मोठ्या रकमेची म्हणजे अडीच हजार रुपयांची होती. संसारे नावाच्या माणसाने ती केली होती. त्याचं चांगलं रेशनचं दुकान होतं, पिठाची गिरणीही होती. त्याची आर्थिक परिस्थिती उत्तम होती. उलट माझ्याकडेच चणचण होती. शिवाय गोंधळी नावाच्या माणसानंही अशीच मोठी रक्कम प्रॉमिसरी नोटवर नेली होती. आता ही मंडळी त्याचं नूतनीकरण करायलाही खळखळ करत होती. तरीही नोटा माझ्याकडे असल्यामुळे त्यांनी वेगळाच डाव टाकला.

एकदा एक कुळवाडीण चांदीची वाकी घेऊन माझ्याकडे येऊन पैसे मागू लागली, ''वयनी, बापाला बघायला जायचं आहे. ही ठेवा आणि वीस रुपये द्या.''

मी म्हटलं, ''आधी तुझी ती वस्तू उचल. माझ्याकडे एवढे पैसेच नाहीत. दहा रुपये आहेत. तेवढे घेऊन जा.''

पण ती ऐकेचना, ''दहा रुपयांनी काय होणार? म्हातारा फार आजारी आहे. आता गेले तर भेट होईल. वीस रुपये द्या. पैसे देऊन नंतर वाकी घेऊन जाईन.''

शेवटी ती पैसे घेऊन, मी नाही-नाही म्हणत असताना वाकी ठेवून निघून गेली. मीही वाकी टेबलाच्या वरच्या खान्यात टाकून दिली. तिचं लाडाच्या दुकानात येणंजाणं होतं, संसारेकडेही गिरणी आणि रेशनच्या निमित्तानं ती जात येत असावी.

त्यात माझंही एक चुकलंच, उगाच उत्सुकतेपायी मी ती वाकी चिपळूणच्या सोनाराला दाखवली. त्यानं त्याची तीस रुपये किंमत केली, आपला व्यवहार बुडीतखाती नाही, तिनं वीस रुपये आणून दिले की वाकी परत करायची, असा विचार करत मी समाधानानं घरी आले.

कदाचित मी वाकी सोनाराकडे नेल्याची बातमी या कानाकडून त्या कानाकडे गेली असावी.

तारीख पक्की आठवते, अठरा जुलै. धो धो पाऊस कोसळत होता. घरावरच्या संततधारेचा आवाज घुमत होता. देवधरआजी सोबतीला होत्या, त्या स्वयंपाकघरात काहीतरी करत होत्या.

भर पावसात काही माणसं घराकडे येत होती. असल्या पावसात आमच्या कोकणात उगाच कुणी कुणाच्या घरी जायच्या फंदात पडत नाही, त्यामुळे मी थोड्या आश्चर्यानं तिकडे पाहिलं.

आधी कृष्णा पाटील दिसला. त्याच्याबरोबरच्या गोंधळीला ओळखलं. सोबत तीनचार माणसं होती. माणसं अनोळखी असली तरी सरकारी माणसं असल्याचं क्षणार्धात माझ्या लक्षात आलं.

मी चौकशी केली, ''एवढ्या पावसात कुठे आलात?''

त्यांनी कुणी उत्तर दिलं नाही. आत आले, बसले. मी पुन्हा विचारलं, ''रत्नागिरीहून आलात का?''

''नाही. थांबा सांगतो.'' साहेबांचा सूर दमल्यासारखा वाटला. माझ्या मनात येऊन गेलं, इन्कमटॅक्सची काहीतरी भानगड तर नसेल?

थोडा दम खाऊन पाणी प्यायल्यावर त्यांनी विचारलं, ''तुम्ही सावकारी करता?''

''म्हणजे?''

''म्हणजे हेच लोकांची भांडी, दागदागिने ठेवून घ्यायचे वगैरे. घरही प्रशस्त दिसतं!''

क्षणभर माझ्या डोळ्यांसमोर ती चांदीची वाकी तरळून गेली आणि परिस्थितीची कल्पना आली. सावध होऊन उत्तर दिलं, ''घर मोठं बांधलंय खरं, पण ते राहण्यासाठी बांधलंय, लोकांची भांडी ठेवायला नव्हे!''

साहेबही तिरकसपणे म्हणाले, ''पण घरबसल्या तोही एक उद्योग होऊ शकतो ना! मी तुम्हाला प्रश्न विचारेन, नीट उत्तरं द्या!''

ते पुन्हा पुन्हा सावकारीविषयी प्रश्न विचारू लागले तेव्हा मी म्हटलं, ''मी सावकारी करत नाही. कायदा होण्यापूर्वी सासरे करायचे. ते तर कधीच वारले. इथं मला माझा जीव सांभाळणं कठीण! तिथं लोकांची भांडी सांभाळायचं काम कोण

घेईल अंगावर? तेवढा वेळ तरी कुणाला आहे?''

एवढं सांगून मी देवधरआजींना चहा टाकायला सांगायला आत जाऊन आले. बाहेर येताच साहेब म्हणाले, ''तर मग तुम्ही सावकारी करत नाही म्हणता! ही घ्या नोटीस!''

नोटीस वाचली. त्यात लिहिलं होतं, ''तुम्ही सावकारी करता असे समजले आहे. तरी लगोलग संबंधित कागदपत्रे आणि वस्तू सादर कराव्यात. नाहीतर कायदेशीर इलाज केला जाईल!''

नोटीस घेतल्याची त्यांनी सही मागितली. ती करून मी चहा आणायला आत वळले, पाठोपाठ सगळे अधिकारी एकदम मधल्या घरात घुसले. त्यांच्यामध्ये सहाय्यक निबंधक आणि गोंधळी होते. कृष्णा पाटील आणि शेंबेकर लेखनिक मात्र बाहेर कांडपाच्या अंगणात राहिले.

आत आलेले सगळे माझ्या बाजेवर बसले. त्यापैकी एकदोघे माझ्या भिंतीवरच्या नोंदी वाचत होते. त्या वेळी मी प्रथमच गोंधळीला पाहिल्यासारखं दाखवत म्हटलं, ''तू गोंधळी ना रे? तुम्हाला हवं तर या कॅलेंडरवरच्या नोंदीही पाहा!''

चहा पिता पिता त्यांपैकी एक माणूस म्हणाला, ''सावकारी करत नाही म्हणता, मग या गोंधळीच्या प्रॉमिसरी नोटा तुमच्याकडे कशा आहेत?''

''तुम्ही भांडी आणि वस्तूंविषयी विचारलंत म्हणून तेवढंच सांगितलं.''

''मग त्या दाखवा.''

''आधी विचारलं असतं तर दाखवल्या असत्या.'' म्हणत त्या खोलीत शिरले. पाठोपाठ ते दोघेही घुसले आणि त्यांनी कपाट उघडायला सांगितलं.

मला त्यांच्या वागायच्या पद्धतीची किळस आली. मी चढ्या आवाजात सांगितलं, ''कपाटात आणखी काही नाही, फक्त कागदपत्रं आहेत आणि ती अतिशय महत्त्वाची आहेत. ती पुन्हा होती तशी लावून द्यायची हमी घेणार असाल तर उघडते.''

थोडी वादावादी होऊन मी कपाट उघडून दिलं. आत बरीच कागदपत्रांची गाठोडी होती. त्यांनी एक गाठोडं उघडून पाहिलं. पुन्हा बांधून ठेवून दिलं. समोरच टेबल होतं. त्यांनी वरचा बिना कुलपाचा खाना उघडला तेव्हा मात्र माझे हातपाय थंड पडले होते; पण त्यांचं त्या पुरचुंडीकडे लक्ष गेलं नाही.''

नंतर त्यांनी चाव्या लावून ड्रॉवर्स उघडली. त्यातलं प्रॉमिसरी नोटांचं बंडल त्यांना काढून दिलं. त्यांनी ते उघडून पाहिलं. त्यात कुणाला ऐंशी तर कुणाला पंच्याऐंशी रुपये दिल्याच्या नोटा होत्या. त्याही मुदतबाह्य झालेल्या. जेव्हा गोंधळी मध्ये डोकं खुपसू लागला, तेव्हा मात्र मी त्याला दरडावलं, ''भाऊ, तू यात लक्ष घालायचं कारण नाही. मी तुला कागदांना हात लावू देणार नाही. ज्यांच्यावर तू काम

सोपवलं आहेस, ते नीट करताहेत की नाही तेवढं पाहा! आधी हात काढ तिथला!''

त्यांना मी बाहेरच्या खोलीत बसून कागद बघायला सांगितलं. मी तर त्यांच्यावर बारीक लक्ष ठेवून होतेच, शिवाय कृष्णालाही तसं खुणावलं होतं.

नंतर मी त्यांना स्पष्टपणे सांगितलं, ''हे पाहा, मलाही थोडाफार कायदा कळतो. प्रॉमिसरी नोट कायदेशीर आहे हे मला ठाऊक आहे. मी स्वत: त्याच्या आधारे दोन वेळा वसुली केली आहे. हे सावकारीत बसत नाही, याची मला खात्री आहे. तुम्ही या गोंधळीच्या संदर्भात म्हणत होता ना? तो गरीब आहे म्हणून हे पैसे त्याला दिलेले नव्हते. नोटेवर काय लिहिलंय ते वाचा. सागवानाचा धंदा करण्यासाठी म्हणून त्यानं पैसे घेतलेत.''

''तर मग लायसेन्स दाखवा!''

''पुन्हा तेच! अहो, मी सावकारी करत नाही म्हटल्यावर लायसेन्सचा प्रश्नच कुठं आला?''

''तुम्हाला कुणी तरी चुकीचा सल्ला दिलाय!''

''चुकीचा आहे की बरोबर आहे ते मी बघून घेईन; पण मी तुम्हाला इथून प्रॉमिसरी नोटा नेऊ देणार नाही. आवश्यकता असेल तेव्हा मी स्वत: घेऊन येईन; पण तुमच्या हातात देणार नाही. न्यायच्या असतील तर रीतसर पंचनामा करून ताब्यात घ्या आणि मला तशी पावती द्या.''

आधी त्यांनी ''एवढ्या पावसांत तुम्ही कशाला ऑफिसात येता?'' म्हणून उडवाउडवी करायचा प्रयत्न केला; पण मीही रीतसर पावती घेऊनच ते कागद त्यांच्या हाती दिले.

गोंधळीशी पहिला व्यवहार करतानाच चिपळूणचे मधुकाका बर्वे मध्ये होते. शिवाय ते आमच्या कुटुंबाचे हितचिंतक. मी या घटनेनंतर मधुकाकांना भेटले आणि सगळी हकीकत त्यांच्या कानावर घातली.

सारं ऐकल्यावर मधुकाकांना धक्काच बसला. ते उद्गारले, ''काय! हा बावळट माणूस जप्ती घेऊन आला?''

''बावळट कसला? पक्का वस्ताद आहे!''

नंतर एकदा तो मधुकाकांना एस्. टी.त भेटला. ते त्याला म्हणाले, ''अरे, तूच विनवण्या करून वहिनींकडून सूट घेतलीस ना? आणि आता जप्ती घेऊन गेलास?''

यावर तो हातवारे करत म्हणाला, ''जप्तीचं काय घेऊन बसलात? आणखी बघा काय काय करतो ते!''

''अरे, बाईमाणूस आहे! का एवढं ताणतोयस? विषय समजूतीनं संपवून टाक.''

''छे! त्यांना आता पुरतं पोहोचवतोच की नाही ते बघा!''

मधुकाकांनी मला हे सांगताच मी म्हटलं, ''आता हो काय करायचं?''

''तुम्ही त्याच्यावर केस करा. वसूलीची केस!''

''आहे काय दगड त्याच्याकडे वसूल करायला?''

''तो तुम्हाला दाखवणार आहे ना? आता तुम्हीच त्याला दाखवा!''

त्या भावनेच्या भरात मीही तयार झाले; पण एकीकडे मनात शंका होती. खुनाच्या खटल्यातून सगळे असेच सुटले नि मी एकटी कुठं कुठं पुरी पडणार? पण मनात जिद्दही होतीच. तो मला पोहोचवणार आहे काय! याला आता सोडायचा नाही!

या वेळी सानेदादा थकत चाललल्यामुळे मी शिर्के वकिलांकडे वकीलपत्र दिलं. कोर्टातून वसूलीचा हुकूम मिळवला. पण प्रत्यक्ष वसूली कशी करायची?

एक ठाऊक होतं, गोंधळी सावड्र्याच्या शाळेत शिक्षक होता. वसूलीसाठी तिथं शाळेच्या पत्त्यावर बेलिफाकडून नोटीस पाठवली. तिथं त्यानं शिक्षकांना सामील करून 'तो आलाच नाही' असं सांगायला लावलं. माझे दोन वेळचे बेलिफाचे पैसे फुकट गेले.

अखेर मी शिर्के वकिलांना म्हटलं, ''त्याच्या पगारातले पैसे कापून घेता येतील की नाही?''

''हो. येतील तर!''

मी बी. डी. ओ.चं ऑफिस गाठलं. माझं वय पाहाताच बी. डी. ओ.नी विचारलं, ''काय काम आहे? पेन्शनसाठी आलात का?''

''नाही, थोडं खाजगी काम आहे. तुमचा थोडा वेळ हवा आहे. बोलू का?''

हातातलं काम उरकल्यावर त्यांनी मला बोलावून घेतलं. मी त्यांना कोर्टाचा हुकूम दाखवला, दोन वेळा बेलिफाला पाठवल्याचंही सांगितलं.

सगळं ऐकून ते म्हणाले, ''हा शिक्षक आहे?''

''होय, साहेब! त्याचंच वाईट वाटतं म्हणून तुम्हाला प्रत्यक्ष भेटायला आले. तुम्हीच सांगा, हा शिक्षक मुलांना काय शिकवणार? मी एक शेतकरी बाई आहे. शिक्षकाचं हे वागणं तुम्हाला तरी पटतं काय?''

''नाही! हे अजिबात बरोबर नाही.''

''मला वाटतं, त्याच्या पगारातून वसूली करणं शक्य आहे. नक्की ठाऊक नाही. या बाबतीत तुमचंच मार्गदर्शन घेणं योग्य ठरेल असं वाटलं म्हणून आले.''

कोर्टाच्या हुकूमातही पगारातून वसूली व्हावी हा मुद्दा येण्याची मी काळजी घेतली होती. त्यामुळे तेही म्हणाले, ''बाई, काही काळजी करू नका. त्याच्या पगारातले अमूक इतके रुपये कापून कोर्टात जमा होतील, हे मी स्वत: जातीनं

पाहीन. तिथून न्यायची मात्र तुम्ही व्यवस्था करा.''

'बरं' म्हणत मी घरी परतले. कोर्टात मायदेव नावाचे एक ओळखीचे गृहस्थ होते. ते मधुनमधून निरोप घ्यायचे, ''वयनी, तुमचे पैसे आलेत बरं का! घेऊन जा!''

कोर्टानं व्याज दिलं नाही; पण मुद्दल वसूल झाले. चार हप्त्यांत सगळी वसूली झाली.

जप्ती आली हे ज्याक्षणी समजलं, त्याक्षणी मनात आलं, एखाद्याचं देणं थकलं असेल तर वसूलीसाठी जप्ती नेली जाते. इथं पैसे देणारी मी आणि जप्तीही माझ्याच घरावर?

ही घटना घडून गेल्यावर माझ्या मनात आलं, जप्तीसाठी आलेला माणूस सरकारी अधिकारी असला तरी तो माझ्या घरात घुसला, तेव्हा मी त्याच्या झडतीची मागणी करायला हवी होती. एखाद्यानं आपल्या खिशातून एखादा दागिना आणून माझ्या घरात टाकला असता तर मी संकटात सापडले असते.

जप्तीच्या संदर्भात आणखीही एक घटना घडली; पण ती मजेदार आहे.

एकदा सरकारला बत्तीस मण लेव्ही भरायची होती. तेवढं भात मोजून गोणीत भरून ठेवलं होतं. गावात आणखी कुणाची तरी अशीच लेव्ही भरायची होती. दोघांचं भात एकदम न्यायचं असंही मी त्यांच्याशी बोलून आले होते.

पण निरोप देण्याघेण्यात काहीतरी गफलत झाली आणि मला त्यांच्याबरोबर भात पाठवायला जमलं नाही. माझ्याकडे माणूसबळाची कमतरता असल्यामुळे नंतरही भात पोहोचवायला जमलं नाही. मोजून ठेवलेलं बत्तीस मण भात कांडपाच्या अंगणातल्या फलाटावर तसंच पडून राहिलं.

दुसऱ्या एका कामासाठी कचेरीत गेले असता लेव्हीशी संबंधित अधिकारी भेटले आणि त्यांनी लेव्हीची चौकशी केली. मीही म्हटलं, ''अहो, काय सांगायचं? मला खरोखरच भरायची आहे. पण जमलं नाही.''

''असं कसं? तुम्ही टाळाटाळ केलीत तर आम्हाला जप्ती आणावी लागेल!''

''म्हणजे काय?''

''वसूलीसाठी सरकारी माणूस पाठवावा लागेल.''

हे ऐकून माझ्या डोक्यावरचा मोठा बोजाच उतरला. म्हटलं, ''फारच उत्तम! इथून मी थेट घरीच जाणार आहे. पाठोपाठ माणूस पाठवाच जप्ती घेऊन! लेव्हीचं भात मोजून तयार आहे. आणून घ्यायला माणूस नाही म्हणून अडलं होतं. तुम्ही जप्ती पाठवलीत तर माझी अडचण दूर होईल. माझं तर म्हणणं आहे, माझ्यासारखीची लेव्ही वसूल करायला जप्ती हाच उत्तम मार्ग आहे!''

अशा प्रकारे या जप्तीमुळे माझं लेव्ही भरायचं काम परस्पर झालं.

माझ्या सर्व खटल्यांच्या कामांमध्ये मला कृष्णा पाटलाची सतत मदत होती.

माझ्या लग्नाच्या वेळी तो लहान मुलगा होता. मला काही त्याला बघितलेलं आठवत नाही. तो मात्र एकदा सांगत होता, ''वहिनी, तुमच्या लग्नातलं बाकी काही आठवत नाही. खूप माणसं जमली होती आणि खूप जेवण दिलं होतं.''

माझ्यापेक्षा तो दहाएक वर्षांनी लहान असेल. त्याचे वडील स्वभावानं सरळमार्गी, पण करडे होते. याचा स्वभावही अत्यंत स्वाभिमानी. त्याचबरोबर धाडसीही. साऱ्या गावाबरोबर न चालता आपल्याला वाटेल त्या मार्गानं चालताना जी हिंमत दाखवावी लागते, ती त्याच्या अंगी पुरेपूर होती. जेव्हा यांनी नाना चक्राणकडच्या शेतावर कायदेशीर ताबा मिळवला, त्यानंतर त्या शेताचं काय करायचं हा प्रश्नच होता. त्या वेळी कृष्णा पुढं आला आणि ते शेत कसायची जबाबदारी त्यानं घेतली. त्या वेळी त्याचं वयही फारसं नव्हतं. त्यामुळे त्याचा तो निर्णय फारच कौतुकास्पद होता.

या घटनेनंतर यांनी आणि मामांनी त्या लोकांमधलं त्याचं पुढारीपण मान्य केलं. मामांच्या काळातही खटला जिंकून जमिनीचा ताबा कायदेशीरपणे मिळाला तरी पुढं काय करायचं? या प्रश्नाचं उत्तर बऱ्याच वेळा कृष्णाच्या मध्यस्थीने सुटत असे.

जेव्हा सगळी जबाबदारी माझ्याकडे आली, तेव्हा परिस्थिती सुरळीत नव्हती. मामांनी कृष्णा आणि त्याच्या माणसांना राखलं होतं. त्याचं महत्त्व माझ्या शहरात राहाणाऱ्या नणंदांना नसल्यामुळे त्यांनी त्याला दुखवलं. परिणामी स्वाभिमानी कृष्णा अतिशय संतापला. त्यानं आमच्या घराकडे येणं सोडून दिलं. त्याची माणसंही घरी येईनाशी झाली.

कसवात प्रचंड गवत वाढलं होतं. जवळजवळ कंबरभर उंचीचं गवत. ते कापायला माणसं मिळणं मुष्कील होऊन बसलं. एकदा अक्कांनी त्याला वाटेत गाठून म्हटलं, ''कृष्णा, गवत कापायला माणसं पाठव ना!''

कृष्णा रागातच होता. त्यानं उत्तर दिलं, ''तुमच्या वकिलांना बोलवा गवत कापायला!''

अखेर अक्का निघून गेल्या. मी चांगलीच अडचणीत सापडले होते. त्यात भर म्हणून एक दिवस कृष्णानं घरी येऊन सांगितलं, ''आम्हाला तुमच्या जमिनी नकोत! तुमच्या जमिनी तुम्ही घ्या आणि काय करायचं ते करा!''

मी चांगलीच हादरले. विचारात पडले. यानं नाही म्हटलं तर काय करायचं हा मोठाच प्रश्न होता. नंतर म्हटलं, ''तू नको म्हणालास तर मला दुसरा कुणी तरी शोधून जमीन दिलीच पाहिजे. जमीन तशीच ठेवून मला कसं चालेल? पण तुझा राग त्यांच्यावर आहे की माझ्यावर?

''कुणीही काहीही बोललं तर मी ऐकून घेणार नाही.''

"ऐकून घेऊ नकोस; पण मी तुला काही बोलले का?"

"नाही." हे म्हणताना त्याचा आवाज नरम होता. ही संधी पकडून मी त्याची लहान मुलाची समजूत घालावी तशी समजूत घातली. हळूहळू त्याला माझी बाजू पटली आणि त्यांनं पुन्हा जमिनी कसायला घेतल्या. त्याची माणसंही पुन्हा घरी येऊ लागली.

त्याच्या वस्तीवरची माणसं माझ्याकडे किरकोळ मदत मागायला यायची. एकदा मी त्याला विचारलं, "तुझी माणसं मदत मागायला येतात. मदत करू की नको?"

त्यांनं सांगितलं, "माणसं गरीब आहेत. पावसाळ्यात त्यांचे खरोखरच वाईट दिवस असतात. तुम्हाला शक्य असेल तेवढी मदत करत जा. वसूलीसाठी काही मदत लागली तर मी करेन."

तशी मी त्या माणसांना मदत करायची. त्याचं त्याच्या वस्तीतलं स्थान पक्कं राहावं म्हणून अनेकदा मी त्यांना कृष्णा पाटलाची चिठ्ठी घेऊन या, असंही सांगायची. त्याचा त्यालाही फायदा होत होता.

कृष्णा गावचा पोलीसपाटील म्हणून काम पाहू लागला. गावकरी त्याला फौजदार म्हणू लागले. गावामध्ये त्याचं विशिष्ट स्थान निर्माण झालं होतं. त्याचं आमच्या घरी येणंजाणं असल्याचा मला निश्चितच फायदा झाला.

माणूस म्हणून कृष्णा अतिशय सज्जन! वर्षानुवर्षे तो माझ्याकडे यायचा. इतक्या वर्षांत त्याची बसायची जागा कधी ढळली नाही आणि त्याची नजर कधी चळली नाही. अनेक अवघड प्रसंगी मी त्याला सोबतीला घेत असे. त्याच्या केवळ अस्तित्वानंही माझ्या बाजूला गावात वजन येत असे. असे कितीतरी प्रसंग आले, त्या प्रसंगी कृष्णाचं अस्तित्व मला द्रौपदीसाठी धाव घेणाऱ्या श्रीकृष्णासारखं जाणवत असे!

इतर कामांबरोबर तो शिरकामही करत असे. म्हणजे मोठ्या सागवानाच्या किंवा इतर लाकडांच्या फळ्या पाडणे, घराच्या खिडक्यांच्या चौकटी बनवणे यांसारखी कामं करत असे. त्या कामांसाठी किंवा पोलीसपाटील म्हणून करायच्या कामांसाठी त्याचं बिवली-मालदोली वगैरे गावी पायी फिरणं असे. आमच्या घरावरून जाता जाता तो सहज घरात डोकावून चार इकडच्यातिकडच्या गप्पा करून निघून जात असे.

एकदा एका संदर्भात त्याचं चिपळूणहून आलेल्या एका पोलिसाशी भांडण झालं. तो पोलीस याला बरंच मनाला लागेल असं बोलला. कृष्णाचा पारा चढला आणि त्यांनं तिथल्या तिथं नोकरीचा राजीनामा दिला.

कृष्णा चौथीपर्यंत शिकला असल्यामुळे मध्यंतरी त्याला वाचनाची आवड निर्माण झाली. घरातलं रामायण, पांडवप्रताप यांसारखे ग्रंथ तो वाचायचा. नंतर

त्याच्यासाठी शका मोठमोठ्या पौराणिक कादंबऱ्याही आणून द्यायची.

क्वचितप्रसंगी, कृष्णा सोबतीसाठी यायचा. त्या वेळी शका गंमतीने म्हणायची, ''वहिनी, त्याला एक जाडं पुस्तक दे बघू! म्हणजे रात्रभर तो वाचत जागा राहील.''

खरोखरच तो कांडपाच्या अंगणातल्या फलाटावर उशाशी कंदील घेऊन वाचत पडे; पण जास्त करून त्याच्या मुलीच सोबतीला यायच्या.

दिवसभर कृष्णा कितीही दमलेला असला तरी त्याची न चुकता घराकडे फेरी असे. मग आमच्या गप्पा सुरू होत. त्यामध्ये करंबवण्यातलं राजकारण ते जागतिक राजकारण यांपैकी कुठलाही विषय वर्ज्य नसे! अमेरिकेचा अध्यक्ष कसा चुकला हे तो मला पटवून देई आणि मीही त्याच्याशी सहमत होऊन दुजोरा देत असे!

सोबतीच्या दृष्टीनं मला आनंदी आणि सुभद्राचीही खूप मदत होत असे. या दोघीही घरच्या कामासाठी यायच्या; पण ते नातं फक्त तेवढं नव्हतं. आनंदी माझ्याच वयाची होती. ती खूप वर्ष यायची. रात्री सोबतीसाठी मुलीला पाठवायची. सुभद्रा त्यामानानं लहान.

सुभद्राची मला आणखी एका गोष्टीसाठी मदत असे. मी गावाहून यायची वेळ सांगून ठेवली, की ती स्वत: किंवा आपल्या मुलींना किंवा छोट्या दिराला बंदरावर पाठवून देई. यात तिनं इतक्या वर्षांत एकदाही खोटी केली नाही. हे सातत्य राखणं साधी गोष्ट नाही, याची मला जाणीव आहे.

आता माझा करंबवण्यात कसा दिवस जायचा ते माझ्या लक्षातही येईनासं झालं होतं. डोक्यात जमिनींचे खटले असत. दारात येणाऱ्याजाणाऱ्यांशी बोलताना वेळ जाई. भोवताली कृष्णा, त्याच्या मुली, आनंदी, तिच्या मुली, सुभद्रा आणि तिचा नवरा सख्या वगैरे गणगोत असल्यामुळे माझं जीवन गुंतलेलं राहात होतं.

■

अशी माणसं भोवताली होती आणि एकीकडे खटलेही सुरू होते. चतुरा आणि शोभा आपापल्या घरी आरामात होत्या. शहरातच त्यांची बाळंतपणं करून नंतर त्यांना घरीही थोड्या दिवसांसाठी घेऊन येत होते. आता माझ्यावर प्रभाकर आणि शकाची जबाबदारी होती.

मुलींसाठी ठिकाणं बघताना कोकणातली नको असा माझा दृष्टिकोन असला तरी प्रभाकरसाठी कोकणातलीच बायको पाहायची, असा माझा विचार होता. कोकणातल्या जीवनाची माहिती असलेली मुलगी त्याच्यासाठी हवी असा माझा आग्रह होता.

प्रभाकरची नोकरी मुंबईत होती. त्याच्या लग्नाचा विचार ठरल्यावर मी मुंबईला

जाऊन कांदिवलीला ब्लॉक बुक केला. तो ताब्यात मिळायला उशीर लागला तर त्याच्या बायकोला करंबवण्याला राहावं लागेल. तशी तिची तयारी हवी म्हणून कोकणातली मुलगी पाहायचं ठरवलं होतं.

उषाचे आईवडील मूळचे परशुरामचे. नोकरी आणि मुलांच्या शिक्षणासाठी चिपळूणला स्थायिक झाले होते. चिपळूणमध्ये माझ्या जिथं जिथं ओळखी होत्या, ते ते सगळे या कुटुंबाला ओळखत होते. सुमतीताई बर्वे, ताई खोत, सगळ्यांनी एकमुखानं सांगितलं, ''मुलीची आई फार चांगली आहे. मुलांना वळण उत्तम आहे. परस्परांची पसंती असेल तर या घरातली मुलगी अवश्य करा!''

नोकरीच्या निमित्तानं प्रभाकरला मुंबईलाच राहायचं होतं. बी. एस्स. सी., बी. फार्मपर्यंतचं शिक्षण त्यानं घराबाहेर राहूनच घेतलं होतं. लहानपणापासून त्याच्या कलानं न घेता त्याला शिस्तीच्या बडग्याखाली ठेवण्यात आलं. त्यामुळे तो सुरुवातीपासूनच मवाळ राहिला. त्याच्या सरळमार्गी स्वभावाकडेही 'तुला काय करायला जमणार आहे?' 'तुझ्या हातून काय होणार?' अशाच दृष्टीनं सतत पाहिलं गेलं. सतत हिणवत राहिल्यामुळे त्याच्या मनावर सतत परिणाम होत राहिला. माझ्या मनात त्याच्याविषयी सतत चिंता राहील आणि त्याच्या मनात सतत माझ्याविषयी आकस राहील, अशाच प्रकारचं वातावरण त्याच्या आणि माझ्याभोवताली ठेवलं गेल्यामुळे आमच्या नात्यामध्ये सतत ताण राहिला.

त्याच्या जिवाची मात्र मला नेहमीच अतिशय भीती वाटायची. त्याला करंबवण्याला आणायच्या मुद्द्यावर मी कडाडून विरोध करत असे. गावातल्या सगळ्या प्रकारच्या भीतीवर मात करण्यात मी यश मिळवलं तरी मालदोलीच्या पोस्टातून किंवा आणखी कुठून घरी यायला प्रभाकरला उशीर झाला की माझी सारासार विचार करायची शक्ती नष्ट होत असे आणि संयम सुटून जात असे.

त्याला मी जाणूनबुजून गावाहून दूर ठेवल्यामुळे त्याला मुंबईमध्ये घर करून देणं, ही मला माझी जबाबदारी वाटत होती. तशी मी व्यवस्था करून त्याच्यासाठी मुली बघू लागले. उषा आमच्या घरी सगळ्यांनाच आवडली.

प्रभाकरच्या लग्नाच्या वेळी मी त्याच्या सगळ्या आत्यांना मुद्दाम लांब ठेवलं असलं तरी त्यांचा प्रभाकरला मोठं करण्यात हात लागल्यामुळे त्यांचाही मानपान व्हावा, अशी मी अपेक्षा व्यक्त केली होती आणि खरे कुटुंबियांनीही ती पूर्ण केली.

घर घेतानाही प्रभाकर छोटं घेऊ म्हणत होता; पण मी आणखी एक खोली घ्यायला लावली. त्या वेळी आणि अनेक संदर्भात तो म्हणायचा, ''वहिनी, तुला अजूनही वाटतं, आपली खोतीच आहे.''

यावर मी मनात म्हणे, 'बाबा रे, खोतीची सुखं काही मी अनुभवली नाहीत.

उलट दु:ख आणि मन:स्ताप मात्र भरपूर भोगलाय! मला कशाला तसं वाटेल?'

घरासाठी सुरुवातीचे पैसे मी भरले तरी पुढील सारे हप्ते त्यानंच भरले. लग्नानंतर ते दोघं कांदिवलीला राहू लागले. त्यांचाही संसार बहरू लागला.

प्रभाकरच्या लग्नानंतर फक्त शकाचीच जबाबदारी राहिली होती. तिच्या प्रकृतीविषयी पूर्णपणे सांगूनच तिचं लग्न करायचं, असं आम्हा दोघींचं पक्कं ठरलं होतं.

ती बी. ए. झाली. प्रकृतीच्या कारणामुळे तिचं लग्न जमेल की नाही हा प्रश्नच होता. त्या दृष्टीनं तिला स्वावलंबी व्हावं असं आमचं दोघींचंही मत होतं. त्या दृष्टीनं केवळ बी. ए.ची पदवी अपुरी होती. म्हणून तिनं मूकबधिरांच्या शिक्षकांसाठी असलेला कोर्स पूर्ण केला. ही सूचना कुसुमताई तासकरांची. त्यासाठी त्यांनी योग्य ते मार्गदर्शनही केलं. कोर्स संपताच तिला मिरजेला मुख्याध्यापिकेची नोकरीही मिळाली; पण ती नोकरी न आवडल्यामुळे वर्षभरात तिनं ती सोडली आणि नागपूरला शिक्षिकेची नोकरी धरली. तिनं एम्. ए. करायचं ठरवलं होतं. त्यामुळे तिनं एकाच वेळी शिक्षण आणि नोकरी सुरू ठेवली.

एका दिवाळीच्या सुट्टीत ती गावी आली होती, तेव्हा तिनं स्वत:च्या लग्नाचा विषय काढला. तिच्या एका मैत्रिणीला एम्. ए. साठी प्रा. पुंडे शिकवायला होते. त्या मैत्रिणीनं त्यांचं नाव शकाला सुचवलं. नंतर पुढील गोष्टी होऊन रीतसर लग्न ठरलं. त्यानंतर ती पुन्हा नागपूरला गेली. वर्ष पुरं करून तिनं नोकरीचा राजीनामा द्यायचा आणि त्यानंतर लग्न करायचं असं ठरलं.

पण नागपूरला गेल्यावर काही दिवसांतच तिला बारीक ताप आणि खोकला येऊ लागला. शाळेतून तिला सुट्टी मिळेना. त्यामुळे ती आजार तसाच अंगावर काढू लागली. हळूहळू ती अंथरुणाला खिळली. तिला तिथल्या हॉस्पिटलमध्ये दाखल करावं लागलं. वसतीगृहाच्या मेट्रननी शोभाला तार करून ही बातमी कळवली. शोभा तिथं पोहोचेपर्यंत शाळेतल्या सर्व शिक्षकांनी तिला मदत केली.

शोभाचं मला पत्र आलं, 'शका आजारी असल्यामुळे मी नागपूरला जात आहे. तू लगोलग पुण्याला निघून ये. परेश, निलेशला घरीच सोडून जात आहे. शिवाय घर बदलायचं कामही अर्धवट टाकून जात आहे.''

पत्र मिळताच मी दुसरे दिवशी सकाळी पुण्याला जायला चिपळूणला आले. मनात एकच चिंता होती काय झालं असेल हिला?

मी याच चिंतेत असताना पुळेकर नावाचे एक ओळखीचे गृहस्थ भेटले. त्यांनी सहजच चौकशी केली, "वहिनी, एवढ्या घाईच्या कुठं निघालात?''

"काही नाही, पुण्याला जातेय.''

"आता मध्येच.''

मला क्षणभर त्यांचा राग आला. तरीही संयम राखून म्हटलं, "जरा घाईत

आहे. बस पकडायची आहे. मुलगी आजारी आहे.''

''कोण?''

''शाका-'' एवढं सांगून मी बसमध्ये चढले. तेही माझ्यापाठोपाठ येऊन म्हणाले, ''वहिनी, मला थोडं भविष्य समजतं. सगळं व्यवस्थित होईल. तुम्ही शांत रहा.''

माझा भविष्यावर फारसा विश्वास नसला तरी त्यांच्या बोलण्यानं किंचित बरं वाटलं.

बसमध्ये बरीच गर्दी होती. त्यामुळे उभं राहाण्यापुरती जागा मिळाली. शिरगावला काही माणसं उतरली आणि मला बसायला जागा मिळाली.

बस पुढं पळत होती. शाकाच्या प्रकृतीच्या काळजीनं मन व्यापून राहिलं होतं. त्यात आणखी एक काळजी मिसळली. आता हिचं पुढं काय होणार?

लग्न ठरलंय खरं; पण हिची प्रकृती बघून त्यांनी लग्न मोडलं तर? त्यात त्यांचा दोष नसला तरी आधीच अशक्त असलेल्या आणि या आजारानं अधिक खिळखिळ्या झालेल्या शाकाच्या मनावर याचा काय परिणाम होईल? त्यातून तिला कशी सावरायची?

विचार करकरून मी त्यातून एक मार्ग काढला. पुण्याला गेल्या-गेल्या दत्ताभाऊ पुंडेंना भेटायचं. त्यांना सांगायचं, 'तुम्हाला तिला करायची नसेल तर माझी काही हरकत नाही; पण माझ्यासाठी एक मात्र करा. तुमचा तिच्याशी जो काही पत्रव्यवहार असेल तो पटकन थांबवू नका. तिला या आजारातून पूर्ण बरी होऊ दे. तोपर्यंत बिचारीला त्याच आनंदात राहू दे. नंतर काय होईल ते पाहाता येईल.'

पुणं आलं. टांगा करून मी शोभाच्या घरी गेले. खाली परेश-निलेश वाळूच्या ढिगात खेळत होते. त्यांना थोडं रागवून समजावून वर घेऊन आले. जिन्यातच मुलं म्हणाली, ''वहिनी, पी. दत्ता आलेत.''

''म्हणजे कोण?''

''शाकूमावशीचा नवरा!''

मी सामानासह वर घरात शिरले. दत्ताभाऊ खरोखरच तिथं होते. रामभाऊही दुपारचा दवाखाना बंद करून जेवायला घरी आले होते. त्यांची जेवणं झाली. पाठोपाठ माझंही जेवण झालं.

जेवण आटोपून मी समोर येताच दत्ताभाऊंनी एकदम विचारलं, ''वहिनी! काय झालं असेल हो शाकाला?''

त्यांचा तो उतरलेला चेहरा आणि आवाजातून व्यक्त होणारी काळजी जाणवली आणि माझ्या मनातली एक चिंता क्षणार्धात दूर झाली. मला जोर आला. मीच त्यांना

समजावलं, ''होईल हो बरी ती! त्यात काय एवढं? माणूस म्हटलं की होतात कधी कधी असे आजार!''

शकाच्या आजारपणानंतरही पुंडे कुटुंबियांपैकी कुणाच्याही मनाला, तिच्या लग्नाच्या संदर्भात मला जी भीती वाटली होती, तसल्या विचारांचा स्पर्शही झालेला नव्हता. खरोखरच! पुंडे मंडळी मला देवासारखी भेटली!

शकाचं फुफ्फुसाचं ऑपरेशन करायचं ठरवण्यात आलं. त्यासाठी तिला मुंबईला नेण्यात आलं, तिथं के. ई. एम्.मधील डॉ. भालेराव आणि डॉ. चौकर यांनी औषधं आणि फिजिओथेरपी उपचारांनीच तिला बरं केलं आणि तिचं ऑपरेशन टळलं. यथावकाश तिचं लग्न झालं.

अशा प्रकारे माझ्यावरच्या सगळ्या जबाबदाऱ्या संपल्यावर माझं मन वेगळ्या प्रकारे विचार करू लागलं.

हे गेल्यावर मामांनी सारी इस्टेट एखाद्या सार्वजनिक संस्थेला दान देऊन इथून निघून जायचा विचार केला होता. त्या दृष्टीनं काही संस्थांची माणसं येऊन बघूनही गेली होती; पण तेव्हा ते जमलं नव्हतं.

मी इथलं सगळं काही बघू लागले तेव्हापासून मनाच्या एका कोपऱ्यात सतत वाटायचं, यातला काही भाग दान द्यायला पाहिजे. माझे आजेसासरे आपल्या आत्याच्या मांडीवर दत्तक गेले होते. दत्तक उत्पन्नाचा उपभोग खूप घेतलाय. आता दानधर्म केला पाहिजे, अशी माझी भावना होती.

यांच्या मृत्यूनंतर मन ताळ्यावर नव्हतं तेव्हा मी घराच्या भोवतालच्या कसवाकडे दुर्लक्ष केलं होतं. त्यानंतर मी पुन्हा त्यात लक्ष घालू लागले. ही कलमं पुन्हा भरपूर फळं देऊ लागली. त्यातली कितीतरी पक्षी खाऊन जायचे, कितीतरी जमिनीवर पडून कुजून जायची. आजुबाजूच्या वस्तीतली माणसंही फळं घेऊन जायची.

मी पहिल्यापासूनच एक ठरवलं होतं. उत्पन्नासाठी इतर झाडं आहेत. घराभोवतालच्या झाडांची फळं कधीही विकायची नाहीत. मी ही फळं विकायला सुरुवात केली की मला तीच सवय लागेल. सहज कुणाला चारदोन डझन आंबे दिले तरी मनातल्या मनात हिशेब होऊन वाटेल, तेवढंच माझं उत्पन्न बुडालं. नकोच ते. ही फळं आपली नाहीत. येणारेजाणारे खाऊ देत किंवा चोरांना खाऊ देत. आपण त्याचा विचार करायचा नाही.

मला आणखीही एक गोष्ट स्पष्टपणे समजत होती. आपला मुलगा इथं येऊन राहाणार नाही. म्हणजे मीच त्याला सतत त्यापासून परावृत्त करत आले होते. माझ्या नणंदाही मला त्यासाठी दोष देत. ''तूच त्याला गावापासून तोडलास!''

नणंदांनी खोतीचं राज्य अनुभवलं होतं, त्यातलं सुख भोगलं होतं. माझ्या

वाट्याला खोतीतले सगळे खाचखळगे, दगडधोंडे आणि काटे आले होते. बदललेल्या काळाप्रमाणे यात काही सुधारणा होण्याची शक्यता नव्हती. त्यालाही याच अवघड वाटेनं जावं लागू नये म्हणून माझा प्रयत्न होता.

माझे एकेका जमिनीच्या तुकड्यासाठी खटले चालूच होते. ज्यासाठी यांचं रक्त सांडलं ते मी फुकाफुकी जाऊ देणार नाही, हे माझं ठरलं होतं. कायद्यामुळे कुळांचे जे फायदे होतील ते होऊ देत; पण माझ्या नाकर्तेपणामुळे किंवा निष्काळजीपणामुळे मी हे गमावणार नाही, याविषयी मी ठाम होते. अण्णा खोतांना जिवे मारून तुम्हाला जमिनी मिळणार नाहीत. मी ते सुखासुखी तुम्हाला मिळू देणार नाही, असा माझा पण होता.

तरी 'हे असं किती दिवस चालणार?' हा एक मोठा प्रश्न माझ्यासमोर होता. त्यामुळेच यातला काही भाग एखाद्या संस्थेला द्यायचा विचार माझ्या मनात वरचेवर येऊ लागला.

मी आधी या विषयांवर माझ्या नणंदांशी बोलले. त्यांनाही हा विचार तत्त्वश: पटला.

मनात एखादा नवा विचार आला की चिपळूणला मधुकाका बर्व्यांकडे जाऊन त्यांच्यापुढे मांडायचा, त्यावर त्यांचं मत घेऊन चर्चा करायची, अशी माझी नेहमीची पद्धत.

हा विचार पक्का होताच मी त्यांच्याकडे गेले. माझं बोलणं ऐकून त्यांनाही मनापासून आनंद झाला. ते म्हणाले, "तुमच्या मनात असे विचार येत आहेत ही चांगली गोष्ट आहे. यावर नक्की काय व्हावं असं तुम्हाला वाटतं?"

"ते मला नीट सांगता येणार नाही. पण या जागेत काहीतरी चांगलं कार्य उभं राहावं असं वाटतं."

"ठीक आहे. तुम्हीही विचार करत राहा. मला काही सुचलं तर मीही सांगेन."

योग्य संस्था भेटली तर घराचा काही भाग द्यायचा आहे, हे मी घरातल्या आणि जवळपासच्या ओळखीच्या माणसांपुढे बोलून ठेवलं होतं.

एका सुट्टीसाठी नणंदांपैकी इंदूरहून सुधाताई आल्या होत्या. त्याच वेळी मधुकाका आणि रत्नागिरीचे बंडोपंत आठवले नावाचे एक गृहस्थ आले होते. आठवल्यांचे केतकर नावाचे एक मित्र मर्चंट नेव्हीत होते. त्यांनी भरपूर पैसा मिळवला होता. तो त्यांना सामाजिक कार्यासाठी खर्च करायचा होता. आठवल्यांच्या मनात आलं, एका केतकरांची वास्तू आणि दुसऱ्या केतकरांचा पैसा यातून एखादं सामाजिक कार्य का उभं करू नये?

त्यांनी मधुकाकांबरोबर सगळा परिसर फिरून पाहिला. त्यांना तो खूपच

आवडला. ते म्हणाले, ''मालूताई, अगदी उरळीकांचनला गेल्यासारखं वाटतंय! इथं कितीजणांचा निर्वाह होईल?''

''इथं अमूक इतकं भात निघू शकतं, इतके पावटे येतात. कडवे वाल येत नाहीत. कलमांना इतकी फळं येतात की पडून सडून जातात!''

''का? तुम्ही विकत नाही?''

''नाही, चोरांसाठी थोडी राखावी लागतात!''

त्यांनी पुढं सांगितलं, ''इथं कुष्ठरोग्यांच्या पुनर्वसनाचा विचार आहे.''

''पण त्यासाठी परवानगी लागते ना?''

''संपूर्णपणे बरे झालेलेच रोगी ठेवायचे. म्हणजे परवानगीचा प्रश्न येणार नाही.''

मी सांगितलं, ''ठीक आहे. आपण त्या दृष्टीनं विचार करू; पण एक सांगते. अशा परिस्थितीत मी इथं राहाणार नाही.''

मी हे स्पष्टच सांगितलं. कारण माझ्या मनाची तशी तयारी नव्हती. मी इथं राहिले की माझ्या मुलां-नातवंडांनी इथं भेटायला यावं, अशी माझी अपेक्षा राहाणार आणि ते मला योग्य वाटणार नाही; पण त्यांच्यासाठी घर द्यायला माझी हरकत नव्हती.

सुधाताई म्हणाल्या, ''वहिनी, तू कुष्ठरोग्यांना द्यायला तयार आहेस हे चांगलं आहे. सगळ्यांनी दूर लोटलं तर कोण जवळ करणार त्यांना?''

एक दिवस पुण्याहून शोभाचं पत्र आलं, ''काळे कुटुंबाचे कुमार बडवे नावाचे एक स्नेही आहेत. त्यांनी सांगितलं, ''तुमच्या सासूबाईंना खरोखरच संस्थेला द्यायचं असेल तर विश्वहिंदूपरिषदेशी संपर्क साधायला सांगा.'' मलाही हे पटलं. कारण आमच्या भागात आखाती भागातला पैसा वैध आणि अवैध मार्गानं येऊ लागल्यामुळे अशा प्रकारच्या एखाद्या संस्थेची आवश्यकता होती. बडवेंनी रामभाऊंची विश्व हिंदू परिषदेच्या कार्यकर्त्यांशी ओळखही करून दिली.

पुढे एक दिवस संस्थेचे अनंतराव कुलकर्णी मला भेटायला आले. बोलता बोलता ते म्हणाले, ''इथं आणखी काही तरी करू; पण कुष्ठरोग्यांचं पुनर्वसन करायचं नाही.''

''मग काय करायचं?''

''इथं मुलांसाठी वसतीगृह काढायचं!''

हा विचार मात्र मला मनापासून पटला.

केतकरांच्या घरात पहिल्यापासूनच शिक्षणाला महत्त्व दिलं गेलं होतं. घरची उत्तम आर्थिक परिस्थिती असतानाही माझ्या नणंदांनी अगदी लहान वयात घरापासून

दूर राहून शिक्षण घेतलं होतं. माझी मुलंही घरापासून आणि माझ्यापासून दूर राहून शिकली होती. त्या वेळी माझी आर्थिक परिस्थिती साधारण असली तरी त्यांना त्यांच्या आत्या आणि काकांचा आधार होता.

कोकणात आणखी कितीतरी छोट्या छोट्या वाड्या आहेत. तिथं राहाणाऱ्या मुलांच्या शिक्षणाच्या तर काहीच सोयी नसतात. आपल्या जागेत वसतीगृह झालं तर तिथं राहून मुलं चिपळूणला जाऊनयेऊन शिक्षण घेऊ शकतील.

यात माझा दुसराही एक वैयक्तिक स्वार्थ होता. आता मी इथं कायमची राहू शकत होते. माझी मुलं-नातवंडं सुट्टीसाठी मला भेटायला येऊ शकत होती. शेवटी कागदपत्रे करण्यात आली. 'माधव वासुदेव न्यासा'ची स्थापना करण्यात आली. 'न्यासा'कडे घराचा आणि कसवाचा काही भाग सुपूर्द करण्यात आला. 'न्यास'चालवण्यासाठी विश्वहिंदूपरिषदेची मदत घेतली गेली.

हा व्यवहार होऊन थोडेच दिवस झाले होते. एक दिवस भिल्याचे डॉक्टर केतकर नावाचे एक गृहस्थ मला भेटायला आले. गृहस्थ सज्जन आणि मोकळ्या स्वभावाचे होते.

त्यांनी विचारलं, ''मालतीबाई केतकर आपणच का?''

''होय.''

''इतके दिवस तुमचं नाव ऐकून होतो. तुम्ही संस्थेला जागा दिलीत, ''छान झालं, पण आपल्या डोक्यावरचा त्रास संस्थेच्या डोक्यावर टाकला, असं नाही का वाटत तुम्हाला?''

''म्हणजे?''

''तुमच्या घरात खून झालाय. म्हणजे गावकरी तुमच्या विरोधात आहेत! तो त्रास संस्थेला नाही का होणार?''

''खुनाचा आणि संस्थेचा काय संबंध? मला तुमचं म्हणणं पटत नाही. खेड्यांमध्ये भांडणं कशावरून होतात? पाटाचं पाणी किंवा जमिनीची हद्द यावरून. मी माझी निर्वेध जागाच संस्थेकडे दिली आहे आणि माझे खटले माझ्यापाशी ठेवले आहेत. यानंतर संस्थेनं काही कुरापत काढून गावकऱ्यांशी भांडणं काढली तर त्याला केतकर कुटुंब जबाबदार नाही!''

घराचा मोठा भाग न्यासासाठी दिला तरी काही भाग मुद्दाम समाईक ठेवला. आमच्या भागात वाळवीचं प्रचंड साम्राज्य आहे. त्यामुळे सगळीकडे सतत लक्ष ठेवावं लागतं. मी जरी काही महिन्यांसाठी परगावी गेले तरी सगळीकडे लक्ष ठेवणं संस्थेला सोयीचं व्हावं म्हणून समाईक भाग ठेवलाय.

माझं कोकणातलं वतन फार सुखाचं आहे असं नाही. खटले वर्षानुवर्षे चाललेले असतात. तारखा पडत असतात, कायदे बदलत असतात. अनेकदा त्यात बुद्धीला आव्हान देणारे प्रसंग येतात, तर कधी मनाला ताप देणारे, शरीर आणि मेंदूला थकवणारेही प्रसंग येत असतात. काही क्षण असे यायचे की सगळं सोडून प्रभाकरकडे निघून जावं, उषासारख्या आज्ञाधारक सुनेकडून सेवा करून घ्यावी, नातवंडांत रमावं, मनात येईल तितके दिवस मुलींकडे राहावं; पण ते शक्य नव्हतं.

मला कुणावर सूड घ्यायचा नव्हता. त्या भावनेच्या बळावर माणूस काही दिवस वागू शकेल. वर्षानुवर्षे वागू शकणार नाही.

सूडाचं राजकारण खेळत आयुष्य काढायचं असतं तर मला ते अशक्य नव्हतं. कारण अपरिहार्य कारणांमुळे खटले चालवता चालवता माझं त्यातलं ज्ञान आणि बारकावे टिपण्याची कुवत वाढली होती. त्या बळावर ते शक्यही होतं.

पण मला सुरुवातीपासूनच माझ्या मर्यादा ठाऊक होत्या. मुख्य म्हणजे माझ्याकडे असलेला माणूसबळाचा अभाव! कायद्यावर बोट ठेवून माणसं काढून शेत ताब्यात घेणं हा एक भाग झाला; पण त्यानंतर तिथं वेगळं माणूस शोधणं ही काही साधी गोष्ट नव्हती. त्यामुळे शक्यतो तिथं असलेल्या कुळाशी जुळवून घेऊन त्याच्याकडून खंड वसूल करण्याकडे माझा पहिल्यापासून कल होता; पण नाठाळ माणसं भेटल्यावर काय करणार?

खटले भरून मला कधीच पैसा करायचा नव्हता, हे मला मुद्दाम सांगितलं पाहिजे. पैसा मिळवायचा असता तर एक संधी मी शेती बघू लागल्या-लागल्या लगेच आली होती.

त्या वेळी आमच्या भागात दुबई आणि तिथल्या अनेक देशांमधून भरपूर पैसा येत होता. काही वैध मार्गानं तर काही अवैध मार्गानंदेखील! त्या वेळी एक मुसलमान गिऱ्हाईक माझ्याकडे आलं होतं. माझं राहातं घर आणि तिच्या भोवतालचा परसाव एवढ्यासाठी तो माणूस दहा लाख रुपये एकरकमी द्यायला तयार होता. जर मी हुषारीनं व्यवहार केला असता तर मला आणखीही पैसे सहज मिळू शकले असते.

आमच्या भागातल्या कितीतरी जमीनदारांनी हे केले आहे आणि आपल्या कुळांना वाऱ्यावर सोडलं आहे. स्वत: गब्बर होऊन पुण्यामुंबई किंवा आणखी कुठं तरी बंगले बांधून आपापल्या मुलां-बाळांत ते राहात आहेत.

मला हे कधीच पटलं नाही.

कुळांबरोबरही माझं म्हणणं एवढंच असायचं, आपण सगळंच सामोपचारानं मिटवू. तुम्ही या जमिनी रीतसर विकत घेऊन तुमच्या नावानं करून घ्या. त्यासाठी

तुमची तयारी असेल तर मी पंधरावीस रुपयांचा हप्ता घ्यायलाही तयार आहे. अनेकजण त्यासाठी तयार होते आणि आमचे व्यवहार नीट होऊन संबंधही चांगले राहिले.

पण काहीजणांची इच्छा असायची की खिशाला कसलीही झळ न लागता जमीन आपली व्हावी. त्यासाठी काहीजण परस्पर तलाठ्यांना गाठून आपली नावे लावून घेत. काही उद्दामपणे आमचे हक्क नाकारत.

हे मात्र मी सहन करू शकत नव्हते. कारण मला ते परवडणारं नव्हतं. आमच्या गावातल्या तापूताईच्या जमिनी याच गावकऱ्यांनी एकेक करून गिळंकृत केल्या. जर मी बेसावध राहिले तर माझीही तापूताई व्हायला वेळ लागला नसता.

पैसा मिळवणं आणि साठवणं हे ध्येय नसल्यामुळे मी असंख्य खटले तडजोडीनं मिटवले आहेत. कुळांना ज्या जमिनी दिल्या त्या सरकारी दरापेक्षा कितीतरी कमी दरानं दिल्या.

कारण मला इथल्या कुळांची पूर्णपणे माहिती आहे. इथे श्रम आणि उत्पन्न यांचं प्रमाण व्यस्त आहे. शिवाय भरीला भरपूर अज्ञानही आहे. माझ्या एका कुळाच्या मुलानं दुबईहून पैसा पाठवला. त्यानं माझ्याकडून जमीन विकत घेतली; पण तिचा योग्य वापर करायचं ज्ञान नसल्यामुळे त्याला अपेक्षेप्रमाणे उत्पन्न मिळत नाही.

मला इथल्या लोकांचे स्वभावही ठाऊक झाले आहेत. कितीही जीव तोडून सांगितलं तर त्यांना त्यांचा स्वार्थ समजत नाही. आपल्याला त्यांच्यासाठी काही करायची इच्छा असेल तर ते आपणच करावं लागतं, ''तू अमूक ठिकाणी जा, तिथं तमक्यांना भेट, ते तुझं काम करतील, मी सांगून ठेवलंय'' असं सांगून काहीही उपयोग होत नाही. त्यांना त्याचं महत्त्वच कळत नाही. आपणच त्यांच्या मागं लागायचं, त्यांना सोबत घेऊन जायचं आणि आपणच पुढं होऊन त्यांचं काम करून द्यायचं.

एवढं करून त्यांना त्याचं अप्रूप असतं, असंही नाही! पण इथं राहून इथल्या माणसांविषयी आस्था वाढल्यामुळे मी आपणहोऊन असले उद्योग करायची.

अशा माणसांसमवेत राहिल्यामुळे माझ्याही कर्तृत्वाला मर्यादा आल्या आणि मला त्या स्वीकाराव्या लागल्या. यांनी आणि मामांनी आधुनिक जीवनाची जी स्वप्नं पाहिली होती ती मला पुरी करायला जमली नाहीत. तिथं मीही कमीच पडले म्हणावं लागेल.

शहरातल्या माणसांना कदाचित संथ वाटेल; पण माझ्या इथल्या जीवनाला एक आपलीच गती होती. शेतीच्या आणि खटल्यांच्या कामांसाठी माणसं यायची, मलाही जावं लागायचं.

त्याशिवायही दिवसभरात कुणी ना कुणी येत असायचं. कुठून तरी घरी परतताना यांच्यापैकी कुणीतरी 'काय चाललंय, वयनी?' म्हणत घटकाभर टेकायचे. पाणी प्यायचे. घोटभर चहा प्यायचे. घरात खाऊ असेल तर त्यातला घासभर त्यांनाही मिळायचा.

त्यांपैकी कुणी नवऱ्याविषयी तक्रार, कुणी नवऱ्याच्या दुसऱ्या भानगडीविषयी सांगायचं, कुणी सासूसासऱ्यांविषयी तक्रार सांगायचं, तर कुणी सून कशी वाईट भेटली याविषयी सांगायचं. यातील काहीजण फक्त मन मोकळं करायची तर काहीजण सल्ला विचारायला यायचे. काहीजण 'वहिनी, मी असं असं केलं, योग्य केलं ना?' एवढं विचारून दिलाशाची अपेक्षा करायचे, कुणाला वाटायचं, वहिनींनी आपली बाजू घेऊन तमक्याला वठणीवर आणावं!

भेटायला येणाऱ्यांपैकी सगळेच काही एवढ्या सरळ हेतूनं आलेले भोळे सांब नसायचे. अशा माणसांकडून अनेकदा गावात चाललेल्या गोष्टी समजायच्या. पण हे इतकं सरळ नसायचं. कुणाचे कुणाशी कसे संबंध आहेत, हे हा मला सांगतोय, त्यामागे याचा आणखी काही हेतू असणं शक्य आहे काय? उलट माझ्याकडून काही काढण्याचा तर याचा हेतू नाही ना? अशा अनेक मुद्द्यांवर सावध राहावं लागायचं. कारण अनेकदा ही बिलंदर मंडळी अघळपघळ गप्पा मारायचं नाटक करत माझ्याकडून हवी ती माहिती काढायला आलेली असायची.

अशा वेळी त्यांनाच शब्दात पकडून त्यांच्याकडून आपल्याला हवी असलेली माहिती काढून घेण्यात मौज तर यायची, शिवाय ती तिथली गरजही असायची.

अशाच गाठीभेटींमधून अनेकदा चांगलंही घडायचं. कधी कुणाचं दारूचं व्यसन सोडवायला मदत करता येई. कधी कुणाच्या खऱ्याखुऱ्या अडचणी सामोऱ्या आल्या. मला जमीन विक्रीसाठी काढायची असेल तर अशाच गप्पांमधून मी ती बातमी सोडून द्यायची आणि त्यातूनच मला माझी गिऱ्हाईकं मिळायची.

अशा प्रकारे साऱ्या गावात रुतल्यावर फक्त मी, माझे खटले, माझी जमीन एवढंच बघत कसं राहाणार? अनेकदा तर तुमचा काही संबंध नसतानाही तुम्ही त्यात ओढले जाता.

एकदा अशीच काही कारणानं बरेच दिवस पुण्याला राहून घरी परतले तर दाराजवळ एवढी गर्दी जमली होती. कुणीतरी खून करून त्या माणसाचं प्रेत आमच्या विहिरीत टाकलं होतं. गावात स्त्री-पुरुषांच्या ज्या भानगडी चालतात त्यातून हा खून झाला होता; पण प्रेत टाकायला त्यांना आमचीच विहीर सापडली. त्यात मी तर आपसूकच येऊन सापडले! मग काय! चौकशी पंचनामा वगैरे चौकशीत विनाकारणच अडकले.

शकाच्या ऑपरेशनचं चाललं होतं. म्हणून मी पुण्याहून परस्परच मुंबईला गेले असता इथं एक मोठंच प्रकरण झालं.

कसवापलीकडे, आता जिथून रस्ता गेला आहे, तिथं माझी भात-शेती होती. तिच्या पलीकडे काही शेतकरी उन्हाळी शेती करत होते. तिथं पाणी न्यायचं असेल तर माझ्या शेतातून पाट न्यावा लागत होता. दर वर्षी ते माझ्याच शेतातून पाणी न्यायचे; पण काम झाल्यानंतर माझी जमीन सारखी करून देण्याचं सौजन्य ते दाखवत नव्हते. मी विचारलं की सगळे टाळाटाळ करायचे माणूसबळाची चणचण असल्यामुळे या प्रकाराला मी कंटाळून जात असे.

त्यामुळे त्या वर्षी माझ्या शेतातून पाट न्यायला मी हरकत घेतली. त्यांना सांगितले, नंतर माझी जमीन होती तशी करून द्यायची जबाबदारी कुणी तरी घेत असेल तरच मी पाटासाठी परवानगी देईन. नाही तर नाही. कृष्णा पाटील म्हणजे गावच्या पोलीसपाटलाला हे सांगितलं. कुणी तरी जबाबदारी घेतली तर परवानगी दे असंही सांगितलं. ग्रामसेवक आणि सरपंचांनाही हेच सांगितलं आणि शकाला बघायला निघून गेले.

मी गावात नसताना हे प्रकरण बरंच चिघळलं. कर्तारसिंग थत्ते आणि स. वि. जोगळेकरांनी गावकऱ्यांना भडकवलं, 'ही बया तुम्हाला पाणी मिळू देत नाही म्हणजे काय! आपण तिच्याविरुद्ध खटला भरू या.'

ते एवढ्यावरच थांबले नाहीत. त्यांनी लाल झेंडे घेऊन निदर्शने केली. मामलेदार कचेरीपुढे घोषणा दिल्या गेल्या. 'झिंदाबाद-मुर्दाबाद' झालं. 'आपण या बाईच्या जमिनीवर अतिक्रमण करायचं,' असाही त्या दंगलखोरांनी निर्णय घेतला. या साऱ्या गोंधळामुळे करंबवण्याला हत्यारबंद शिपाई, मामलेदार यांसारखी मंडळी रवाना झाली.

ही सारी बातमी कानोकानी तर पसरलीच, त्याचबरोबर स्थानिक वृत्तपत्रानंही तिच्या प्रसारासाठी मदत केली.

घर राखायला मी देवधरआजींना ठेवून गेले होते. त्या घराच्या लगत आलेला सगळा फौजफाटा बघून घाबरून गेल्या. नंतरही त्या मंडळींनी घरासमोर आणि गावात माणसं जमवून सभा घेतल्या आणि माझ्याविरुद्ध जोरात भाषणं दिली.

गावकऱ्यांची खात्री पटली. आता वहिनींची चांगलीच जिरणार!

शकाचं ऑपरेशन रद्द होऊन तिला घरी घेऊन गेले, तेव्हा कृष्णा पाटलाचं पत्र आलं होतं. त्यात त्यानं गावातल्या वातावरणाविषयी कळवलं होतं.

गावातलं वातावरण एवढं चिघळेपर्यंत कुणी कृष्णापर्यंत गेलंच नव्हतं. जेव्हा त्याला हे समजलं, तेव्हा मामलेदारांना भेटून त्यानं माझी अट सांगितली होती आणि 'या अटीवर पाणी सोडायला वहिनींची परवानगी आहे' असं सांगितलं होतं.

त्यामुळे पाणी सोडण्यातही आलं होतं.

कृष्णानं सगळं कळवून अखेर लिहिलं होतं, ''तुम्ही येता येता चिपळूणला उतरून इन्स्पेक्टरसाहेबांना भेटाल तर बरं होईल.''

मलाही हे पटलं. त्याप्रमाणे मी आधी चिपळूणला उतरून पोलीस स्टेशनला गेले. इन्स्पेक्टर आणखी कुणाशी तरी बोलत असल्यामुळे मी बाहेरच बसले. काही माणसं अधुनमधून आत डोकावून जाऊ लागली. माझी उत्सुकता वाढली आणि मी तिथल्या क्लार्कला विचारलं, ''का हो? आज काही विशेष आहे का? आत कुणी आलंय का? एवढी माणसं का डोकावून पाहाताहेत?''

''अहो, तुम्हालाच पाहाताहेत ती!''

थोड्या वेळात इन्स्पेक्टरांनी आत बोलावलं. त्यांच्याबरोबर एक वकील होते. ते घसा खाकरून सांगू लागले, ''हे पाहा बाई, तुम्हाला माहीत नसेल तर सांगतो.''

''काय?''

''तुम्हाला हे पाणी बंद करता येणार नाही!''

''कुठलं?''

''उन्हाळी शेतीचं पाणी. नुकतीच एक केस झाली. त्यात निवाडा झालाय त्यात पाणी न्यायची परवानगी मिळाली.

सगळा तपशील ऐकून मी विचारलं, ''हे सगळं तुम्ही माझ्या संदर्भात सांगताहात काय?''

''होय!''

''मी कुठं पाणी बंद केलं होतं? गावचे सरपंच, ग्रामसेवक आणि पोलीसपाटील अशा तिघांना सांगून गेले होते. अगदी स्पष्ट शब्दात सांगितलं होतं, त्यांच्या पिकाचं नुकसान होत असेल तर माझ्या जमिनीवरून पाणी नेऊ द्या. फक्त माझ्या अटीचं पालन होईल तेवढं पाहा!''

''पण तुम्ही नाही म्हणूच शकत नाही!''

''ठाऊक आहे मला ते. पण अमूक रस्ता माझ्या घरातून जात असेल तर माझी परवानगी घ्यायला नको का? नाही तर ती घुसखोरी ठरणार नाही का?''

यावर तो वकील निरुत्तर झाला. ते प्रकरणही तिथंच मिटलं.

या घटनेपूर्वी कर्तारसिंग थत्त्यांच्या बाबतीत आणखी एक घटना घडली होती.

ते आमच्या बिवलीचे. नात्यानं ते माझे लांबचे दीर लागत होते. एकदा ते कुठुनसे आले आणि म्हणू लागले, ''वहिनी, तुम्ही अशा दुर्गम परिसरात एकट्या राहाता! ते काही नाही, यानंतर मी इथंच राहायला येईन.''

मी म्हटलं, ''मला सोबतीची गरज नाही. मला इथं कशाचीही भीती वाटत

नाही. मला कुणाचाही त्रास नाही.''

तरीही ते आपला हेका सोडेनात. मी काहीही म्हटलं तरी ते 'ते काही नाही मी येणार म्हणजे येणार!' म्हणायचे. शेवटी तर ते म्हणू लागले, ''उद्याच मी माझी खाट इथं आणून टाकतो.''

हा पिच्छा कसा सोडवावा हे मला समजेना. वैतागून गेले मी. शेवटी म्हटलं.

''घरात मला कशाचीच भीती नाही; पण एक मात्र आहे. कसवात मात्र रात्री- अपरात्री चोर शिरतात आणि माझी लाकडं चोरून नेतात. तुम्हाला मला सोबतच करायची आहे ना? तुम्ही तिथं झाडाखाली खाट टाकून राखण करू शकता!''

त्यानंतर मात्र त्यांनी पुन्हा कधी सोबतीचा विषय काढला नाही.

खरं तर कर्तारसिंग थत्ते त्या वेळी बरेच वयस्कर होते. शिवाय नात्यानं दीर; पण मुलखाचा विक्षिप्त माणूस!

शिवाय मी सुरुवातीपासूनच पुरुषमाणसांपासून विशिष्ट अंतर राखून राहायची पद्धत ठेवली होती. एकटीनं राहाताना मला कधीच लक्ष्मीमामीच्या मोलाच्या शिकवणीचा विसर पडला नव्हता. त्यांनी सांगितलं होतं, ''फक्त चांगलं राहून उपयोगाचं नसतं, ते इतरांच्याही लक्षात आणून घ्यावं लागतं!''

याचाच एक परिणाम म्हणून माझ्याविषयी गावात आदराची भावना निर्माण झाली होती. मलाही याची कल्पना नव्हती. एक दिवस सुभद्राच शहरातून आलेल्या कुणाला तरी सांगत होती, ''नवऱ्याच्या माघारी बाईंनं एकटीनं दिवस काढणं सोपं नसतं. वहिनी इथं एकट्या कशा राहतात ते आम्ही पाहातो ना! म्हणून आम्ही सगळे त्यांना मानतो!

इथे अनेकदा विचित्र अनुभव येतात. 'ज्याचं करावं भलं, तो म्हणतो आपलंच खरं' या उक्तीचा अनुभव देणारं हे प्रकरण सतत माझ्या स्मरणात राहिलं आहे.

कोयना परिसरात अनेकदा भूकंपाचे धक्के बसतात. अशाच दोन मोठ्या धक्क्यांच्या वेळी आमच्या इथल्या एका संपूर्ण वाडीमधून जमिनीला मोठी भेग गेल्यामुळे तिथली वाडी उठवायची वेळ आली.

मी कुठल्याशा कामासाठी चिपळूणला गेले होते. तिथल्या ऑफिसात सरकारी अधिकारी भेटले आणि त्यांनी विनंती केली, ''तुम्ही आम्हाला मदत करू शकाल का?''

''आम्हाला म्हणजे? मला नाही समजलं.''

वरून ऑर्डर आलीय या भूकंपग्रस्तांची कुठं तरी सोय करा. तुमच्याकडे बरीच जमीन आहे. त्यातली थोडी या पुनर्वसनासाठी घाल का?''

मी कामाच्या निमित्तानं वरचेवर तिथं जात असल्यामुळे त्यांना माझ्या जमिनींची

कल्पना होती. मी थोडी विचारात पडले, पण निश्चित काही न ठरवता आल्यामुळे तशीच परतले.

पुन्हा तलाठ्यांकडून निरोप आला, तेव्हा जाऊन भेटले.

"मीही तोच विचार करतेय. थोडी फार जमीन द्यायला माझी काहीच हरकत नाही; पण राहाण्यासाठी जागा द्यायची म्हणजे कुठं तरी रानात देऊन कशी चालेल? जवळपास पाण्याची व्यवस्था नको का?"

"होय, ते बघूनच द्या."

"वरच्या वाडीजवळ माझी तळ म्हणून जागा आहे. तिथली जमीन देऊ शकेन; पण माझी एक अट आहे. त्यांची घरं बांधून झाल्यावर उरलेली जागा माझी मला राहिली पाहिजे."

"त्यांना जी जागा द्यायची, ती तुकडे पाडूनच देऊ या ना! म्हणजे उरलेली साहजिकच तुमच्याकडे राहील."

मला हे पटलं, मी विचारलं, "प्रत्येकाला किती जागा द्यायची?"

"मला वाटतं तीनतीन गुंठे देऊ या. म्हणजे राहायला घर आणि बाजूला मोकळी जागा राहील, हेही मला पटलं. प्रत्येकाचे पाळलेले किरकोळ कोंबड्या, बकऱ्यांसारखे प्राणी असतात. त्यामुळे भोवतालीही जागा हवीच.

मी या प्रस्तावाला मान्यता दिली. हे समजताच घरी भूकंपग्रस्तांच्या चकरा सुरू झाल्या, "वयनी, आम्हाला केव्हा जागा देता?"

एकंदरीत सहाजणांना जागा द्यायची असं ठरलं होतं. त्यांच्यामध्ये यांच्या खुनाचा आरोप असलेले काही अहिरेही होते. माझ्या मनाची चलबिचल चालली होती. या मंडळींनी एकदा फटका दिला आहे. पुन्हा त्यांना जवळ करायचं काय? पण मीच स्वतःला समजावलं, 'तीस वर्ष होऊन गेलीत त्या घटनेला. एवढ्या वर्षांनंतर परमेश्वरानं त्यांच्यावर संकट आणून तीही माणसंच आहेत, हे दाखवून दिलंय. आता उगाच का भूतकाळ खरवडायचा?'

फक्त मी एकदा चौकशी केली, "तुमच्या आणखी कुठं जागा नाहीत ना?"

त्यांनी एकमुखानं 'नाहीत' म्हणून सांगितलं.

त्यांनी साहेबांना आणखीही सांगितलं, "आम्हाला तीन गुंठे जागा पुरणार नाही. वयनींकडे खूप जागा आहे. आम्हाला प्रत्येकी पाच-पाच गुंठे जागा मिळाली तर त्यात परसू-परडं सगळंच बसेल. शिवाय आम्हाला सगळ्यांना एकत्र राहायचं आहे. तशी जागा द्या म्हणजे आमच्या वाडीत राहिल्यासारखं वाटेल."

मी त्यांची पाच-पाच गुंठे जागा देण्याची मागणीही मान्य केली. त्याचबरोबर रोज त्यांचा उपद्रव जाणवू नये म्हणून जागा मात्र माझ्या घरापासून लांब असलेली दिली.

या वेळी घरात विश्वहिंदूपरिषदेचं काम सुरू झालं होतं. त्यामुळे मी विचार केला, भूकंपग्रस्तांना जमिनी देण्याचं काम या न्यासाच्या वतीने झालं तर संस्थेविषयी सुरुवातीलाच चांगलं जनमत निर्माण व्हायला मदत होईल. परिणामी, नंतर लोकांचं संस्थेला सहकार्य लाभेल.

त्या वेळी मधुसुदन शिरोडकर हा संस्थेचा एक चांगला कार्यकर्ता तिथं होता. तरुण आणि उत्साही कार्यकर्ता. त्यानं यात पुढाकार घेतला. नि:स्वार्थी वृत्तीच्या शिरोडकरची कामाची पद्धत वेगळी होती. तो एकटा असल्यामुळे त्याला ती परवडायची. माझी कामं करायची पद्धत वेगळी होती.

त्याला मी सुरुवातीलाच सांगितलं होतं, "तू स्वत: जातीनं हजर राहून यात लक्ष घाल. त्यांना मध्येमध्ये घर बांधू देऊ नकोस. एका कडेनं घरं बांधली तर उरलेल्या सलग जागेचा संस्थेला उपयोग होऊ शकेल."

तोही सर्कल ऑफिसरला भेटला, बोललाही.

या साऱ्यांमध्ये खुनाच्या खटल्यातल्या हणमंत अहिरेची मुलगा बाबाही होता. बाबाचा मुलगा म्हणजे हणमंत अहिरेचा नातू सदा आमच्या इथेच वसतीगृहात राहायचा. दहा वर्षांचा लाघवी सदा सारखा 'वहिनी, वहिनी' करत भोवताली असायचा. मी चिपळूणला कामासाठी निघाले की 'मी येऊ?' म्हणून हौसेनं माझ्या हातातली पिशवी घेऊन यायचा. हे दृश्य काही गावकऱ्यांना विचित्र वाटायचं; पण मला काही वाटायचं नाही. लहान मूल ते!

बोलणी चालली असताना एकदा मी सदाला सहज गप्पा मारताना म्हटलं, "सदा, तुला घर बांधायला जागा हवी ना?"

"होय, वहिनी, आमची घरं भूकंपात गेली ना!"

"मी देईन हो जागा! काही काळजी करू नकोस."

तो उत्साहानं म्हणाला, "मी हे बाबांना सांगू?"

दुसरे दिवशी तोच उत्साहानं सांगत आला, "वहिनी, वहिनी! सगळ्यांचीच घरं तिकडं बांधताहेत!"

त्याचा उत्साह पाहून मलाही बरं वाटलं, "अरे, सगळ्यांची एकत्र वाडी नको का तुमची?"

मी जागा दिल्यावर त्यांना सरकारकडून मदत मिळाली आणि त्यांची घरं उभी राहू लागली. कुणी आपल्या मुंबईच्या भावाला हवी म्हणून जागा घेऊन ठेवली, कुणी चुलत्यासाठी! गावात बांधकामं सुरू झाल्याच्या बातम्या येत होत्या.

ही जागा घरापासून लांब असल्यामुळे मी पाहून येणं शक्य नव्हतं म्हणून मी शिरोडकरकडे चौकशी करायची, "अरे, सगळी घरं एका बाजूला आहेत ना?"

"होय."

"सगळी एकदम उभी राहाताहेत काय?''

"नाही. काहीजणं नंतर बांधणार आहेत.''

"असं का बरं? आणि घरटी एकेकच जागा दिली जातेय ना? एका कुटुंबाला एकच मिळेल म्हणावं. चार भाऊ असतील तर चौघांना मिळणार नाही. जे गरजू आहेत, त्यांची घरं लवकर झाली पाहिजेत. तुझं लक्ष आहे ना?''

"होय वहिनी, माझं आहे लक्ष!''

एवढी काळजी घेऊनही अनेकांनी फसवलंच. एकाच घरातल्या दोन भावांनी वेगवेगळ्या जागा घेतल्या. शिवाय चलाखीनं मधली जागा मोकळी ठेवून पलीकडे घर बांधलं.

घरं बांधून झाल्यावर त्यांनी शिरोडकरला निरोप पाठवला, "तुम्ही आम्हाला जागा दिलीत; पण घरावर कौलं घालायला पैसे दिले नाहीत!''

त्यानं काय केलं कोण जाणे! पण मी त्याला सावध करत होते. त्याच काळात तो तिथून निघून संस्थेच्या दुसऱ्या शाखेत काम करायला गेला.

दिलेल्या जागेच्या जवळपासच्या जागेवर माझीच वहिवाट होती. मी केवळ म्हणजे झाडांचा पाला तोडायला माणूस पाठवला, तर तिथली मोठी मोठी झाडं कापून टाकली होती. खरं तर मी जमीन दिली होती, झाडं नव्हे; पण मी गप्प बसले.

त्यांची घरं पुरी झाली आणि त्याच वस्तीतला एकजण सांगायला आला, "वयनी, तुम्ही गुरांच्या वाड्यासाठीही जागा दिली काय?''

"पाच गुंठ्यात कुणाचा वाडा बसत असेल तर खुशाल बसू दे. माझं काय जातंय?''

"नाही, वयनी! बाबा अहिरेनं पाच गुंठ्यांबाहेर गुरांसाठी वाडा बांधलाय! तोही चांगला सिमेंट कॉंक्रिटचा!''

मी दचकलेच. ही तर चक्क घुसखोरी झाली!

त्याच सुमारास भिकू कदम नावाचा एक माणूस येऊन विचारू लागला, "वयनी, तिथं रिकामी असलेली जागा तुमची आहे की संस्थेची?''

"माझी, का रे?''

"मला तिथं जागा हवी आहे.''

"हे बघ, त्यांची उभी राहिलेली घरं मोडून मी काही तुला जमीन देणार नाही. पण तिथली रिकामी हवी असेल तर बघ.''

"मला घ्याल?''

"जो पैसे देईल त्याला देईन. त्यांच्यापैकी कुणी उभा राहिला तर त्याला देईन. माझी अट एकच आहे. मी सगळं रीतसर करून देईन. त्यानंतर माझ्याकडे तक्रार येता कामा नये!''

या बोलीवर तो जमीन घ्यायला तयार झाला. परिस्थिती ठाऊक असल्यामुळे

मला थोडक्या रकमेतच व्यवहार ठरवावा लागला. मी भिकू कदमला म्हटलं,
''जागा तुला मोजून घ्यावी लागेल.''

''ठीक आहे. मी मोजणीदार आणतो. पण तुम्हालाही माझ्याबरोबर यायला पाहिजे.''

कर्वे नावाच्या मोजणीदाराबरोबर आम्ही तिथं जाऊन पोहोचलो. मोजणी सुरू
झाली आणि प्रत्येकाची अंडी-पिल्ली बाहेर दिसू लागली. इतरांचं किरकोळ होतं;
पण बाबा अहिरेचा वाडा पूर्णपणे पाच गुंठ्यांबाहेर होता.

आमच्याबरोबर कर्व्यांना पाहाताच बाबा अहिरेला थोडाफार अंदाज आला.
जवळ येऊन तो म्हणाला, ''वयनी, वाडा बांधताना मी दादा शिरोडकरांना विचारलं
होतं.''

''त्यांचा रे इथं काय संबंध?''

''आम्हाला विश्वहिंदूपरिषदेनं जागा दिली आहे!''

''हो, दिली असेल; पण जागा माझी आहे.''

मोजणीदार कर्व्यांनी जागा मोजली. बाबा अहिरेकडे दीड गुंठा जास्तीची जागा
भरली. मी म्हटलं, ''एवढी जागा मी तुला फुकट देणार नाही. फूट चारफूट असती
तर मीही फारसा विचार केला नसता.''

कर्वेही म्हणाले, ''खरं आहे त्यांचं. एवढं करून तुला हवी असेल तर विकत
घे.''

''छे:! आम्हाला संस्थेनं जागा दिली आहे!'' तो आपलं म्हणणं सोडायला
तयार नव्हता.

''काय करायचं, वहिनी?''

मी सांगितलं, ''काही नाही. पाच गुंठ्यांवर चुन्याची हद् टाकायची.''

बाबा अहिरे विचारू लागला, ''म्हणजे? आम्ही वाडा मोडायचा काय?''

''ते मी काय सांगू? वाटेल ते करा. वाडा बांधताना तू काही मला विचारायला
आला नव्हतास. माझी ती उत्पन्नाची बाब आहे. त्यावरच पोट आहे माझं! दुसरं
म्हणजे, तुम्ही संस्थेला तरी कुठं मानता रे? तुमच्या दादा शिरोडकरांनी तुम्हाला
सांगितलं होतं, भूकंपात पडलेल्या झाडांची थोडी लाकडं गोळा करून संस्थेत
आणून टाका ते तरी कुणी केलं?''

गावचे सरपंच मध्यस्थी करायला आले. त्यांनी आधी त्याला भरपूर झापलं.
नंतर मलाही म्हणू लागले, ''वहिनी, काहीतरी समझोता करा!''

मीही म्हटलं, ''काही हरकत नाही. विकत घेऊ द्या त्याला!''

''इकत कसली घ्यायची? त्यापेक्षा नसलेली बरी!''

''पाहिलंत ना? त्याला वाडा मोडू द्या. मी तरी काय करणार?''

बरीच हुज्जत घातल्यावर तो जमीन विकत घ्यायला तयार झाला. मग

दरावरून वाद सुरू झाला. सतरा-अठराशे किंमत ठरली. त्यातही आधी म्हणाला, ''एवढी रक्कम देण्यापेक्षा वाडा मोडून टाकतो!'' नंतर म्हणाला, ''येत्या शनिवारी रक्कम घेऊन येतो.''

मीही सांगितलं, ''या शनिवारपर्यंत पैसे आणून दिले नाहीस तर मात्र मी जागा देणार नाही!''

ठरलेला शनिवार आला-गेला. दुसरा शनिवार गेला, महिने गेले तरी पैसे आले नाहीत. नंतर एक दिवस त्यानं आपल्या मुलाला म्हणजे सदाला पाठवलं. त्यानं येऊन विचारलं, ''तुम्ही वरती मोजायला गेला होता. मोपशी किंमत केली म्हणे!''

''नाही रे बाबा!''

''माझ्याकडे बघून किंमत कमी करा ना, वयनी!''

''तुझ्याकडे रे काय बघायचं? तू अजून लहान आहेस. तुझे वडील तरुण आहेत. उलट मीच वय झालेली म्हातारी आहे!''

मग मात्र मी भिकू कदमाला म्हटलं, ''ऑफिसमध्ये पैसे भरून सरकारी मोजणीदार घे.''

मोजणीचा दिवस ठरला. आजुबाजूच्या जमीनमालकांना नोटिसा गेल्या. मलाही आली. मी गेले. सगळे जमले. सरकारी मोजणीदारानं पाच गुंठे मोजून चुना टाकला. त्याला बजावलं, ''तू पैसे देऊन व्यवहार करायला तयार नाहीस. वाडा आपणहोऊन काढलास तर ठीक आहे. नाही तर कायदेशीर कारवाई करावी लागेल!''

अखेर त्यानं स्वत: सिमेंटनं बांधलेला वाडा काढून टाकून जागा मोकळी करून दिली.

या सर्व प्रकारात मोजणीदारांसाठी माझ्याच पदराने पैसे खर्च झाले. शिवाय वर्षानुवर्षे मन:स्ताप झाला तो वेगळाच.

थोडक्यात सांगायचं तर, धर्म करायला गेले तर कर्म उभं राहिलं.

कोकणातल्या शेतीबरोबर येणाऱ्या अनंत अडचणी असतातच, त्याचबरोबर मनोधैर्याची कसोटी बघणारेही अनेक प्रसंग येत असतात.

आमची घरामागच्या पऱ्याालगतची जमीन बाबू तांबे नावाच्या कुळाकडे होती. बाबू खरोखरच चांगला, प्रामाणिक आणि कष्टाळू माणूस होता. त्याला मी नेहमी म्हणायची, ''बाबू, तू आहेस तोपर्यंत ही जमीन विकत घे आणि मोकळा हो बघ! तुझ्या माघारी माझं तुझ्या मुलाशी पटेल असं मला वाटत नाही.''

हे त्यालाही समजत होतं, पण आर्थिकदृष्ट्या त्याला हे परवडण्यासारखं नव्हतं. तोही अगतिक होऊन म्हणायचा, ''वयनीनूं, तुमीच घ्या त्याला सांभाळून!''

बाबूनंतर त्याचा मुलगा सखारामाकडे ती जमीन बघण्याची जबाबदारी आली;

पण ती नीटपणे निस्तरण्याची त्याची कुवत नव्हती. पावसाळ्यात पऱ्ह्याला पूर येऊन पाणी शेतात घुसणं, शेतात रेती बसून जमिनीची नासाडी होणं हे प्रकार दर वर्षी होऊ लागले. पऱ्ह्याकडचा बांध वेळेवर नीट न केल्यामुळे दर वर्षी जमिनीवर रेती बसून बसून माझी बारा गुंठे उत्तम जमीन त्यानं रेताड करून टाकली. रेती बसली की हा यायचा जमीन सारखी करण्यासाठी पैसे मागायला. त्याच्याकडून मणभर भात यायची मारामार! आणि मी याला दर वर्षी कुठून पैसे देऊ? माझ्या बारा गुंठे जमिनीवर एवढाले दगड येऊन पडले.

मी अनेकदा सखारामला म्हटलं, "अरे, तुझ्या हातून झेपत नसेल तर माझ्या जमिनीवरील वहिवाट सोडून मोकळा हो!"

पण तो तेही करायला तयार नव्हता.

एका वर्षी मी त्याला सांगितलं, "यंदा तू भात पेरू नकोस. मी शेताची दुरुस्ती करायला काढली. या कामासाठी गडी हवे होते. गावातलीच काही माणसं आली. सखारामही त्यांच्याबरोबर कामाला लागला.

बांधाचं काम झालं. सगळ्या मजुरांना मजुरी दिली आणि त्यांच्याकडून पावती घेतली. सगळ्यांबरोबर सखारामलाही मजुरी दिली आणि पावती घेतली.

ही गोष्ट इतर मजुरांना विचित्र वाटली. त्यांनी म्हटलं, "वयनी, सखारामला कशाला मजुरी देता तुम्ही? त्यानंच तर एवढी जमीन वाया घालवली आणि तोच तर ही जमीन कसतोय ना?"

मीही म्हटलं, "बाबा रे, असं कसं चालेल? तुमच्याबरोबर त्यालाही मी बोलावलंय. तोही तुमच्याबरोबरीनं राबलाय! त्याला त्याची मजूरी मिळायला नको का? तो नाखूष राहायला नको."

पुढच्या वर्षी त्याला नीट बजावलं, "हे बघ, आता तर जमीन नीट केलीय ना? आता नीट भात लाव आणि मला ठरलेलं भात आणून दे."

पण ये रे माझ्या मागल्या! ज्या जमिनीवरचं सहा सात मण उत्तम भात याचा बाप आणून घ्यायचा, तिथं त्यानं जेमतेम एखादं मण भात आणून दिलं. एवढं करून काही म्हणायला लागलं की बिनदिक्कतपणे म्हणायचा, "तुमी पैसेच देत नाही. काय करणार?"

तो धड जमिनीवरची वहिवाट सोडायचा नाही आणि धड व्यवस्थित भातही आणून घ्यायचा नाही. मी वैतागून गेले.

शेवटी मी पोलिसांकडे तक्रार केली. त्या वेळी तिथं असलेले अधिकारी म्हणाले, "आता त्यानं पीक लावलंय ना? मग राहू दे. पुढच्या वर्षी पाहू या."

एकदा अशीच वैतागून पोलीस स्टेशनला गेले होते. अधिकारी मला ओळखणारे होते. त्यांच्यापुढेही सखाराम तांबेची डोकेदुखी सांगून म्हटलं, "काय करावं या

सखाराम तांबेचं हे काही समजेना बघा!''

ते म्हणाले, ''बाई, तुमच्यात हिंमत आहे काय? तर काही करता येईल.''

''काय?''

''त्याची पेरणीची पूर्वतयारी चालली असेल. त्याच्याआधी तुम्ही शेताची भाजवण करा. तो आमच्याकडे तक्रार करायला येईल, तेव्हा आम्ही रीतसर चौकशी करू.''

''ठीक आहे! त्या वेळी मीही येईन माझी बाजू सांगायला!''

त्यानंतर मी सखारामच्या पाळतीवर राहिले.

एकदा एकजण सांगत आला, ''वयनी, सखाराम भाजवणी उद्योगाला लागलाय बरं का! गोवरी टाकायचं काम झालंय वर लव्हाही पसरलाय. पातेरीची रास करून ठेवली आहे. सगळी तयारी झाली आहे. बहुतेक तो उद्या सकाळी माती पेटवून देईल असं दिसतं.''

ही अगदी योग्य संधी होती. ही गमवायला माझी तयारी नव्हती.

त्या वेळी सुट्टीचे दिवस असल्यामुळे शका-दत्ताभाऊ आणि चतुरा-चंदुभाऊ आले होते. दिवस मावळत होता.

सगळ्यांच्या काहीतरी जुन्या गप्पा आणि हास्यविनोद चालले होते. चंदुभाऊ पहिल्यांदा कोकणात आल्यावर कसे साप निघाले होते, कशी घाबरगुंडी उडाली होती, याविषयी सांगत होते. शका आणि चतुरा त्यात आणखी भर घालून हसत होत्या.

मी न्हाणीघरात गेले. दोन काठ्या घेऊन त्यांना रॉकेलचे बोळे बांधले. ओच्यात काडेपेटी घेतली. दोन मुलं सोबतीला घेतली. त्या मुलांना कुठल्याही भांडणात ओढायची माझी इच्छा नव्हती. त्यांनाही बजावलं, ''तुम्ही काहीही करायचं नाही. आलं ना लक्षात? फक्त माझ्या बाजूला उभं राहायचं. समजलं?''

शका-चतुराला 'आलेच इतक्यात' म्हणून सांगून मी घराबाहेर पडले.

दोन मुलांसह मी पन्ह्याकाठच्या शेतापाशी आले. सगळीकडे सामसूम होतं. भोवतालच्या शेतांची भाजवण झाली होती.

तिथं पोहोचल्यावर मी ओच्यातून काडेपेटी काढली, दोन्ही पलिते पेटवले, आधी एका कोपऱ्यात आग लावली. नंतरही दोनतीन ठिकाणी आग लावली.

आग सगळीकडून पेटल्याची खात्री करून घेऊन मी एका बाजूला स्वस्थ उभी राहिले.

जवळच त्यांची वाडी होती. तिथं कुणीतरी आग पाहिली. पाठोपाठ हाळी ऐकू आली, ''अरे सखाराम! धाव धाव! कुणीतरी तुझं शेत पेटवलं रे!''

वाडीवर धावपळ उडालेली दिसली. पाठोपाठ सखाराम 'कोण आहे रे शेतात? काय करता?' म्हणत धावत आला. पाठोपाठ त्याचा वीस-बावीस वर्षांचा तरणाताठा मुलगाही धावत आला.

आम्ही तिघंही शांतपणे बांधावर उभे होतो.

सखारामनं मला पाहिलं की नाही कोण जाणे! तो ओरडतच होता, ‘‘कुणी लावली आग? उद्या भाजवण करणार होतो. आजच कुणी पेटवलं हे?’’

माझ्याकडे लक्ष जाताच तो थबकला. पुन्हा जोरात म्हणाला, ‘‘कुणी पेटवलं हे?’’

‘‘ज्याची जमीन आहे, त्यानं! दुसरं कोण पेटवणार? त्यालाही भाजवण करायची आहे ना!’’ मी शांतपणे म्हटलं.

‘‘वयनी, तुम्ही पेटवलं?’’

‘‘अरे सखाराम, मी कामात आहे. आधी माझं भाजवणीचं काम होऊ दे. नंतर बोलू या.’’

आधीच एवढी तयारी केली होती. त्यात चारही बाजूनं पेटवल्यावर भडका उडायला कितीसा वेळ लागणार?

सखारामचा तरुण मुलगा चांगलाच भडकला होता. कारण एका कोपऱ्यात त्यानं फावडं, कुदळ, टिकाव इत्यादी अवजारं ठेवली होती. त्यानं घाईनं ती आधी ओढून काढली. सुदैवानं त्यांना काही झालं नव्हतं. मला ठाऊक असतं तर ती बाजूला काढून मी आग लावली असती.

सखारामचा मुलगा एवढा भडकला होता की तो रागानं म्हणाला, ‘‘अरे, या म्हातारीला उचलून आगीत टाका रे!’’

तेव्हा मात्र माझ्याबरोबर आलेला एक मुलगा म्हणाला, ‘‘ती म्हातारी नाही, आमच्या आजी आहेत त्या!’’

मी दोन्ही मुलांना आवरलं मला सखारामच्या मुलाचा संतापही समजत होता. पण मी तरी काय करू? कायदा माझ्या बाजूचा असला तरी काही उपयोग होत नव्हता. म्हणून मला या मार्गाचा अवलंब करायची वेळ आली होती.

मी माझ्या पद्धतीनं त्याला विचारलं, ‘‘नाव काय रे तुझं?’’

काही न बोलता धुमसत राहिला.

मीच म्हटलं, ‘‘इतरांना कशाला कामाला लावतोस बाबा! तूच म्हातारीला आगीत टाक आणि हो मोकळा!’’

पण सखारामनं त्याला आवरलं आणि ओढत घरी घेऊन गेला.

दुसरे दिवशी सखाराम पोलीस स्टेशनात तक्रार नोंदवायला गेला. त्याच्या बायकोचा दूरचा नातेवाईक शिपाई असल्यामुळे तो शेर झाला होता. त्यानं तक्रार दिली, ‘‘या बाईनं आमचा सगळा गवताचा राब जाळून टाकला.’’

‘‘राब? बरं. कुणाचा होता तो?’’

‘‘माझा. मी केलं होतं शेत.’’

‘‘उतारा आणलाय?’’

तो गडबडला, तरीही म्हणाला, ''अहो, त्या आम्हाला फसवून सगळं करून घेतात.''

''हे बघ, तू तांबे ना? तुला मी ओळखतो. आधी उतारा घेऊन ये, मग बोल.''

नंतरही तो प्रयत्न करत होता; पण काही उपयोग झाला नाही. उलट पोलिसांनी त्याला तंबी दिली, ''पुन्हा इकडं आलास तर बंद करून ठेवू. बाई गप्प बसल्या म्हणून तुझं इतके दिवस चाललं. यानंतर चालणार नाही!''

या प्रकरणानंतर खरा असंतोष आमच्या घरातच उसळला. चंदूभाऊ आणि दत्ताभाऊंनी न बोलून नाराजी दाखवली; पण शका आणि चतुरा अस्वस्थ झाल्या. चतुरेला माझी खूप काळजी वाटली.

पण शका चिडलीच, ''प्रकरण या थराला का नेलंस? आधीच का मिटवून टाकलं नाहीस? शेताच्या आगीत तुला त्या दोघांनी उचलून फेकून दिली असती म्हणजे? आधीच तू इथं एकटी राहातेस म्हणून आम्हाला तुझी काळजी वाटत राहाते. त्यात असलं एकेक प्रकरण झालं की आमचा जीव कसा थाऱ्याला राहील?''

मुलींची नाराजी बरोबर होती; पण मी इतकी वर्षं तिथं राहातेय ना? त्यामुळे मलाही कुठलं प्रकरण किती ताणायचं आणि कुठलं समेटीनं मिटवायचं, हे समजतं.

कुठलंही प्रकरण फार ताणायची माझीही इच्छा नसते. या सखाराम आणि त्याच्यासारख्या इतरांना माझं नेहमी एकच सांगणं असतं, 'तुम्हाला शेत हवंय ना? मी आनंदानं द्यायला तयार आहे. मी किंमतीच्या बाबतीत तडजोड करायला तयार आहे, ती रक्कमही हप्त्यानं-अगदी दहा-पंधरा रुपयांच्या हप्त्यानं घ्यायला तयार आहे. त्यानंतर जमीन रीतसर कागदोपत्री तुमची होईल. याहून मी तरी आणखी काय मदत करणार?'

माझं लग्न होऊन मी करंबवण्याला आले तेव्हा घरातली आणि गावातली पुरुषमाणसं डोंगरातल्या चढ-उताराच्या रस्त्यानं अठरा-वीस किलोमीटर अंतर चालून चिपळूणला जायची. त्यांच्या वेगवान चालीनं हे अंतर सुमारे अडीच तासांत कापलं जायचं. सवयीमुळे त्यांना त्याचं काहीही वाटायचं नाही. बायका बंदरावरून लाँचनं चिपळूणला जायच्या.

पासष्ठच्या सुमारास म्हणजे शोभाच्या परेशच्या जन्माच्या वेळी वसंत ओताऱ्याची जुनी टेंपोसारखी गाडी केतकीजवळच्या फणसाच्या झाडापर्यंत येऊ लागली. त्या गाडीचा फार मोठा आधार वाटायचा. त्यासाठी गर्दी इतकी असायची की जितकी माणसं आत असायची, तितकीच टपावरही असायची; पण करंबवण्याच्या लोकांना केतकीच्या फणसाच्या झाडापासून गावापर्यंत पायीच चालावं लागे.

अडुसष्ठ साली तोच रस्ता करंबवण्याच्या बंदरापर्यंत आला. पुढं चारपाच

वर्षानंतर एस्. टी.ची तांबडी बस बंदरापर्यंत येऊ लागली. तिथून पुढे दोन-अडीच किलोमीटर अंतर मात्र खूप वर्ष पायीच चालावं लागत असे.

हा रस्ता होण्याआधी म्हणजे चिपळूणला जाण्यासाठी फक्त लाँचची सोय होती, त्या वेळी घडलेली एक घटना. कोर्टाच्या कामासाठी चिपळूणला जायचं होतं. नेहमीप्रमाणे आदले दिवशी जायला जमलं नव्हतं. त्यामुळे मी वेगळ्याच पद्धतीनं चिपळूणला जायचं ठरवलं. पहाटे लवकर उठले. आंघोळ-पूजा आटोपली आणि दुधाची धार काढली. कृष्णा पाटलाला आणि आणखी एका मुलाला आधीच सांगून ठेवलं होतं. त्याप्रमाणे ते आले. घर संभाळायला सुभद्राला अंगणात बसवून ठेवलं होतं. पहाटेच्या अंधारात कापऱ्याला जायला निघाले. त्या वेळी कापऱ्याहून चिपळूणला सकाळी बस जात असे. अडीच तास चालून आम्ही उजाडता कापऱ्याला पोहोचलो तेव्हा सकाळची बस सुटली होती. तशीच लालबागपर्यंत चालत गेले. तिथं बस पकडली. संध्याकाळी काम संपल्यावरही बसनं कापऱ्यापर्यंत आले. तिथं कृष्णा पाटील आणि त्याचा सोबती येऊन थांबला होता. त्यांच्या सोबतीनं अंधारात रात्री घरी येऊन पोहोचले.

त्या वेळी मात्र मी दिवसभरात करंबवणे ते चिपळूण एवढं अंतर पायी चालले. दिवस थंडीचे असल्यामुळे पायी चालणं डोंगराळ रस्त्यानं अंधारातूनच झालं. त्या प्रवासानं मला इथल्या पुरुषांना किती चालावं लागतं याचा अंदाज आला होता आणि त्यांच्याविषयी धन्य धन्य वाटलं होतं.

पुढं शहाऐंशी सत्त्याऐंशी साली बंदरावरून गावाकडचा रस्ताही तयार होऊ लागला आणि गावालगत बुद्धवाडीपर्यंत एसटीची बस येऊ लागली. आमच्या घरातून एसटीचा आवाज पहिल्यांदा ऐकू आला तेव्हा तर भरूनच आलं! त्या वेळी एसटीचं प्रमाण अगदीच कमी, म्हणजे दिवसाकाठी दोनतीन गाड्या एवढंच होतं.

याच सुमारास गावात घडलेली दुसरी क्रांतिकारक घटना म्हणजे गावातलं कंदील आणि पेट्रोमॅक्सचं राज्य गेलं आणि वीज आली. या दोन गोष्टींमुळे आमच्या करंबवण्याची 'दुर्गमता' आणि शहरी माणसांना वाटणारा थोडा 'भयाणपणा' थोडा कमी झाला.

यानंतरचा पुढचा टप्पा म्हणजे एसटी गावात आणणं. त्या दृष्टीनं गावकऱ्यांचे प्रयत्न सुरू झाले. एस्. टी. गावात येऊ लागली की गावातल्या विद्यार्थ्यांची आणि आजारी आणि वृद्ध लोकांची चांगलीच सोय होणार, हे स्पष्टच होतं.

मी नुकतीच पुण्याहून आले होते. कुणीतरी सांगत आलं. रस्त्याची आखणी करायला सरकारी माणसं आली आहेत. जाऊन पाहिलं तर खरोखरच सर्कल इन्स्पेक्टर, सरपंच आणि आणखी काही माणसं रस्त्याच्या आखणीसाठी पाहाणी करायला आले होते.

मला पाहाताच ते माझ्याजवळ आले आणि गावकऱ्यांनी सांगितलं, ''हाच रस्ता पुढे बिवलीपर्यंत न्यायचा आहे. करंबवणे-बिवळी या जोडरस्त्यासाठी तुमचं सहकार्य अपेक्षित आहे. कारण मध्ये तुमची जमीन येते. ती तुम्ही दिलीत तर रस्ता पुढंपर्यंत जाऊन बिवलीलाही त्याचा फायदा मिळू शकेल.''

माझी याला काहीच हरकत नव्हती. जसा आमच्या गावाला रस्ता हवा तसाच बिवलीच्या लोकांनाही हवाच ना! मी तिथल्या तिथं म्हटलं, ''ठीक आहे, देईन. तुम्हाला कुठली जमीन हवी आहे ते सांगितलंत तर बरं होईल.''

''सहाणेलगतची जमीन दिलीत तर बरं होईल.''

मी 'हो' म्हटलं.

जमिनीचा सहाणेसारखा भाग असल्यामुळे तिला सहाण म्हणूनच ओळखलं जातं. तो भूभाग आमच्या मालकीच्या जमिनीवर असला तरी गावातल्या धार्मिक कृत्यांसाठी ती जागा राखून ठेवली आहे. गावची होळी आणि इतर सार्वजनिक धार्मिक उत्सव सहाणेवरच करण्याची गावची फार वर्षांपासूनची पद्धत आहे. सहाणेलगतची जमीनही आमच्या मालकीची आहे.

रस्त्याच्या संदर्भात एवढं बोलणं झाल्यावर मी प्रकृती अस्वास्थ्यापायी मुंबईला प्रभाकरकडे गेले. थोड्या दिवसांनी गावी परतले तेव्हा पाहिलं, सहाणेवर एसूटीच शेवटचा थांबा करून ते मोकळे झाले होते! हे पाहून मी चक्रावून गेले.

मी तक्रार केली, ''तुम्ही जोडरस्त्यासाठी जागा मागितली होती. आता तिथं शेवटचा थांबा का केलात? मला हे मान्य नाही!''

''पण वहिनी, तुमची परवानगी होती!''

''होय, परवानगी अजूनही आहे; पण ती जोडरस्त्याला!''

पण कुणी दाद देईना. शेवटी मी ग्रामपंचायतीकडे रीतसर तक्रार केली.

मी एवढी भडकले त्याला आणखीही एक कारण होतं.

काही गाव-पुढाऱ्यांनी तिथे जवळच माझ्या जागेवर एक रामाचं देऊळ आणि पाण्याची टाकी बांधली होती. हे बांधकाम करताना त्यांनी एका शब्दानंही माझी परवानगी विचारली नव्हती. शिवाय आता नवरात्रात नऊ दिवस गाणी लावून दांडीया वगैरे कार्यक्रम करून वातावरण गढूळ करायचे प्रकार चालले होते.

त्यामुळे त्याच अर्जात मी राममंदिराच्या बेकायदेशीर बांधकामाचाही उल्लेख केला. पाण्याच्या टाकीचा मात्र केला नाही.

काही दिवसांनी माझा अर्ज चौकशीला आला. सरपंचांऐवजी तात्पुरतं काम पाहाणारे प्रशासक स्वत:होऊन माझ्या घरी चौकशीला आले. त्यांच्याबरोबर संबंधित

गावकरीही होते.

"बाई, तुमचा अर्ज आहे का हा?"

"बघू? होय."

"काय म्हणायचंय तुम्हाला?"

"ते अर्जात लिहिलंय ना!"

"तुम्ही थांबा करायला परवानगी दिली नाही तर एस. टी. कुठं जाईल?"

"हा माझ्या एकटीचा प्रश्न नाही. साऱ्या गावचा प्रश्न आहे. यावरचा उपायही सगळ्या गावानं शोधायला नको काय?"

"म्हणजे तुमच्या अर्जावर विचार करायला सगळा गाव गोळा करायला पाहिजे!"

"मग गोळा करा!"

"त्या वेळी गावासमोर तुम्हालाही हजर राहावं लागेल!"

"काही हरकत नाही. येईन मी."

"मग त्याच वेळी राममंदिराचाही विषय घेऊ या."

"चालेल. माझी काही हरकत नाही."

गावच्या बैठकीचा दिवस ठरला. माझ्याजवळच्या काही हितचिंतकांना माझी काळजी वाटत होती; पण कायदेशीर बाबींचं संपूर्ण आकलन असल्यामुळे मी निश्चिंत होते.

पाच-पंचवीस गावकऱ्यांची सभा भरली. ठरल्याप्रमाणे मी तिथं गेले. राममंदिराच्या बांधकामात पुढाकार असणारी मंडळीही आली होती. मला पाहाताच त्यांनी चौकशीही केली, "काय वयनी, बऱ्या आहात ना?"

"सगळ्यांच्या कृपेनं चांगली आहे मी!" मीही उत्तर दिलं.

सगळे जमल्यावर प्रशासकांनी अर्ज वाचून दाखवला. नंतर चर्चा सुरू झाली.

"इथं देवाचं मंदिर बांधलंय. ते तुम्हाला अमान्य आहे तर!"

"मीही हिंदू आहे, साहेब! मला मंदिर अमान्य आहे असं नाही. राम माझाही देव आहे. मीही त्याची पूजा करते. परवानगी न घेता मंदिर बांधलंय, त्या बांधकामाविषयी माझी तक्रार आहे."

"रस्त्यासाठी आणि देवळासाठी आधी बाईंची परवानगी घेतली होती काय?"

संबंधितांनी उत्तरं दिली, "रस्त्यासाठी घेतली होती." मंदिर तर आधीपासूनच आहे."

न राहावून मी म्हटलं, "निदान देवाच्या नावानं तरी खोटं बोलू नका."

देवळासाठी भरपूर मेहनत घेतलेला एक पुढारी म्हणाला, "चार वर्ष पायपीट करतोय वर्गणी गोळा करण्यासाठी! आणि इथला शेवटचा थांबा हे तर सगळ्या गावाचं काम आहे. यात गावाचं हित आहे. इथून पहाटे पहिली बस निघते. त्या वेळी

बऱ्याचदा अंधार असतो. शाळा-कॉलेजला जाणाऱ्या मुला-मुलींच्या या थांब्यामुळे फार फायदा झालाय. सगळ्या गावातल्या मुला-मुलींच्या शिक्षणासाठी आम्ही हे केलंय. आता वहिनी यालाच विरोध करणार असतील तर काय बोलायचं!''

त्याचा तो सूर ऐकताना माझा भडका उडाला होता. तरी मी मनाचा तोल अजिबात ढळू न देता म्हटलं, ''काम चांगलंच आहे रे! पुढच्या पिढीच्या शिक्षणाचा एवढ्या आपलेपणानं विचार करण्यात सगळ्या गावाचं भलं आहे! पण त्यासाठी जमीनमालकाला का बाजूला टाकता? आणि मुलांच्या शिक्षणाचं तू मला शिकवतोस होय रे? आज घटकेला तेवीस मुलं माझ्या घरी राहून शिक्षण घेताहेत! तेव्हा शिक्षणाचं महत्त्व तू मला सांगायला येऊ नकोस.''

नाही म्हटलं तरी माझा आवाज बदलला. प्रशासकांच्या हे लक्षात आलं. त्यांनी मला बजावलं, ''बाई, ते राहू दे. तुमचं मंदिर आणि रस्ता या बाबतीत जे म्हणणं आहे, ते स्पष्ट शब्दांत आणि थोडक्यात सांगा!''

''माझा कायदेशीर हक्क डावलून या दोन्ही गोष्टी केल्या गेल्या आहेत असा माझा आक्षेप आहे. यावर कायद्याच्या मार्गानं भांडून मी माझा हक्क प्रस्थापित करू शकते; पण प्रश्न संपूर्ण गावाचा असल्यामुळे मी गावासमोर अर्ज आणला आहे.''

पुढारी पुन्हा पुन्हा आपण वर्गणी मागून देऊन मंदिर उभं केल्याचं सांगू लागला तेव्हा मी त्याला थांबवून विचारलं.

''चार वर्षं तू वर्गणी गोळा करण्यासाठी पायपीट करत होतास, नाही का?''

''होय तर! पाऊसपाणी, उन्हातान्हात भटकून वर्गणी...''

''पण चार वर्षांत तू माझ्याकडे वर्गणी मागायला एकदाही का आला नाहीस रे?''

तो चूप बसला.

मी पुढं म्हटलं, ''माझ्या जागेवर मंदिर आहे म्हणून मी काही ते मोडून टाका म्हणत नाही. दुसरी कसली वास्तू असती तर मी टिकू दिली नसती. तुम्ही जमीन घेताना माझी परवानगी घेतली नाही आणि बांधकाम करताना सरकारची परवानगीही घेतली नाही! मला फारसा कायदा कळत नाही; पण मला वाटतं हे बांधकाम बेकायदेशीर आहे. नाही का?''

माझा शेवटचा प्रश्न प्रशासकांना होता.

यावर त्या पुढाऱ्याचं बोलणं बंद झालं तरी पुढं काय करायचं, हा प्रश्न तसाच होता. सभेचा तणाव वाढला. प्रशासकही विचारात पडलेले दिसले.

गावातला एकजण म्हणाला, ''आम्ही चार वर्षं खपून वर्गणी गोळा करून देऊळ बांधलंय! तुम्ही नको म्हणता तर ठीक आहे! चार दिवसांत मोडून टाकतो!''

''तुमची मर्जी! मी काय सांगणार त्यात? देऊळ बांधायच्या वेळी माझी

परवानगी घेतली नव्हती. मोडायला परवानगी देणारी मी कोण?''

प्रशासकांवरचा ताण वाढला. ते म्हणाले, ''पण कुठल्याही परिस्थितीत देऊळ मोडणं योग्य नव्हे!''

पुढारी म्हणाला, ''ठीक आहे. आम्हाला देवळाची जमीन विकत घ्या! आता तर झालं ना?''

''विकत? नको रे बाबा! देवळासाठी जमीन विकत देऊन मला कुठं घरावर सोन्याची कौलं चढवायची आहेत? नाही तरी सहाण देवाच्या कार्यासाठीच ठेवली आहे. देवळासाठी आणखी थोडी जमीन गेली म्हणून माझी काही हरकत नव्हती.''

प्रशासकांच्या चेहऱ्यावरचा ताण निवळला. ते म्हणाले, ''बाई देऊळ मोडा म्हणत नाहीत हे लक्षात घ्या!''

पुढारी म्हणाले, ''आम्ही ट्रस्ट करू देवळाचा!''

यावर मी म्हटलं, ''त्यासाठीही जमिनीचा उतारा जोडावा लागतो! ते सगळं नीट रीतसर करा म्हणजे झालं!''

देवळाचा विषय संपला. आता रस्त्याचा विषय राहिला होता.

त्याही बाबतीत मी माझी भूमिका स्पष्ट केली, ''जमीन माझी आहे. माझ्या परवानगीशिवाय तिथं बस थांबलेली मला चालणार नाही! या संदर्भात मी परस्पर एस. टी.कडे तक्रार करून बस बंद करू शकते; पण साऱ्या गावाचा विचार करता मला तसं करायचं नाही. तुम्ही एकीकडे बेकायदेशीर अतिक्रमण करता आणि शिक्षणाची सोय पाहाताय. मुलांच्या दृष्टीनंही हा काही चांगला आदर्श नाही.''

''मग काय करायचं? तुम्हीच दुसरी जागा द्या!''

''मी जागा घ्यायला तयार आहे. पण तिथपर्यंत रस्ता नेण्यासाठी गावकऱ्यांनी खटपट केली पाहिजे!''

''पण मध्ये काहीजणांच्या जमिनी येतील. त्यांचा प्रश्न कुणी सोडवायचा?''

''अर्थातच सगळ्या गावानं! अखेरच्या थांब्यासाठी जागा घ्यायची जबाबदारी माझी!''

''मध्ये कुणाच्या जमिनी येतात? थांब्यासाठी तुम्ही कुठली जागा देणार आहे?''

''कुणाच्या जमिनी येतात त्याची चौकशी तुम्ही करा. थांब्यासाठी माझ्या घराभोवतीच्या धक्क्यालगत जागा आहे, ती मला देता येईल!''

अशा प्रकारे थांब्याचा प्रश्न सुटला आणि एस. टी. आमच्या घराच्या दारापर्यंत येण्याची व्यवस्था झाली.

पुढं देवळाची कागदपत्रं करताना पाहिलं, कुणीतरी सातबाराच्या उताऱ्यावर 'चौदा गुंठे राम मंदिराला आणि दोन गुंठे सहाण' अशी चुकीची नोंद घुसडली होती. पुन्हा जुनी कागदपत्रं काढून सगळं निस्तरणं आलं!

त्या वेळी एक गावकरी म्हणाला, ''वयनी, केवढा विचार करता! वाघजाईच्या नावानं देऊन टाका जमीन!''

''अरे, मीच वाघजाई आहे इथली! वाघजाई बोलायला येत नाही, मी बोलते, इतकंच!''

माझ्या बोलण्याचा त्याला धक्का बसलेला दिसला.

अयोध्येची रथयात्रा जोरात होती तेव्हा एक कार्यकर्ता आमच्या भागातही जनजागरण करायला आला होता. अयोध्येच्या राममंदिरासाठी प्रत्येक गावातून एकेक वीट गोळा करायचा तो उपक्रम होता.

मी त्याला म्हटलं, ''स्पष्ट सांगायचं तर राम आमच्या कोकणात उपराच! तो तिकडं जन्मला म्हणून तिथल्या गावागावात त्याची देवळं असू देत. त्या गावांमधली एकेक वीट त्याच्या देवळालाही लागू दे. इथं खेमदेव आणि वाघजाई आपले देव. इथं जे काही जनजागरण करायचं असेल तर त्यांच्या नावानं करा. आपापल्या घरात आपण हवं तर रामाची पूजा करूया ना!''

■

अगणित अडी-अडचणींनी व्यापलेलं माझं करंबवण्यातलं जीवन अर्थपूर्ण बनवण्यात अनेकांचा हातभार लागला आहे.

मामांनी कधी काळी बनवून ठेवलेल्या रजिस्टरमुळे मला आमच्या जमिनींच्या सीमा आणि कुळं समजली आणि शेतीकडे लक्ष देणं शक्य झालं. तसंच जुनी कागदपत्रं जिवाच्या करारानं नीट सांभाळून ठेवलेली असल्यामुळे खटलेही सोपे गेले. कागदपत्रांचं महत्त्व समजल्यामुळे मीही ती जिवापाड सांभाळली. किती तरी वेळा, खूप दिवसांसाठी गाव सोडायचं असलं तर मी कागदपत्रांची ट्रंक चिपळूणला सुमतीताईंकडे ठेवून जायची.

गावात कृष्णा पाटलासारखा धर्माचा भाऊ सतत माझा पाठीराखा होता. तसंच पोलीस आणि इतर सरकारी खात्यामधले अधिकारीही बहुतेक वेळा चांगली भेटली. काही वेळा त्यांच्या कायद्याविषयीच्या अज्ञानामुळे मला त्रास व्हायचा; पण नीट समजावून सांगितलं तर चूक मान्य करणारे उमदे अधिकारीही भेटले. काही नवे अधिकारी तर आधीच माझ्याकडून सल्ला घ्यायचे. कारण अनेक खटले चालवता चालवता मला ते कायदे आणि त्यातील पोटकलमं तोंडपाठ होऊन गेली होती. कारण आयुष्यभरात अंदाजानं सांगायचं तर शंभर-दीडशे जमिनींच्या संदर्भातल्या लहानसहान केसेस आणि वीसपंचवीस मोठे खटले मी लढले. त्यातला एकही मी

हरले नाही. काही बाबतीत माझ्याकडून वेळेवर कारवाई न झाल्यामुळे माझ्या हातून जमिनी गेल्या आहेत. अनेकदा जीवनातले प्रसंग अधिक महत्त्वाचे असल्यामुळे काही खटले सोडून द्यावे लागले आहेत.

खटल्यांच्या बाबतीत आधी सानेदादांनी माझा आत्मविश्वास वाढवला आणि त्यामुळे गावात माझा दबदबा निर्माण व्हायला मदत झाली. नंतर शिर्के वकिलांची मदत झाली. आता सानेदादा गेले, शिर्के वकिलांचंही माझ्याप्रमाणे वय झालंय. संजय केतकर हा ताज्या दमाचा वकील अलिकडे मला मदत करतो. दर सहा महिन्यांनी सातबाराचा उतारा तलाठ्याकडून घेऊन ठेवत असल्यामुळे माझे वकील माझ्यावर खूष असतात. या वकिलांच्या मदतीमुळे माझे प्रतिस्पर्धी माझ्या माघारी 'वासूनाना परवडले, पण ही बया नको!' असं म्हणत असल्याचं माझ्याही कानावर आलंय.

या आधी करीम परकार माझी कलमं बघायचा. अतिशय सज्जन माणूस! माझं कामाच्या संदर्भात चांगलंच जुळायचं. अलिकडे रमेश लाड माझी कलम बघतो.

अलिकडे हा रमेश लाड मला चिकटलाय. राजकारण आणि समाजकारणात रस असल्यामुळे तो सतत गावात आणि पंचक्रोशीत फिरत असतो. त्याला माझ्याविषयी विशेष आस्था आहे. मला मदत करायची एकही संधी तो सोडत नाही.

एकदा शका-दत्ताभाऊंबरोबर उमा करंबवण्याला आली होती. त्यांच्याबरोबर भोवतालच्या डोंगरावर फिरायला जायला मी रमेश लाडला सांगितलं होतं. फिरून घरी परतले तेव्हा रमेश तिला सांगत होता, ''आमच्या परिसरात एकशे बासष्ठ गावं आहेत. माझं उघड चॅलेंज आहे, त्यातल्या एकानं तरी पुढं येऊन सांगावं, केतकर वहिनींनी आमचे पाच पैसे हडेलहप्पी करून खाल्ले!''

मी दिसताच त्याचा उत्साह वाढला, ''अहो, वहिनींनी चालवलेल्या सगळ्या खटल्यांविषयी विस्तारानं लिहून छापलं तर नव्यानं वकिली सुरू करणाऱ्या तरुण मुलांना मदत होईल बघा!''

त्याला अडवत मी विचारलं, ''का रे? तुला कधीपासून कायद्यातलं एवढं कळायला लागलं?''

तो थोडा वरमला. तरीही म्हणाला, ''वहिनी, हे काही मी म्हणत नाही. शिर्के वकील म्हणतात, हायकोर्टात वकिली करणारा एवढा मोठा वकील म्हणतोय, त्याला काहीतरी अर्थ असलेच की!''

''असं म्हणत होते, शिर्के वकील?'' मी थोड्या कुतुहलानं विचारलं. अनेक वर्षं एकत्र काम केल्यामुळे निर्माण झालेल्या जिव्हाळ्याबरोबरच आम्हाला परस्परांविषयी वाटणारा आदर आम्ही दोघंही जाणून होतो.

रमेश पुढं म्हणाला, ''ते आणखीही बरंच काही म्हणत होते.''

''काय म्हणत होते?'' उमा विचारत होती.

''आम्ही केतकर वहिनींच्या केसेस चालवतो म्हणजे काय करतो? संपूर्ण केस कुठल्या मुद्द्याभोवती चालणार आहे, त्यातला कुठला पॉईंट उद्या कोर्टांत उचलला जाणार आहे, हे त्यांनी आधीच हेरलेलं असतं. त्यावरून त्यांनी व्यवस्थित टिपणंही काढून आणलेली असतात. ती मराठी टिपणं आम्ही जज्जपुढे इंग्लिशमध्ये मांडतो, इतकंच!''

हे ऐकताना इंग्लिश येत नसल्याची जुनी खंत पुन्हा एकदा तीव्रपणे जाणवली. उमा त्याचं बोलणं लक्ष देऊन ऐकत होती. मला मात्र वाटलं, शिर्के वकिलांनी सज्जनपणापोटी चार चांगले शब्द उच्चारले असतील, हाच माझ्यावरच्या आदरापोटी थोडं जास्तच वाढवून सांगत असावा.

मला गप्प बसलेली पाहून तोच म्हणाला, ''वहिनी, तुम्हींच खटपट करून एस. टी. माधव वासुदेव न्यासापर्यंत आणली की नाही?''

''अरे, ही एकटी-दुकटीची कामं नसतात. काहीतरी बोलू नकोस!''

''खरं तेच सांगतोय मी!'' तो पुन्हा उमाकडे वळून म्हणाला, ''मी स्वत: वहिनींच्या बरोबर कितीतरी वेळा फिरत असतो. केतकरवहिनी या नावाला सरकारी ऑफिसांमध्ये किती मान आहे, हे मी दर वेळी पाहात असतो. त्या दिवशीही मी त्यांच्याबरोबर होतो. न्यासाच्या धक्क्यालगतच्या जमिनीवर एस. टी.चा थांबा करायचा ठरल्यावर सहाणेपासून धक्क्यापर्यंत रस्ता करायचा प्रश्न आला. गावकऱ्यांच्या सभेत गावकऱ्यांनी मध्ये येणाऱ्या जमिनी द्यायला मान्यता दिल्यानंतर एक दिवस वहिनी आणि मी थेट एस. टी.च्या ऑफिसमध्ये गेलो. तिथल्या अधिकाऱ्यानं सांगितलं, रस्ता करून घ्या म्हणजे एस. टी. पुढंपर्यंत येईल. तसं लेखी घेऊन वहिनींनी रस्त्याच्या संदर्भातलं ऑफिस गाठलं. तिथल्या अधिकाऱ्याला भेटून त्याच भेटींत रस्त्यासाठी लेखी परवानगी घेऊन चिपळूणला परतल्या. पुढच्या काही दिवसांत स्वत: जातीनं उभं राहून रस्ताही बनवून घेतला! हे काय सामान्य काम आहे? अहो, इतरांच्या कामांसाठी आम्ही सरकारदरबारी फिरणारी माणसं आहोत. आधी अर्ज दिल्याशिवाय तिथून एक चिटोरा तरी मिळतो काय? या वहिनी तर एकाच भेटींत रस्त्याची आणि एस. टी.ची लेखी परवानगी घेऊन आल्या!''

मी मुकाट्यानं चूल पेटवून रात्रीच्या जेवणासाठी भात टाकायला स्वयंपाकघरात गेले. तिथंही रमेशचा आवाज ऐकू येत होता.

''कुळकायदा आला आणि आमच्या भागातले सगळे जमिनदार संधी मिळताच गावं सोडून निघून गेले. काहीजणांनी आखाती देशांमधून आलेल्या पैशांमुळे गब्बर झालेल्या मुसलमानांकडून भरमसाठ रकमा घेतल्या आणि जमिनी, गावं, कुळं यांना वाऱ्यावर सोडून निघून गेले. काहीजणांची मुलं नोकरीनिमित्तानं पुण्यामुंबईला गेली. पाठोपाठ हेही कलमांच्या बागा आमच्यावर सोडून निघून गेले. आता त्यांचा गावाशी

संबंध राहिलाय तो फक्त पैसे नेण्यापुरताच! चारदोन घरं टिकली आहेत. कारण त्यांची पुढची पिढी शेती पाहाते आहे. आमच्या केतकरवहिनींसारखं उदाहरण तुम्हाला शोधूनही सापडणार नाही!''

त्याला उमा विचारत होती, ''गावातील तरुण पिढी वहिनींकडे कशी बघते?''

''वहिनींविषयी आदर आहे आणि दबदबाही! आजही मुलं पाहातात, वहिनी कुणाच्या मुंड्या मुरगाळून पैसा करत नाहीत. उलट अडीअडचणींच्या प्रसंगी चार पैसे उचलून द्यायचा त्यांचा स्वभाव आहे; पण त्यांना दुसरंही ठाऊक आहे. आपण वेडेवाकडे वागलो तर वहिनी सहन करणार नाहीत.''

तो पुढं म्हणाला, ''मी तर वहिनींना नेहमी म्हणतो, तुम्ही फक्त गावात राहा. तेवढ्यानंही गावातल्या उचापती कमी होतील. अहो, आमचा अनुभव आहे तसा! मी तर म्हणतो, वहिनी, तुम्ही सरपंच व्हा बघू!''

इथं मात्र बाहेर येऊन त्याला आवरत मी म्हटलं, ''अरे, आवर बघू तुझं भाषण! कुणी ऐकायला भेटलं की सुरूच होतं तुझं! मला नको तुझं राजकारण! मी सरपंच झाले तर उगाच माझ्या डोक्याला ताप आणि तुम्हाला मस्तकशूळ!''

इथं नेहमी इतकंच मनाला समाधान देणारं वातावरण नसतं. काही घटना अशाही घडतात की मन विषण्ण होऊन जातं. कधी कधी तर वाटतं, कशाला इथं राहायचं?

'माधव वासुदेव न्यासा'त वीसपंचवीस मुलं वसतीला राहात असतात. त्यात विविध वयांची मुलं असतात. इथली अनेक मुलं 'आजी, आजी' म्हणत मला लळाही लावतात.

समोरचा गुरांचा वाडाही मी 'न्यासा'ला दिला आहे. 'न्यासा'नं उपक्रमाचा भाग म्हणून तिथं गाई बाळगलेल्या आहेत. वसतीगृहातली मुलंच त्या गाईंचा चारा-पाणी पाहात असतात.

दोनतीन वर्षापूर्वीची गोष्ट असेल. त्या वेळी तिथे एक पोरगेलासा व्यवस्थापक होता. त्याला थोडंफार लिहायची आवड होती. लिहून झालं की तो मला हौसेनं वाचून दाखवायचा.

त्या दिवशी संध्याकाळीही तो 'वहिनी, लिहिलंय ते वाचून दाखवतो.' म्हणाला म्हणून मी 'न्यासा'च्या बाजूला गेले होते. अजून संध्याकाळचा स्वयंपाक व्हायचा असल्यामुळे मुलं काही ना काही करण्यात गुंतली होती. वीज नसल्यामुळे व्यवस्थापक कंदिलाच्या उजेडात वाचून दाखवत होते. त्याच वेळी दोन बारा-तेरा वर्षांची मुलं दिवाटणं घेऊन वाड्याकडे निघाली.

माझं तिकडं लक्ष गेलं, त्यांना मी म्हटलं, ''अरे, हे कशाला घेऊन चाललाय तुम्ही? कंदील घेऊन जा. उघडी ज्योत गवताला लागेल कुठंतरी!''

पण माझ्या बोलण्याकडे लक्ष न देता ते दोघं दिवाटणं घेऊन वाड्यात शिरले आणि थोड्याच वेळात 'आग आग' म्हणत बाहेर धावले. व्यवस्थापक गडबडला आणि आग विझवण्यासाठी मदत मागण्यासाठी बुद्धवाडीकडे धावला.

मीही गोंधळले. मला वाड्यातून गाईचं हंबरणं ऐकू आलं. वसतीगृहातल्या एका मोठ्या मुलाला म्हटलं, ''अरे, धाव! गाईना सोडव!''

पण त्याला धैर्य होईना, ''दावी सोडता आली नाहीत तर?'' शेजारी पडलेला कोयता त्याच्या हातात देऊन पिटाळत म्हटलं, ''लवकर धाव! आग अजून पसरलेली नाही.''

तो धावला. दाव्यांवर कोयत्याचे घाव घालून त्यानं आतल्या दोन गाई आणि दोन मोठी वासरं बाहेर पिटाळली.

गाई दिसेपर्यंत माझा जीव थार्‍याला नव्हता. याच वाड्यात माझ्या गलथानपणा- मुळे तडफडून मेलेल्या गाईची आठवण झाली. आता या गाईंचं काय होईल? गाई दिसताच मला हायसं वाटलं.

एव्हाना वाड्यानं चांगलीच आग पकडली होती. वाड्यात भरून ठेवलेला चारा आणि खच्चून भरलेली वर्षभराची कडबा-कुट्टीनंही आग पकडली. जळता वाडा बघून माझ्या पायातली शक्तीच गेली होती.

वीज नसल्यामुळे विहिरीच्या पाण्याचा उपयोग नव्हता. या वेळेपर्यंत आलेले रमेश लाड आणि माणिक आपल्या परीनं धावपळ करून आग विझवायचा प्रयत्न करत होते. पण कशाचाही परिणाम न होता वाडा धडाधडा पेटत होता. मी हताश होऊन ते पाहात होते.

त्यानंतर तीन दिवस वाड्यात खच्चून भरलेली कडबा-कुट्टी धुमसत होती आणि त्या धुरानं आमचं सारं घर काळवंडून जात होतं. सार्‍या आसमंतात जळका वास भरून राहिला होता. आगीच्या झळीनं जवळपासची हिरवीगार झाडं कोळपून गेली होती. जवळची नारळी त्या आगीनं एवढी होरपळलीय की अजूनही तिचे नारळ छोटे छोटे असतानाच गळून पडतात.

आयुष्यात मन खचून जावं असे अनेक प्रसंग घडले; पण माझ्या मनानं प्रत्येक वेळी त्यातून उभारी घेतली. पण या वेळी मात्र माझी गत त्या होरपळलेल्या नारळीसारखी झाली आहे.

आज जुन्या वाड्याच्या जागी सिमेंट काँक्रिटचा वाडा उभा आहे. पण तिकडे नजर टाकली की माझ्या डोळ्यांसमोर माझा तो जुना वाडा, आमचा जानोसा - माझं ते माहेर - उभं राहातं, पाठोपाठ ती धडाडणारी आग उभी राहते.

'न्यासा'ला दिलेला असल्यामुळे माझा त्या वाड्याशी कुठलाही संबंध नव्हता. तरीही त्या धडाडणाऱ्या आगीत जळणारा वाडा पाहाताना मी त्या वाड्यात किती

गुंतलेय, ते माझ्या लक्षात आलं. जळता वाडा बघताना माझा जीव जो धसकलाय, तो पुन्हा कधी उभारी धरेल की नाही कोण जाणे! ते दृश्य मी आयुष्यभर विसरू शकणार नाही.

असं आहे माझं करंबवण्यातलं जीवन.

जन्मानं मी खोतीण नाही; पण निरुपायानं आयुष्यभर मला पोट भरण्यासाठी खोती करावी लागली. मामांनी अप्पांची उज्जैनीला व्यवस्था केली होती आणि आमची करंबवण्याला.

आजही आमची बरीच वरकस म्हणजे उत्पन्न नसलेली जमीन आहे. काही कलमं आहेत. यांनी लावलेले बरेच सागवान आहेत. या सागवानानं तर मला अनेक वेळा आर्थिक अडचणींमधून सोडवलं आहे. उज्जैनीला घर बांधायचं ठरल्यावर घर बांधून शिल्लक उरेल एवढं सागवान समुद्रमार्गे मुंबईला आणि तिथून मालगाडीनं उज्जैनीला पाठवलं होतं. गरजेपोटी मी जुनं सागवान वापरलं; पण नवी लागवड करायला जमलं नाही, ही मला फार मोठी खंत आहे. तसंच फक्त शेतीवर अवलंबून न राहाता इतर जोडधंदे करण्याचं याचं आणि मामांचं स्वप्नही मला पुरं करता आलं नाही, याची मला जाणीव आहे.

मग माझ्या या करंबवण्यातल्या जीवनानं मला काय दिलं?
आता चारही मुलं आपापल्या जीवनात स्थिरावली आहेत. माझ्यावर असलेली त्यांची जबाबदारी मी माझ्या परीनं पुरी केली आहे. त्याला मुलांनीही चांगली साथ दिली, हे तर झालंच.

मामा वारले तेव्हा कुळं खंड आणून घालतील की नाही हा खरा प्रश्न होता. खंड मिळाला नसता तर उपास काढायचीच वेळ होती. गावातल्या तापूताईचं एक उदाहरण आमच्या डोळ्यासमोर होतं. एके काळची जमीनदारीण, पण त्यांच्यावर दोन वेळचं अन्न मिळणंही कठीण, अशी परिस्थिती आली होती. अशाच एका प्रसंगी ठकूताई तर म्हणाल्या होत्या, ''करंबवण्यात आणि चिपळूणात मामाच्या नावानं भीक मागितली तरी पोट भरेल!''
हे ऐकताना त्याही परिस्थितीत माझ्या मस्तकात तिडीक गेली होती. कदाचित त्याच क्षणी माझ्या मनानं निर्णय केला असावा, 'कितीही झगडावं लागलं तरी स्वत:ला या पातळीवर येऊ द्यायचं नाही.'
तो निर्णय आयुष्यभर पाळता आला आणि प्रतिकूल परिस्थितीतही ताठ मानेनं

जगता आलं, याचं मला समाधान आहे. करंबवणे आणि चिपळूण परिसरात लोक 'केतकरवहिनी' म्हणून व्यक्तिश: मला ओळखतात. कुणाची सून म्हणून नव्हे. स्वत:ची ही ओळख निर्माण करता आली, हे काय थोडं आहे?

लग्न होऊन करंबवण्यात राहायला आले तेव्हा मला कोकण, कोकणातलं खेडं, इथली शेती, माणसं, इथल्या अडचणी यांविषयी काहीच ठाऊक नव्हतं. त्या वेळी माझी यांच्यापुढे कुरकुर चाले, 'मला इथं करत नाही. कंटाळा येतो.'

त्यानंतर गेली पासष्ठ वर्षं मी इथं राहिले. इथल्या असंख्य अडचणींसह जगताना इथलीच होऊन गेले. 'करंबवण्याच्या केतकरवहिनी' अशीच आता माझी ओळख होऊन राहिली आहे. आता फार दिवस शहरात राहिलं की मला शहरातल्या सुखी आणि सुरक्षित जीवनात करमेनासं होतं. मग माझ्या मनाची कुरकुर सुरू होते, 'मला इथं करमत नाही. कंटाळा येतो.'

आता माझे सगळे खटले मी आटोपते घेतले आहेत. काही जमिनींचे व्यवहारही पुरे करत आणले आहेत. जशी वसतीगृहासाठी मदत केली, तशी इथल्या एका हॉस्पिटलसाठीही मदत करायची इच्छा आहे.

परवाच माझी नातसून विचारत होती, ''आजी, स्वप्नात कधी आजोबा येतात का हो? कसे दिसतात ते?''

''येतात कधी तरी! आणि स्वप्नातही ते तितकेच तरुण दिसतात! त्यांच्या वृद्धत्वाची मी कल्पनाही करू शकत नाही!'' मी म्हटलं होतं.

तरीही खरं सांगायचं तर मी स्वप्नात रमणारी कधीच नव्हते आणि आजही नाही. समोर येईल ती वस्तुस्थिती नीट पारखून घेऊन जगत राहायचं, एवढंच मी केलंय.

आता माझ्या वयाची ऐंशी ओलांडली आहे. शरीरानं हळूहळू असहकार पुकारायला सुरुवात केली आहे. त्यामुळेच तर मुलं मला एकटीला करंबवण्यात राहू देत नाहीत. त्यांच्या प्रत्येकाच्या जीवनाचे धागेदोरे इथं शहरातच बांधले गेले आहेत. त्यामुळे त्यांच्यापैकी कुणी माझ्याबरोबर कायमचं करंबवण्यात येऊन राहाणं शक्य नाही.

आजवर जशी समोरच्या वस्तुस्थितीचं आकलन करून घेऊन जगले, तसंच याही वस्तुस्थितीचा स्वीकार करून मला यानंतर शहरात राहिलं पाहिजे, हे अटळ आहे.

माझ्या जीवनाचा धागा न् धागा करंबवण्यात गुंतला असला तरीही—